அடுத்த விநாடி
நாகூர் ரூமி

நூலடக்கம்

- ஒரு ரகசியம் - 9
- வெற்றியின் முகங்கள் - 21
- அற்புத விளக்கு - 39
- ஆசை எனும் பிரார்த்தனை - 49
- மூன்றாவது மனிதன் - 63
- செல்வ மனநிலை - 75
- ரிலாக்சேஷன் என்றால் என்ன - 83
- பறக்கட்டும் உங்கள் பெகாசஸ் - 95
- மதில் மேல் பூனை - 107
- சின்ன விஷயம் பெரிய விஷயம் - 117
- நமது சிறைகள் - 125
- திராட்சை இனிப்பாக இருக்கிறது - 137
- மூச்சோட்டமும் நமது வாழ்வும் - 145
- உடல் மொழி - 161
- இன்னொரு முறை - 173
- இரண்டாம் பாகம் - 179

ஒரு ரகசியம்

எந்த ஒரு காரியமும் செய்வதற்கு முன் வேறு சில காரியங்களைச் செய்ய வேண்டியது அவசியமாகிறது. உதாரணமாக சாப்பிட வேண்டுமானால் அதற்கு முன் கைகழுவிக்கொள்ள வேண்டும். அந்தப் பழக்கம் இல்லாத வர்கள் குறைந்த பட்சம் தட்டு அல்லது இலையையாவது எடுத்து வைத்துக்கொள்ள வேண்டுமல்லவா? அதைப்போல ஒரு விஷயத்தைப் புரிந்து கொள்வதற்கு முன் அதோடு சம்பந்தப்பட்ட வேறு சில விஷயங்களைப் புரிந்துகொள்ள வேண்டியுள்ளது. ஆகவே மன்னிக்க வேண்டும், ரகசியத்தை இப்போதே சொல்லிவிட முடியாத சூழ்நிலை உள்ளது. காரணம், அதை உங்கள் காதுகளுக்கு மட்டும் சொல்லி விடுவதற்கு முன் அந்த ரகசியம் சம்பந்தப்பட்ட வேறு சில ரகசியங்களைச் சொல்ல வேண்டியுள்ளது! அப்பாடா, பீடிகை முடிந்து விட்டது. இனி உள்ளே போய்விட வேண்டியதுதான்.

சில வார்த்தைகள் உள்ளன. அவை உண்மையில் வார்த்தைகளே அல்ல. ஒவ்வொன்றும் ஒரு காவியம். இதை வெறும் புகழ்ச்சிக்காகச் சொல்லவில்லை. அந்த வார்த்தைக்குள் அவ்வளவு விஷயங்கள் அடக்கி வைக்கப்பட்டுள்ளன என்று அர்த்தம். அவற்றை மொழிபெயர்க்கக்கூட முடியாது. Self-defeating behaviour என்பது அதில் ஒன்று. நம்மை நாமே தோற்கடித்துக் கொள்ளும்படியாக உள்ள நமது நடவடிக்கைகள் என்று இதைச்சொல்லலாம். அப்படிப்பட்ட நடவடிக்கைகள் என்னென்ன என்று தெளிவாக விளக்க வேண்டுமென்றால், கம்பராமாயணத்தின் ஆறு காண்டங்களையும் விட அதிகமாக எழுதலாம். அவ்வளவு எண்ணற்ற, தவறான நடவடிக்கைகளை நாம் நம்முடைய 'கருவூல'த்தில் சேர்த்து வைத்திருக்கிறோம்! அவற்றையெல்லாம் பட்டியலிட்டுச் சொன்ன பிறகும் கொஞ்சம்கூட அது என்ன என்ற தெளிவோ, அறிவோ வராத சாதனையாளர்களை நாம் ஒன்றும் செய்ய

முடியாது. இந்தச் சின்ன புத்தகம் அவர்களுக்காக அல்ல. புரிந்து விட்டது என்று மார்தட்டிக் கொள்வதற்காகவோ, மாலைபோட்டுக் கொள்வதற்காகவோகூட அல்ல.

புரிந்து கொள்வது முதல் கட்டம். புரிந்ததைப் பின்பற்றுவது இரண்டாவது கட்டம். இந்த இரண்டையும் செய்பவர்களுக்காகத்தான் இந்தப் புத்தகம். அதாவது வாழவேண்டும், வாழ்ந்து காட்டவேண்டும் என்ற ஆசை, ம்ஹூம், வெறி கொண்டவர்களுக்காக இந்தப் புத்தகம்.

இந்தப் புத்தகம் வெற்றியடைந்த மனிதர்களின் வாழ்க்கையிலிருந்து, அனுபவங்களிலிருந்து உருவானது. இந்த பட்டியலில் என்னையும் சேர்த்துக் கொள்ளலாம். இந்தப் புத்தகத்தைப் படித்து முடித்த பிறகு, மிகைப்படுத்தப் பட்டதைப் போலத் தோன்றுகின்ற இந்தக் கூற்று, உண்மையானதே என்பதைப் புரிந்து கொள்ள முடியும் என்றே நம்புகிறேன். காரணம் சுயமுன்னேற்றம் சம்பந்தப்பட்ட மற்ற புத்தகங்களுக்கும் இதற்கும் ஒரு முக்கிய வேற்றுமை இருக்கிறது.

மற்ற புத்தகங்கள் உங்களை அன்றாடம் அரை மணி நேரம் தியானம் செய்யுங்கள் என்று சொன்னால், இந்தப் புத்தகம் தியானம் என்றால் என்ன; அதை எப்படிச் செய்வது; எந்த நேரத்தில் செய்வது; எவ்வளவு நேரம் செய்வது என்று செய்முறை விளக்கங்களையெல்லாம் உங்களுக்குக் கற்றுக் கொடுக்கும். மற்ற புத்தகங்கள் ஒரு கால்மணி நேரம் தினமும் மூச்சுப் பயிற்சியில் ஈடுபடுங்கள் என்று கூறினால், இந்தப் புத்தகம் - எப்படி மூச்சு விட வேண்டும்; இவ்வளவு காலமாக தப்புத் தப்பாக மூச்சு விட்டுக் கொண்டிருந்ததனால் எப்படி நமக்கு வரவேண்டிய வாய்ப்புகள் எல்லாம் வராமல் நழுவிப்போனது; எப்படி யெல்லாம் நமது வாழ்க்கை திசைமாறிப்போனது; நாம் விடுகின்ற மூச்சுக்கும் நமது வாழ்க்கைக்கும் என்ன சம்பந்தம் என்பதையெல்லாம் விளக்கிச் சொல்லும். ஒரு விஷயம் சம்பந்தப்பட்ட எல்லா கதவுகளை யும் இது திறக்கும். உங்கள் மூச்சடைப்பை நீக்கும். உங்களை நிம்மதிப் பெருமூச்சு விடவைக்கும்.

நீச்சலடிப்பது எப்படி என்று விளக்குவதோடு மட்டும் நின்றுவிடாமல் தண்ணீருக்குள்ளும் உங்களைத் தள்ளிவிடும். மூழ்கி மூச்சுத்திணறி சாகடிப்பதற்கல்ல. நீச்சல் கற்றுக்கொடுக்கத்தான். அதுவும் நீங்கள் பார்க்காதபோது பின்பக்கமாக வந்து முதுகைப் பிடித்து தள்ளிவிடாது. நீங்கள் பார்த்துக் கொண்டிருக்கும்போதே உங்கள் கையை மெல்லப் பிடித்து அழைத்துச் சென்று நீருக்குள் நம்பிக்கையுடன் இறக்கிவிடும்.

எனவே இந்தப் புத்தகம் உங்கள் வசதிக்காக இரண்டு பகுதிகளாகப் பிரிக்கப்பட்டுள்ளது. முதல் பகுதி நீங்கள் புரிந்து கொள்ளவேண்டிய,

தெரிந்து கொள்ளவேண்டிய விஷயங்கள். இரண்டாம் பகுதி, நீங்கள் பின்பற்ற வேண்டிய செயல்முறைகள். வாழ்வில் வெற்றிபெறு வதற்காக அன்றாடம் செய்ய வேண்டிய சின்னச் சின்ன விஷயங்கள். உங்கள் வாழ்வில் மிகப்பெரிய மாற்றங்களை ஏற்படுத்தப் போகிற சின்னச் சின்ன விஷயங்கள். தனியாகச் செய்ய வேண்டியவை மற்றும் சமுதாய, குடும்ப வாழ்வின் ஓட்டத்திலேயே செய்ய வேண்டியவை என.

ரகசியத்தை சொல்ல வேண்டிய நேரம் வந்து விட்டது. உங்கள் அல்லது எல்லார் வாழ்க்கையின் வெற்றியின் ரகசியம் இதுதான் :

உங்கள் வாழ்க்கையில் நீங்கள் தோல்வி அடைவதற்கு எவ்வளவு சக்தி தேவையோ அதில் பாதி இருந்தால் போதும், நீங்கள் வெற்றி அடைந்து விடலாம்!

இதுதான் ரகசியம். இந்த ரகசியத்தை நீங்கள் யாரிடம் வேண்டு மானாலும் சொல்லலாம். அப்போதும்கூட அது ரகசியமாகவே இருக்கும்! ஆமாம். எப்போது நீங்கள் கொடுக்கப்பட்ட உண்மையை உங்கள் வாழ்க்கையில் பின்பற்றி, அதாவது 'டெஸ்ட்' பண்ணிப் பார்க்க வில்லையோ அப்போது அது வெறும் ஏட்டுச் சுரைக்காய்தானே? சொல்லப்பட்டது உண்மையாக இருக்கும் பட்சம், அந்த உண்மை பின்பற்றப்படாத வரையில், அதாவது உங்கள் சொந்த அனுபவமாக அது மாறாத வரையில், அது ரகசியம்தானே?

ஆனால் புரிந்து கொள்வதற்கும் பின்பற்றுவதற்கும் இடையில் நிறைய இடைவெளி உள்ளது. முதலில் நீங்கள் சரியாகப் புரிந்துகொள்ள வேண்டும். அதற்கு உங்களைத் தயார்படுத்திக்கொள்ள வேண்டும். அதற்காகத்தான் முதல் பகுதி. பின்பற்றுதலுக்காக இரண்டாம் பகுதி.

இப்போது மறுபடி ரகசியத்துக்கு வருவோம். அதாவது நாம் வாழ்க்கையில் வெற்றி அடைவதற்கு எவ்வளவு சக்தி தேவையோ அதைவிட அதிகமான சக்தியைச் செலவு செய்கிறோம் என்பது மட்டு மல்லாமல் அதன் காரணமாகவே தோற்றும் போய்க் கொண்டிருக் கிறோம்! இது உண்மையா? வாழ்க்கையில் நாம் தோல்வியடை வதற்கான காரணங்கள் என்று நெப்போலியன் ஹில் 31 காரணங்களைச் சொல்கிறார். அவைகள் என்னென்ன என்பது இப்போது நமக்குத் தேவையில்லாதது.

ஆனால் அதே நெப்போலியன் ஹில் வாழ்வில் வெற்றி பெறுவதற்கான காரணங்களாக 13-ஐத்தான் சொல்கிறார்! அதாவது 31 விதங்களில் நம்மை நோக்கி தோல்வியை இழுக்கின்ற நாம், அதில் பாதியைவிடக் குறைவான காரணங்களைக் கொண்டு வெற்றியடைந்து விடுகிறோம்!

அதாவது தோல்வியடைவதற்காக செலவு செய்கின்ற சக்தியில் பாதியைவிடக் குறைவாகச் செலவு செய்து வெற்றி அடைந்துவிட முடியும் ! உரைத்துப் பார்த்து இந்த உண்மை சுத்தமான தங்கம்தான் என்பது தெரிந்துவிட்ட அடுத்த விநாடியே... இருங்கள் அதற்கு முன் ஒரு விஷயம் சொல்ல வேண்டும்.

ராவியதுல் பஸரியா என்று ஈராக் நாட்டில் ஒரு பெண் ஞானி இருந்தார். அவர் ஒரு நாள் தெருவில் போய்க் கொண்டிருந்தார். அப்போது அவர் காலத்திலேயே வாழ்ந்த இன்னொரு ஞானி ஒருவர், தொழுதுவிட்டு கைகளை ஏந்தி இறைவனிடம் பிரார்த்தனை புரிந்து கொண்டிருந்தார்: 'இறைவா! எனக்கு வெற்றியின் கதவுகளைத் திறந்துவிடுவாயாக! உன் கருணையின் கதவுகளைத் திறப்பாயாக!' என்று. அதைக் கேட்ட ராவியதுல் பஸரியா பிரார்த்தித்துக் கொண்டிருந்த அந்த ஞானியின் தலையில் ஓங்கிக் குட்டினார். வலியோடும் கோபத்தோடும் யார் அப்படிச் செய்தது என்று பார்க்கத் திரும்பிய அந்த ஞானியைப் பார்த்து ராபியா சொன்னார்: 'இன்னும் எவ்வளவு காலத்துக்கு இப்படி முட்டாள்தனமாகப் பிரார்த்தித்துக் கொண்டிருப்பாய்? வெற்றியின் கதவுகளும் கருணையின் கதவுகளும் என்றைக்கு மூடியிருந்தன? அவை எப்போதுமே திறந்தேதான் உள்ளன.'

ஆம், அவர் சொன்னது சரிதான். அவை என்றைக்குமே மூடியிருந்ததில்லை. அவை நம்மை வந்து சேர்ந்துவிடாமல் நாம்தான் நமது தவறுகளாலும் முட்டாள் தனங்களாலும் நம்முடைய கதவுகளை இழுத்து மூடிக்கொள்கிறோம். பானையை கவிழ்த்து வைத்திருந்தாலோ ஓட்டைப் பானையை வைத்தாலோ எவ்வளவுதான் மழை பெய்தாலும் பானை நிறையுமா?

நம்முடைய எதிர்மறை எண்ணங்கள், எதிர்மறை உணர்வுகள், எதிர்மறைப் பழக்கங்கள் என்று நம்முடைய வெற்றிக்கும் சந்தோஷத்துக்கும் எதிர்மறையாக நிற்கும், பிடிவாதமாக இறுக்கமாக மூடி வைத்திருக்கும் எல்லா ஜன்னல்களையும் திறக்க வேண்டும். அல்லது தேவைப்பட்டால் உடைக்க வேண்டும். ஜன்னல்களாகவோ கதவுகளாகவோ அவை இருந்தால்கூடப் பரவாயில்லை. சமயங்களில் அவை சீனப்பெருஞ்சுவர்களாக அல்லவா உள்ளன?! தெளிவு என்னும் குண்டு வைத்துத்தான் அவற்றைத் தகர்க்க வேண்டும். திறந்த உடனேயே அல்லது தகர்த்த உடனேயே தெரிந்துவிடும் நமக்கான வெளிச்சம் இவ்வளவு காலமாக வெளியே நமக்காக காத்துக் கொண்டிருந்துதான் இருந்ததென்று!

நமது சக்திகளையெல்லாம் ஒன்று திரட்டி, நம் கதவுகளையும் ஜன்னல் களையும் நாம் மூடிக் கொண்டிருக்கிறோம். சமயங்களில் திறப்பதாக

நினைத்துக்கூட நாம் மூடிவிடுகிறோம். 'ஜன்னலைத்திற, காற்று வரட்டும்' என்று பசவய்யா ஒரு கவிதைகூட எழுதினார். வெற்றியின் காற்றும் வெளிச்சமும் படாமல் புழுங்கித் தவித்துக் கொண்டிருக் கிறோம். அவற்றைப் புரிந்துவிட்ட, திறந்துவிட்ட அடுத்த விநாடி, வெற்றி தவிர நமக்கு வேறெதுவும் இல்லை என்பது புரியும். அதைப் புரியவைக்கத்தான் இந்தப் புத்தகம்.

வெற்றியாகவும் சந்தோஷமாகவும் வாழத் தெரிந்தவர்களே அறிவுள்ளவர்கள். அவர்களை ஞானிகள் என்று கூடச் சொல்லலாம். இதைப் புரிந்து கொள்ளாதவர்கள் எவ்வளவு படித்தவர்களாக இருந்தாலும் பைசாவுக்குப் பிரயோஜனம் கிடையாது. இப்படிப் பட்டவர்கள் போதி மரத்தின் அடியில் புத்தரைப்போல அமர்ந்தாலும் ஞானம் வராது. சுகமான தூக்கம்தான் வரும். எனவே வாழ்க்கையில் எதையாவது சாதிக்க வேண்டும் என்ற துடிப்புள்ளவர்கள் மட்டுமே புரிந்து கொள்வார்கள். அவர்களுக்காகத்தான் இந்தப் புத்தகம்.

'துடிப்புள்ளவர்கள்' என்றவுடன் உடனே அப்படிப்பட்டவர்கள் இளைஞர்களாகத்தான் இருக்க வேண்டும் என்ற அவசியமில்லை. தினத்தந்தியில் 'அழகி கொலை' என்று வருமே, அவர்களெல்லாம் உண்மையில் அழகிகளா என்ன? வார்த்தைகளைப் படித்துக்கொண்டு நாம் எப்போதுமே தொங்கிவிடவோ தங்கிவிடவோ கூடாது. வேறு மாதிரியாகச் சொல்வதானால், வாழவேண்டும், வெற்றி பெறவேண்டும் என்ற துடிப்புள்ள அனைவருமே இளைஞர்கள்தான். அவர்களுக்கு எவ்வளவு வயதாகியிருந்தாலும் சரி!

ஒரு நாணயத்துக்கு இரண்டு பக்கங்கள் உண்டு என்பதுபோல 'சாதிப்பது' என்பதிலும் இரண்டு வகையுண்டு. ஒரு திருடனைப் பிடித்து வைத்துக் கொண்டு கேள்விகள் கேட்கும்போது, அவன் அந்தப் பொருளை எடுக்கவே இல்லை என்று சொல்வான். எங்கள் ஊரில், 'எடுக்கவே இல்லைன்னு சாதிக்கிறான்' என்பார்கள்! அந்த மாதிரி 'சாதனை' பற்றி நான் சொல்ல வரவில்லை. சாதனையின் முன் பக்கத்தைப் பற்றிப் பேசுகிறேன்.

பிறந்து, வளர்ந்து, எப்படியோ படித்து அல்லது படிக்காமல், ஏதோ வேலை பார்த்து அல்லது பார்க்காமல், ஏதோ சம்பாதித்து அல்லது சம்பாதிக்காமல், திருமணம் செய்து அல்லது செய்யாமல், குழந்தை களைப் பெற்று அல்லது பெறாமல், முதுமையடைந்து, நோயுற்று அல்லது நோயுறாமல், கடைசியில் செத்துப்போய் மறக்கப்படுபவர்களை வாழ்ந்தவர்கள் என்ற பட்டியலில் சேர்க்க முடியாது. இப்படிப்பட்டவர் களெல்லாம் சும்மா மூச்சு மட்டும் விட்டுக்கொண்டிருந்தவர்கள்.

'கோமா'வில் இருப்பவர்கள். உயிரோடு இருப்பது வேறு, வாழ்வது என்பது வேறு.

இந்த வாழ்க்கை ஓட்டத்திலேயே குறைந்தபட்சமாகத் தனக்கும் தன் குடும்பத்தாருக்கும், அதிகபட்சமாகத் தன் சமுதாயத்துக்கும் அல்லது இந்த அகில உலகத்துக்கும் ஒரு நிரந்தரமான நன்மையைச் செய்து போனவர்களை, லட்சியம் கொண்டு வாழ்ந்தவர்களைத்தான் சாதனையாளர்கள், வாழ்ந்தவர்கள் என்று சொல்லவேண்டும்.

மனிதனுக்கும் மனிதன் அல்லாதவற்றுக்கும் உள்ள அடிப்படை வேறுபாடே சிந்தனைதான். 'சிந்திப்பவர்கள் சாவதில்லை. சிந்திக்காத வர்கள் ஏற்கெனவே செத்துப் போனவர்கள்' என்று புத்தரின் தம்மபதம் கூறுகிறது. உண்மைதான். அரித்தால் சொறிகின்ற வேலையைக்கூட அடுத்தவனைச் செய்யச் சொல்லலாம். ஆனால் சிந்திக்கின்ற வேலையை மட்டும் நாம்தான் செய்யவேண்டும். சிந்திக்கின்ற மனிதன் தான் லட்சியம் வைப்பான். லட்சியம் என்பது சும்மா தெருவில் போகும் போது பொழுதுபோக்காக நினைப்பதல்ல. ஒரு லாடம் கிடைத்தவுடன் குதிரை வாங்க நினைத்தோம் எனில் அதற்குப் பெயர் லட்சியம் அல்ல. லட்சியம் என்பது நமது வெற்றிக்காகவும் சந்தோஷத்துக்காக வும் நாமே உருவாக்குவது. நமக்குள் வந்து புகுவதல்ல. இப்படிப்பட்ட லட்சியம் கொண்ட மனிதன்தான் வெற்றியை விரும்புபவனாகவும் தோல்வியை விரும்பாதவனாகவும் இருக்கிறான்.

சிந்திக்கின்ற மனிதன் ஆற்றைப் போன்றவன். சிந்திக்காத மனிதன் சாலையைப் போன்றவன். சாலை என்பது ஏற்கெனவே போடப்பட்ட பாதை. அதில் மாற்றமோ வளர்ச்சியோ கிடையாது. ஆனால் ஆறு அப்படியல்ல. அது தனக்கான பாதையைத் தானே உருவாக்கிக் கொள்கிறது. அதைப்போல தனக்கான வெற்றிப்பாதையை தானே உருவாக்கிக்கொள்ள பாடுபடுகின்ற மனிதனே வெற்றியாளன். ஆனால் தனியாக ஒரு பாதையை உருவாக்குவது ஏற்கெனவே போடப்பட்ட சாலையில் செல்வதைப்போல எளிமையான காரியமல்ல. பல கஷ்டங் களை அதில் அனுபவித்தே ஆகவேண்டும். அதையெல்லாம் மீறி வரும் போதுதான் வெற்றியின் உண்மையான சுவையை உணர முடியும்.

வாழ்க்கை ஒரு ரோஜாப்பூ படுக்கையாக மட்டும் இருக்க வேண்டும் என்று நினைப்பது முட்டாள்தனமன்றி வேறெதுவுமில்லை. 'எந்த உழைப்ம் இல்லாமல், எந்த வேலையும் செய்யாமல், எந்த சிந்தனையும் செய்யாமல் பணக்காரராக ஆகவேண்டுமா? உடனே இங்கே வாருங்கள்' என்று முல்லா சொன்னதைக் கேட்டு, நிறைய பேர் அவர் நின்றுகொண்டிருந்த மரத்தருகில் கூடினர். எல்லோரையும் பார்த்து விட்டு முல்லா ஒன்றும் சொல்லாமல் கீழே இறங்கிப் போனார்.

'என்ன முல்லா, எதுவுமே செய்யாமல் செல்வந்தனாக ஆவது எப்படி என்று கேட்டுவிட்டு, ஒன்றும் சொல்லாமல் போகின்றீரே, என்ன விஷயம்?' என்று வந்தவர்கள் கேட்டதற்கு, 'ஒன்றுமில்லை, இந்த ஊரில் எத்தனை முட்டாள்கள் இருக்கிறார்கள் என தெரிந்துகொள்ள ஆசைப்பட்டேன். தெரிந்து விட்டது. அதுதான் போகிறேன்' என்றாராம் முல்லா! வாழ்க்கை ரோஜாப் பூக்களால் ஆனதல்லதான். ஆனால் கல்லையும் முள்ளையும் காலுக்கு மெத்தையாக ஆக்குகின்ற வித்தை ஐயப்ப பக்தர்களுக்கு மட்டும் உரியதல்ல. வெற்றியின் உபாசகர்களுக்கும் உரியதே.

பிரச்சினையே இல்லாத ஒரு வாழ்க்கை என்றால் அது மரணம்தான். தடைகளை எதிர்கொண்டு அவற்றை அடக்கி, அவற்றின் மீதேறி சவாரி செய்வதுதான் மனிதனுக்குப் பெருமை. வாழ்க்கையில் பிரச்சினை என்று ஒன்றுமில்லை. அதெல்லாம் கற்பனை என்றெல்லாம் அழகான, கவர்ச்சியான எங்கும் எடுத்துச் செல்லத்தக்க பாலிதீன் பொய்களை அள்ளித்தருவது இந்த புத்தகத்தின் நோக்கமல்ல.

மாறாக, பிரச்சினைகள் இருக்கத்தான் செய்கின்றன. ஆனால் மனிதன் தீர்க்கமுடியாத பிரச்சினை என்று ஒன்று இந்த உலகத்தில் இருந்ததாக வரலாறே கிடையாது. பிரச்சனையைத் தீர்க்க காலம் ஆகியிருக்கலாம். அது வேறு விஷயம். ஆனால் எப்படிப்பட்ட பிரச்சினையையும் தீர்த்து வெற்றி காணமுடியும். அப்படி வெற்றி கண்டவர்கள் நமக்கு வழிகாட்டி களாக இருக்கிறார்கள். அவர்கள் தெரிந்தோ தெரியாமலோ பின்பற்றிய விதிகளை நாமும் பின்பற்றினால் - தெரிந்தேதான் - வெற்றி நிச்சயம்.

சரி, மனிதனுக்கு எத்தனையோ விதமான பிரச்சினைகள் வருகின்றன. ஆனால் பொதுவாக எல்லாப் பிரச்சினைகளுக்கும் பொருந்துமாறு பிரச்சினை என்றால் என்ன என்று ஒரு வரையறையை வகுத்துக்கொள்ள முடியுமா? முடியும். பிரச்சினை என்பது பதில் இல்லாத ஒரு கேள்வி. அதாவது தற்போதைக்கு, தாற்காலிகமாக. இப்போது அதற்கு பதில் இல்லை. பதில் தெரிந்துவிட்டாலோ, தெரிந்துவிடும் என்ற நம்பிக்கை வந்துவிட்டாலோ, அல்லது தெரியாவிட்டாலும் பரவாயில்லை என்று ஆகிவிட்டாலோ அது பிரச்சினையில்லை. இவ்வளவு சுலபமா என்றால் ஆமாம். பிரச்சினையின் தீவிரம் பிரச்சினையில் இல்லை. அதை நாம் பிரச்சினையாக எடுத்துக் கொள்வதில்தான் உள்ளது.

கணக்கு வாத்தியார் தனக்கு கஷ்டமாக உள்ள 'பிரச்சினை'களை, அதாவது கணக்குகளை, ராமானுஜத்தைக் கூப்பிட்டு பந்தாவாக, ''ராமானுஜம், இதை நீ வந்து போடு'' என்று உத்தரவு கொடுத்துவிட்டு தப்பித்துக் கொள்வாராம். அவருக்குத் தெரியும் எப்படியும் ராமானுஜம் போட்டு

விடுவார் என. அவரைப் பொறுத்த அளவில் ராமானுஜத்தைக் கூப்பிடுவ தோடு பிரச்சினை முடிந்துவிட்டது. கணிதமேதை ராமானுஜம், வாத்தியார் கூப்பிட்டதும் பவ்யமாக வந்து சாக்பீஸை எடுத்து கறும் பலகையில் எழுதி இருந்ததையெல்லாம் அழித்துவிட்டு (சாக்பீஸால் அல்ல), முற்றிலும் புதிய பாணியில், ஆசிரியருக்கே விளங்காத புதிய முறையில், ரொம்பவும் சுருக்கமாக, அதே கணக்கைப் போட்டு முடிப்பாராம்.

இங்கே நாம் கவனிக்க வேண்டியது ராமானுஜத்தின் மூளையை மட்டு மல்ல. ஒரே பிரச்சினையை இருவர் எடுத்துக் கொள்கிறார்கள். ஒருவர் கைவிட்டு விடுகிறார் தீர்க்க முடியவில்லை என்று. இன்னொருவரோ மிகச் சுலபமாகத் தீர்த்து விடுகிறார். அப்போது பிரச்சினை உண்மையில் சுலபமானதா கஷ்டமானதா? சின்னதா பெரியதா? இரண்டுமேதான். ஆமாம். பிரச்சினையைத் தீர்க்க நினைக்கின்ற மனத்தைப் பொறுத்து பிரச்சினையும் சின்ன தாகவோ பெரியதாகவோ ஆகிவிடுகிறது என்பது தான் உண்மை.

பிரச்சினையின் முன்னே கூனிக்குறுகி சிறுத்துப் போவதற்காக மனிதன் பிறப்பெடுக்கவில்லை. ஒவ்வொரு பெண்ணும் ஆணும் கூடும்போது ஒரு கோடி உயிரணுக்கள் விந்திலிருந்து பாய்ந்து பெண்ணின் கருமுட்டைக்குள் புக முயற்சிக்கின்றன. ஆனால் அந்த ஒரு கோடியில் 'ஒண்ணே ஒண்ணு கண்ணே கண்ணு'தான் ஜெயிக்கிறது. மற்ற அனைத்தும் கோட்டைக்குள் நுழைய முடியாமல் தோற்று உயிரை விட்டுவிடுகின்றன. இதை, நான் சொல்லவில்லை. விஞ்ஞானம் சொல்லுகிறது. மனிதனுடைய பிறப்பே கடுமையான போட்டியில்தான் துவங்குகிறது. ஆக, மனிதப்பிறப்பே ஒரு மாபெரும் வெற்றியின் அடையாளமாக, விளைவாக உள்ளது. அப்படி கோடியில் ஒருவனாக - ஆயிரத்தில் ஒருவனாக அல்ல - உருவாகும் நீங்கள் எப்படி வாழவேண்டும்?

'ஒவ்வொருவர் உள்ளத்திலும் இறைவன் உறைகிறான்' என்று பகவத் கீதை (18 : 61) கூறுகிறது. மனிதன் தனது நேரடி பிரதிநிதி என்று இறைவன் சொல்வதாக புனித குர்ஆன் (சூரா பகரா) கூறுகிறது. அப்படியெனில், இறைவனுடைய கம்பெனிக்கு எம்.டி.யாக இருக்கின்ற மனிதன் எப்படி வாழ்வது? வறுமை, நோய் போன்ற துன்பங்களில் உழன்றுகொண்டா? இல்லவே இல்லை. வெற்றிமேல் வெற்றி பெற்று வெற்றியைத் தவிர வேறு எதுவும் அறியாதவர்களாக வாழவேண்டும். மற்றவர்களையும் வாழ வைக்க வேண்டும்.

அப்படியானால் நம்முடைய வெற்றிக்குத் தடையாக இருக்கின்ற கற்கள், பாறைகள், சுவர்கள், கோட்டைகள் அனைத்தையும் அவை

என்னென்ன, எங்குள்ளன, எப்படிப்பட்டவை என்று தெளிவாகத் தெரிந்துகொண்டு ஒவ்வொன்றாகத் தகர்க்க வேண்டும்.

வெற்றி என்பது நாம் தனியாக உருவாக்க வேண்டிய ஒன்றல்ல. சிற்பி ஒருவன் ஒரு பாறையைச் செதுக்கி சிற்பமொன்றை உருவாக்குவது போன்றதுதான் வெற்றியும். உண்மையில் அவன் சிற்பத்தை உருவாக்க வில்லை. அந்த பாறைக்குள்ளேதான் அது ஒளிந்து கொண்டுள்ளது. அதற்குத் தேவையில்லாத பகுதிகளை மட்டும் அவன் உளிகொண்டு கழித்துவிடுகிறான். அவன் செய்வதெல்லாம் அவ்வளவுதான். அதன்பின் உள்ளே உள்ள சிற்பம் தன்னை வெளிப்படுத்திக் கொள்கிறது.

அதேபோல, ஒரு விஷயத்தில் வெற்றி பெற வேண்டுமென்றால் நாம் வெற்றியைப் பற்றியே சிந்திக்க வேண்டியதில்லை. வெற்றி பெற முடியாமல் நம்மைத் தடுப்பது எது என்று யோசித்தால் போதும். வெற்றியை மூடி மறைக்கிற குறைகளை, அழுக்குகளை நீக்கிவிட்டால் போதும். இதைப் புரிந்துகொள்ளாத வரையில் வெற்றி ஒளிந்து கொண்டுதான் இருக்கும். புரிந்து கொள்வதற்காகத்தான் இந்த புத்தகம்.

சுயமுன்னேற்றம் பற்றி ஆயிரக்கணக்கான புத்தகங்கள் இன்று வெளிவந்து கொண்டிருக்கின்றன. சாயங்கால வேளைகளின் சூடான வடை, பஜ்ஜியைப் போல அவை விற்றும் போகின்றன. இதெல்லாம் எதைக் காட்டுகிறது? சிந்திக்கின்ற ஒவ்வொரு மனிதனும், யாராவது சரியான பாதையைக் காட்டமாட்டார்களா என்று ஏங்கித் தவிப்பதையே இது காட்டுகிறது. 'முப்பது நாளில் உருது பாஷை' என்பதுபோல, 'முப்பது நாளில் வெற்றி' என்று தலைப்பிடப்பட்ட புத்தகம்கூட முப்பத்து ஒராவது நாள் விற்றுத் தீர்ந்து விடுகிறது. வெற்றி, புத்தகம் எழுதிய வனுக்கா, வாசித்தவனுக்கா என்பது அனைவரும் அறிந்த ஒரு 'திறந்த' ரகசியமாக உள்ளது!

இப்படியெல்லாம் நாள்கணக்கில் கூறுபோட்டு யாரும் உங்களுக்கு வெற்றியைத் தர முடியாது. உங்களுடைய வெற்றி உங்களிடம்தான் உள்ளது. அதன் மீது நீங்கள் ஏகப்பட்ட குப்பைக்கூளங்களைப் போட்டு மூடி வைத்திருக்கிறீர்கள். அந்த குப்பைகளை எப்படி அகற்றுவது என்று வழிகளைச் சொல்வதுதான் நமது நோக்கம். எனவே இந்தப் புத்தகம் தருகின்ற உத்தரவாதம்கூட உங்களிடம்தான் உள்ளது. இந்த இடத்தில் ஒரு முக்கியமான விஷயத்தைச் சொல்ல வேண்டியுள்ளது.

21.01.2003 அன்று AXN டிவியில் Xploring the Unknown என்ற தலைப்பில் ஒரு புரோக்ராம் காட்டினார்கள். அப்போது மாலை ஏழரை மணி இருக்கும். அந்த புரோக்ராமில் பல பேர்களிடம் - பெண்கள், குழந்தைகள் என - ஸ்பூன், ஃபோர்க் போன்றவற்றைக் கொடுக்க அவற்றை அவர்கள்

கேட்டுக் கொண்டபடி கையில் பிடித்து முகத்துக்கு எதிரே வைத்துக் கொண்டார்கள். பின் அந்த ஸ்பூன்களையும் ஃபோர்க்குகளையும் வளைக்கச் சொன்னார்கள். இன்னொரு கையால் அல்ல. மனத்தால், ஒருமித்த சிந்தனையால், எண்ணத்தால்!

ஆம். கையில் ஸ்பூன்களையும் ஃபோர்க்குகளையும் பிடித்துக் கொண்டிருந்தவர்களுக்கு ஒரே ஆச்சரியமும் சிரிப்புமாக இருந்தது. என்றாலும் புரோக்ராம் நடத்தியவர்கள் முயன்று பார்க்கச் சொன்னார்கள். அந்தப் பெண்களும் குழந்தைகளும் முயன்றார்கள். ஒரு நீக்ரோ சிறுவனும் ஓர் இளம் பெண்ணும் அதில் வெற்றி பெற்றார்கள்! சிறுவன் கையில் பிடித்திருந்த ஃபோர்க்கில் ஒரு நாக்கு வளைந்து வெளியே வந்தது! அந்தப் பெண் கையில் பிடித்திருந்ததோ இரண்டாக மடிந்தேவிட்டது, கூன் விழுந்த மாதிரி!

இதை அவர்கள் psychokinesis என்று சொன்னார்கள். அவர்கள் என்ன பெயர் வேண்டுமானாலும் வைத்துக் கொள்ளட்டும். மனத்தின் சக்தியால் ஜடப்பொருள்களின் மீது தாக்கம் ஏற்படுத்துவது சாத்தியம் என்பது நிரூபணமாகிவிட்டது. இதுதான் முக்கியம். இந்த விஷயம் யூரி கெல்லர் போன்றவர்களால் ஏற்கெனவே நிரூபணமானதுதான். இது மிகச் சமீபத்திய நிரூபணம். இந்த நிகழ்ச்சியை ஓர் அற்புதம் என்று வைத்துக்கொண்டால், அற்புதம் நிகழ்த்தக்கூடிய சக்தி நமக்குள்ளே தான் இருக்கிறது என்று அர்த்தம். நம்முடைய நினைப்பு எவ்வளவு சக்தி மிகுந்தது என்பதற்கு இது ஒரு நல்ல உதாரணம்.

கார்ல் கஸ்டவ் யுங் அல்லது யங் என்று ஓர் உளவியலாளர் இருந்தார். அவர் காட்டுவாசிகளிடையே சில ஆண்டுகள் வாழ்ந்து அவர்களுடைய வாழ்க்கை முறையை ஆராய்ந்தார். அவர் கண்ட முடிவுகளைப் புத்தகங்களாக வெளியிட்டார். அதில் ஒரு குறிப்பிட்ட நிகழ்ச்சியை அவர் குறிப்பிடுகிறார். அந்த மலைவாழ் மக்கள் மழை வேண்டும் என்று விரும்பும்போதெல்லாம் ஒரு குறிப்பிட்ட முறைப்படி ஒரு சடங்கைச் செய்தனர்.

ஒரு கும்பலாக வட்டமாக நின்றுகொண்டு, நடனம்போல ஆடிக் கொண்டே ஏதோ சொல்லிக்கொண்டே வந்தனர். அவர்கள் ஆடிவரும் வட்டத்துக்குள் ஈட்டிகளால் ஒரு நீள் வட்டம் வரைந்து கொண்டனர். அதற்குள் சில தாவரங்களைப் போட்டனர். அதை ஈட்டியால் குத்திய வண்ணம் சுற்றிச்சுற்றி வந்தனர்.

அந்த நீள்வட்டமும் அந்த தாவரங்களும் யோனியையும் அதைச் சுற்றி இருக்கும் முடியையும் குறிக்கிறது என்று யங் விளக்குகிறார். இது முக்கியமான விஷயமல்ல. ஆனால் யங் இதையெல்லாம் பார்த்து

மனத்துக்குள் ரொம்ப சிரித்தார். இந்த சடங்கினால் எப்படி மழை வரும் என்று தன்னைத் தானே கேட்டுக்கொண்டார். ஆனால் ஒரு முறையல்ல, எண்ணற்றை முறைகள் இந்த குறிப்பிட்ட சடங்கை அவர் பார்த்திருக்கிறார். ஒவ்வொரு முறையும் சடங்கு முடியும்போது மழை கொட்டோ கொட்டென்று கொட்டியது!

இதிலிருந்து அவர் ஒரு முடிவுக்கு வருகிறார். அதுதான் நமக்கு இங்கே தேவைப்படுவது. அந்த மக்கள் கும்பலாக நின்றதோ, யோனியை வரைந்ததோ, அதை ஈட்டியால் குத்தியதோ, அப்போது ஏதோ சொல்லிக்கொண்டதோ முக்கியமல்ல. அவர்கள் இதையெல்லாம் செய்தபோது அவர்கள் அத்தனை பேருடைய மனங்களும் ஒரு குறிப்பிட்ட நிலையிலேயே இருந்தன. அந்த மன்நிலையை நாமும் கொண்டுவந்து விட்டால் அந்த சடங்குகள் இல்லாமலே மழையை வரவழைக்கலாம். அந்த மனநிலைதான் மழைக்குக் காரணம் என்றார்.

இப்போதும்கூட தென்னிந்தியாவின் கடலோரப் பகுதிகளில் வாழ்கின்ற தமிழைத் தாய்மொழியாகக் கொண்ட இஸ்லாமியர் களிடையே, மழையை வரவழைக்க ''மழை பைத்'' எனப்படுகின்ற ஒரு பிரார்த்தனை முறை உண்டு. அவர்கள் அதை ஓத, மழை வருவதை நான் என் சிறு வயது முதலே அனுபவித்திருக்கிறேன் (நனைந்து)!

அதாவது ஒரு குறிப்பிட்ட மனோநிலை மழையைக் கொண்டு வருகிறது. இன்னொரு குறிப்பிட்ட மனோநிலை இரும்பை வளைக்கிறது. இரும்பை வளைக்கிற மனத்தால், மழையைக் கொண்டுவர முடிகிற மனத்தால், வாய்ப்புகளை வசதிகளை நம்மை நோக்கி வளைக்க முடியாதா? அப்படியானால் நமக்கு வெற்றி வராமல் இவ்வளவு நாள் இருந்ததற்கு யார் அல்லது எது காரணம்? வெற்றியைத் தடுத்துக் கொண்டிருந்தது எது? இந்த புரிதல் நிகழும் விநாடியே அதிசயம் நிகழ்கிறது என்பதுதான் உண்மை.

ஒரு நீதிபதி ஒரு வழக்கைக் கேட்டுக் கொண்டிருந்தாராம். வாதியின் வாதங்களைக் கேட்ட பின்பு உடனே தீர்ப்பை எழுத ஆரம்பித்தாராம். ''என்ன நீதிபதி அவர்களே, நீங்கள் இன்னும் பிரதிவாதி சொல்வதைக் கேட்கவே இல்லையே'' என்றதற்கு அவர் சொன்னாராம், ''இப்போது நான் ரொம்பத் தெளிவாக இருக்கிறேன். இப்போது பிரதிவாதி சொல்வதையும் கேட்டால் குழப்பம் வந்துவிடும். குழப்பத்தில் சொல்லும் தீர்ப்பு சரியாக அமையாதல்லவா?'' என்றாராம்! நான் சொல்லவரும் புரிந்துகொள்ளல், தெளிவு இப்படிப்பட்டதல்ல.

தண்ணீர் கொதிப்பதற்குத்தான் நேரம் தேவைப்படுகிறது. ஆவியா வதற்கல்ல. புரிதலும் தயாராவதும் அப்படித்தான். கொதிநிலை

வந்தவுடனேயே ஆவியாதல் நிகழ்ந்து விடுகிறது. எனவே **'அடுத்த விநாடி'** என்பதுகூட எப்படியாவது சொல்லவேண்டுமே என்பதற்காகத்தான். நமக்கான அதிசயங்களை நாம்தான் நிகழ்த்த வேண்டும். அது அடுத்த விநாடி என்ன, புரிந்துகொண்டுவிட்ட இந்த விநாடியாகக்கூட இருக்கலாம்.

வெற்றியின் முகங்கள்

எல்லோருமே வெற்றியடைய ஆசைப்படுகிறோம். அது இயற்கை தான். அதற்கு முன் வெற்றியை அடைய நாம் நம்மைத் தயார்படுத்திக் கொண்டோமா என்றால் கிடையாது. சும்மா ஆசைப்படுவதற்காக எல்லாம் வெற்றி நம்மை வந்தடையாது. வெற்றிக்கான விலையைக் கொடுத்துத்தான் ஆகவேண்டும். அதற்கு முன் நமது மனத்தைப் பற்றிய ஓர் அடிப்படை விஷயத்தைப் புரிந்துகொள்ள வேண்டும். இது மனத்தைப் பற்றிய பாலபாடம். இது தெரியாமல் எதுவுமே செய்ய முடியாது என்பதால் இதை இங்கேயே சொல்லிவிடுகிறேன்.

பயப்படவேண்டாம். ஒன்றும் கஷ்டமானதல்ல. நம் அனைவருக்கும் மனது என்று ஒன்று இருக்கிறது. அது மூளையில் இருக்கிறதா அல்லது இதயத்துக்குள் ஒளிந்திருக்கிறதா என்ற ஆராய்ச்சியெல்லாம் தேவை யில்லை. மனம் இருக்கிறது. அது நமக்குத் தெரியும். நமது சிந்தனை, கற்பனை, எண்ணம், கவலை, பயம், குழப்பம், தெளிவு, ஞானம் இன்ன பிற எல்லாம் அங்கிருந்துதான் கிளம்புகின்றன. சரியா?

சரி, இப்போது இந்த மனத்தை உளவியலாளர்கள் மூன்று பகுதிகளாகப் பிரித்திருக்கிறார்கள். அவர்கள் எத்தனை பகுதிகளாகப் பிரித்தால் நமக்கென்ன என்கிறீர்களா? அப்படியில்லை. அந்த மூன்று பகுதி களுக்கும் வெற்றிக்கும் நெருங்கிய தொடர்புள்ளது. இன்னும் சொல்லப்போனால் இந்த மூன்று பகுதிகளையும் பயன்படுத்துபவர் களுக்குத்தான் வெற்றியே. உடனே ஒரு கேள்வியைத் தூக்கிக்கொண்டு குதிப்பீர்கள். தெரியும். அப்படியானால், மனோவியல் என்ற துறை இந்த உலகத்துக்கு வருவதற்குமுன் வெற்றி பெற்றவர்களெல்லாம் எப்படி அடைந்தார்கள்?

நல்ல கேள்விதான். ஆனால் அவர்களும் மூன்றையும் பயன்படுத்தித் தான் வெற்றி பெற்றார்கள். ஆனால் அவர்களுக்குத் தெரியாமலே. நாம் தெரிந்தே பயன்படுத்த வேண்டும். இதுதான் வித்தியாசம். அதாவது இங்கிலீஷ் கான்வெண்டில் படிக்கும் எல்.கே.ஜி., யு.கே.ஜி. குழந்தை கள் ஆங்கிலத்தில் வெளுத்துக்கட்டும். அடிப்படை இலக்கணம் தெரியாமலே. பழக்கத்தினால். பயிற்சியினால். ஆனால் ப்ளஸ்டூ அல்லது டிகிரி படிக்கும் நாமோ சப்ஜெக்ட், வெர்ப், அட்ஜெக்டிவ் என்று மாரடித்துக் கொண்டிருப்போம். அப்போதும்கூட ஆங்கிலம் வராது.

ஆனால் ஒருமுறை தெளிவாக அடிப்படை புரிந்துவிட்டதென்றால் அந்த அஸ்திவாரத்தை எந்த குண்டு வைத்தும் தகர்க்கவே முடியாது. கஷ்டப் பட்டு ஆங்கிலம் வந்த பின்பு அது போகவே போகாது. நிலையான செல்வமாகிவிடும். அதைப்போலத்தான் மனத்தைப் பற்றிய அறிவும் தெளிவும். சரி, இப்போது மனத்தின் பாகங்களுக்கு வருவோம்.

மனித மனது என்பது மூன்று பகுதிகளாக இருப்பதாக அவர்கள் கூறுகிறார்கள். ஒன்று, வெளி மனது. அதாவது நமக்குத் தெரிந்த மனது. அதாவது நமது விழிப்பு நிலையில் ஐம்புலன்களாலும் ஏற்படும் அனுபவங்களை உணர்கின்ற மனது. நாம் விழித்துக் கொண்டிருக்கும் போது நாம் செய்கின்ற அல்லது நமக்கு செய்யப்படுகின்ற எல்லா வற்றையும் புரிந்துகொள்கிற மனது.

இரண்டாவது, உள் மனது அல்லது ஆழ் மனது. இது கொஞ்சம் கீழே உள்ள மிக முக்கியமான பகுதி. அதாவது வெளி மனத்தைவிட முக்கிய மானது. இந்த மனது எவ்வளவு வேலைகளைச் செய்கிறது என்று பட்டியலிட முடியாது. அவ்வளவு செய்கிறது. மிகமிக முக்கியமான வேலைகளை எல்லாம் இதுதான் செய்கிறது.

நம்முடைய வாழ்வே இதன் கட்டுப்பாட்டில்தான் இருக்கிறது என்று சொன்னால் அது மிகையல்ல. உதாரணமாக, நம்முடைய இதயத்தின் துடிப்பு, மூச்சோட்டம், உணவு ஜீரணமாவது போன்ற விஷயங்களை இது தான் கவனித்துக் கொள்கிறது. இதயமே இப்போது நீ துடிப்பதை நிறுத்து, மூச்சே இன்னும் அரைமணி நேரத்துக்கு நீ ஓடக்கூடாது என்றெல்லாம் நம்மால் சொல்லமுடியாது. இவையெல்லாம் வெளி மனத்தின் சமாசாரங்கள் அல்ல. ஒரு நிமிடத்துக்குக்கூட இவற்றை நம் கட்டுப்பாட்டில் நாம் வைக்க முடியாது. எனவே இயற்கையே இதையெல்லாம் கவனித்துக் கொள் வதற்காக நமக்கு ஆழ் மனத்தைக் கொடுத்துள்ளது.

தூங்கும்போது, கில்லட்டினில் தலைவைத்து வெட்டப்படுவது மாதிரியோ அல்லது நிர்வாணமாக பறப்பது மாதிரியோ கனவு வருவது

இந்த ஏரியாவிலிருந்துதான். மறந்துபோனதெல்லாம் ஞாபகம் வருவதும் இந்த ஏரியாவிலிருந்துதான். அதாவது நமது நினைவாற்றல் இருப்பது இங்குதான். நிறைய குப்பைகளும் கொஞ்சம் குண்டுமணி களும் சேர்ந்திருப்பதும் இங்குதான்.

நமது ஆழ்மனத்தைப் பற்றிய இன்னொரு முக்கியமான செய்தி உள்ளது. அதாவது அதற்கு அறிவே கிடையாது. நமக்கும் அப்படித்தானே என்கிறீர்களா? நான் பகுத்தறிவைச் சொல்கிறேன். ஆம். ஆழ்மனது ஒரு ஞானி மாதிரி. சொல்வதையெல்லாம் ஏற்றுக்கொள்ளும். அல்லது ஒரு குழந்தை மாதிரி. சொல்வதையெல்லாம் நம்பும். இது நல்லது, இது கெட்டது, இது சரி, இது தவறு என்றெல்லாம் சொல்லாது. நினைக்காது. வாதம் செய்யாது. ரொம்ப சமர்த்துப்பிள்ளை. எது கொடுத்தாலும் வாங்கிக்கொண்டு அதை வைத்துக் கொள்ளும்.

ஓர் ஏழை ''நான் இன்னும் ஒரு வருடத்தில் கோடீஸ்வரனாவேன்'' என்று அதற்குள் ஒரு கருத்தை 'ஸ்ட்ராங்'காகப் போட்டால் அதை உடனே மரியாதையுடன் ஏற்றுக்கொண்டு அதன்படியே அவனை ஆக்கிவிடும். ஹிப்னாடிசம் பண்ணும்போது, செய்பவர் ஒரு பழுக்கக் காய்ச்சிய இரும்பு என்று சொல்லி ஒரு பென்சில் முனையை செய்யப்படுபவரின் நெற்றியில் வைத்தால், நெற்றியில் முனை வைத்த இடம் பொசுங்கிவிடும். காரணம், செய்யப்பட்டவரின் ஆழ்மனது, சொல்லப்பட்ட பொய்யை உண்மை என்று நம்பி செயல்படுவதுதான்.

இன்னொரு முக்கியமான விஷயம். உங்கள் ஆழ் மனத்தில் உங்களுக்குத் தேவையானதை நீங்கள் போட்டுக்கொண்டே இருக்க வேண்டும். இல்லையெனில் கவலை, பயம் 'ஈகோ' போன்ற உங்களுக்குத் தேவையில்லாததை, தீங்கு செய்வதையெல்லாம் அதுவே போட்டுக் கொள்ளும். போட்டுக்கொண்டே இருக்கும்.

ஃப்ரெட்ரிக் நீட்சே என்று ஒரு தத்துவவாதி இருந்தார். அவர் கடைசியில் பைத்தியம் பிடித்து கொஞ்சநாள் மனநல மருத்துவ மனையில் இருந்தார். இதற்கு அவர் தத்துவவாதியாக இருந்தது காரணமல்ல. அவரின் தனிமைதான் காரணம். அவர் ரொம்ப ஈகோ கொண்டவர். அதாவது ரொம்ப திமிர் பிடித்தவர். யாரையும்விட தான் உசத்தி என்று எண்ணியவர். அதனால் அவரோடு யாரும் பழகுவ தில்லை. எந்தப் பெண்ணும் அவரைத் திருமணம் செய்துகொள்ள முன்வரவில்லை. வாட்டிய தனிமை அவரை பைத்தியக்கார ஆஸ்பத்திரிக்கு அனுப்பியது.

எல்லாவற்றையும் தாற்காலிகமாக மறந்திருந்த அவர் ஒரே ஒரு விஷயத்தை மட்டும் மறக்காமல் ஞாபகம் வைத்திருந்தார். அதுதான் அவர் கையெழுத்துப் போடும் முறை. அவர் எப்போதுமே

''இயேசுவின் எதிரி ஃப்ரெட்ரிக் நீட்சே'' என்றுதான் கையொப்ப மிடுவார். அவர் பைத்தியமாக இருந்தபோதும்கூட அப்படித்தான் கையொப்பமிட்டாராம்! காரணம் இயேசுவின் மீது கொண்டிருந்த ஆழமான வெறுப்பு அல்லது பொறாமை. அவர் அரேபியாவில் பிறந்திருந்தால் ''முகமதுவின் எதிரி'' என்றோ இந்தியாவில் பிறந் திருந்தால் ''புத்தரின் எதிரி'' என்றோதான் நிச்சயம் கையெழுத்து போட்டிருப்பார். அவர் அப்படிச் செய்ததற்குக் காரணம் அவர் ஆழ்மனத்தில் அந்த வெறுப்பு பதிந்திருந்ததுதான். எனவே ஞாபகத்தில் வைத்துக் கொள்ளுங்கள். ஆழ்மனது மிகவும் சக்தி வாய்ந்தது. ஆபத்தானதும்கூட. ஜாக்கிரதை.

ஆனால் இதே ஆழ்மனதுதான் நமக்குத் தேவையான எல்லா சக்திகளையும் தரும் ஓர் இடமாகவும், எல்லா வழிகளையும் காட்டும் ஒரு வழிகாட்டியாகவும் உள்ளது. இதனுள்ளே ஒரு தகவலை, நம்பிக்கையை எப்படி அனுப்புவது அதன் மூலமாக எப்படி வெற்றியை அடைவது என்பது பற்றி பின்னால் பார்க்க இருக்கிறோம்.

இதற்கு அடுத்தபடியாக ஒரு மிக முக்கியமான பகுதி உள்ளது. அதுதான் பிரபஞ்ச மனம். அல்லாஹ்வின் இருக்கையான அர்ஷ் அல்லது விஷ்ணு சயனிக்கின்ற ஆதிசேஷன் அல்லது வெண்தாமரை. எதுவேண்டு மானாலும் வைத்துக் கொள்ளுங்கள். அங்கே சயனித்துக் கொண்டிருக் கிற கடவுளை அவ்வப்போது எழுப்பி நமக்கான தேவைகளை, ஆசைகளை அவரிடம் ஒப்படைத்தால்தான் அவற்றின் தகுதிகளை, தீவிரத்தை, நியாயங்களைப் பொறுத்து அவர் அவற்றை நிறைவேற்றித் தருவார். அவரை மரியாதையாக எழுப்புவது எப்படி என்று தெரிந்து கொள்வதுதான் வெற்றியின் ரகசியங்களை அறிந்துகொள்வதென்பது.

எதற்கும் இந்தப் பகுதி பற்றியும் சில உதாரணங்களைப் பார்ப்பது தெளிவு தரும் என்று நினைக்கிறேன். கணித மேதை ராமானுஜம் வாழ்வில் ஒரு நிகழ்ச்சி. ராமானுஜம் பொதுவாகவே கணக்குக்கான விடைகளை அம்மன்தான் (திரைப்படமல்ல) தனக்கு கொண்டுவந்து தருவதாகச் சொன்னார். அவர் இங்கிலாந்தில் நோயுற்று ஆஸ்பத்திரியில் படுத்திருக்கிறார். அவரைப்பார்க்க, ராமானுஜத்தை இங்கிலாந்துக்கு அழைத்து வந்த இன்னொரு கணித மேதையான ஹார்டி வருகிறார்.

ஆஸ்பத்திரியில் ஒரு நோயாளியை நாம் பார்க்கப்போனால் என்ன பேசுவோம்? நலம் விசாரிப்போம். ஹார்டி அதெல்லாம் செய்யவில்லை. ராமானுஜத்தைப் பார்த்த உடனேயே, ''நான் ஒரு டாக்ஸியில் வந்தேன். அதன் நம்பர்'' என்று சொல்லி ஒரு நம்பரைச் சொல்கிறார். ''1742 என்று வைத்துக்கொள்ளுங்களேன். இந்த நம்பர் எனக்குப் பிடிக்கவில்லை'' என்று கூறுகிறார்! என்ன ஒரு அற்புதமான

நலம் விசாரிப்பு! அதற்கு நாமாக இருந்திருந்தால், ''போயா நீயும் உன் டாக்ஸி நம்பரும். இங்கே ஊசி போட்டு போட்டு கையெல்லாம் வீங்கிக் கிடக்கு...'' என்ற ரீதியில் ஏதாவது சொல்வோம்.

ஆனால் ராமானுஜம் உடனே - உடனே என்றால் உடனேதான் - ''ஏன் ஹார்டி அப்படிச் சொல்கிறீர்கள்? அது ஓர் அற்புதமான எண். It is the smallest number expressible as the sum of two cubes in two different ways'' என்று சொல்கிறார். இதைத் தமிழில் மொழிபெயர்க்க முடியாது. உடனே ஹார்டி அதைக் குறித்துக் கொள்கிறார். ஏனெனில் ராமானுஜம் சொன்னால் அது தவறாக இருக்க முடியாது என்று அவருக்குத் தெரியும். ஆனால் ராமானுஜம் இறந்து பல மாமாங்கங்களுக்குப் பிறகு சமீபத்தில் தான் அவர் சொன்னது சரி என்று நிரூபித்திருக்கிறார்கள்.

இங்கே கவனிக்க வேண்டியது, ஒரு கணினியைவிட வேகமாக எப்படி ராமானுஜத்தால் நான்கு இலக்க, பத்து இலக்கக் கணக்குகளுக் கெல்லாம் உடனே விடை சொல்ல முடிந்தது என்பதுதான். இது சாதாரண மனித முயற்சியினால் விளையக்கூடியது இல்லை. இதற்கு ஒரே பதில் பிரபஞ்ச மனத்திலிருந்து அவை வந்தன என்பதுதான். அதாவது அவர் நம்பியது போல காளியிடமிருந்து.

கிட்டத்தட்ட ஆயிரத்துக்கு மேற்பட்ட கண்டுபிடிப்புகளுக்கான - எல்லாமே முக்கியமானவை - 'பேடண்ட்'களை வாங்கிய தாமஸ் ஆல்வா எடிசன்கூட தான் சிந்தித்து ஒரு முடிவுக்கு வரமுடியாமல் போகும்போதெல்லாம் ஏதோ ஒன்று இப்படிப்போ என்று வழி காட்டும். அந்த வழியில் சென்றால் அங்கே விடை இருக்கும் என்பதாகக் கூறியுள்ளார். மேதை ஐன்ஸ்டீன்கூட நமக்கு மேல் ஒரு சக்தி உள்ளது என்ற நம்பிக்கை இல்லாதவனால் எதையுமே சாதிக்க முடியாது. சாலையில் போகும்போது விலைமதிப்பற்ற ஒரு பொருளை கண்டெடுத்தவன் போன்றதுதான் என் நிலை என்று கூறியுள்ளார்.

ரேடியம் கண்டுபிடித்த மேரி கியூரி அம்மையார், அதற்கான வழி தெரியாமல் முயன்று, தவித்து கிட்டத்தட்ட தோற்று தூங்கிப்போன போது, தூக்கத்திலேயே எழுந்து திடீரென்று தனது சோதனைச் சாலைக்குப் போய் அந்த கண்டுபிடிப்புக்கான 'ஃபார்முலா'வை எழுதி வைத்துவிட்டு மறுபடி போய் படுத்துவிட்டார். தூங்கிவிழித்துப் போய் பார்த்தவர் ஃபார்முலாவைப் பார்த்து அசந்து போயிருக்கிறார். யார் கொடுத்தது அதை? வேறு யார், ஆண்டவன்தான். அவன்தான் பிரபஞ்ச மனம். பிரபஞ்ச அறிவு எல்லாம்.

இனி இந்த புத்தகம் முழுவதும் வெளி மனம், ஆழ் மனம், பிரபஞ்ச மனம் என்ற வார்த்தைகள் வந்துகொண்டே இருக்கலாம். அதனால்

இப்போதே சொல்லிவிட்டேன். ஆங்கிலத்தில் இதை முறையே conscious, subconscious, unconscious என்று சொல்கிறார்கள்.

வெற்றிக்கான விலையைக் கொடுத்தாகவேண்டும் என்று சொன்னோம். வெற்றியின் விலையானது, எதில் வெற்றியடைய விரும்புகிறோமோ அதைப்பற்றி நாம் என்ன கருத்துகள் வைத்திருக்கிறோமோ அதைப் பொறுத்தது. விஷயம் பெரியது என்று நாம் நினைத்தால் பெரிய விலையைக் கொடுக்க வேண்டியிருக்கும். சின்ன விஷயம் என்று நினைத்தால் சின்னவிலை. அதற்கு முன் நமக்கு ஒரு பொருள் வேண்டுமென்றால் அந்த பொருளைப் பற்றி கொஞ்சமாவது தெரிந்திருக்க வேண்டாமா? வெற்றி அடைய வேண்டுமென்றால் வெற்றியைப் பற்றி தெரிந்திருக்க வேண்டாமா? அவசியம் வேண்டும்.

வெற்றி என்பது பணம், புகழ் சம்பாதிப்பதோ, சொத்து சேர்ப்பதோ அல்ல. இவையெல்லாம் வெற்றியைக் குறிக்கலாம். வெற்றியின் எத்தனையோ அடையாளங்களில் இவை ஒன்று அவ்வளவுதான். இவை நமக்கு துன்பத்தைக்கூட கொடுக்கலாம். அமெரிக்காவில் ஒரு கோடீஸ்வரர் சாகும் தருவாயில் தன் மகனை அழைத்து, ''மகனே, நான் ஒரு கோடீஸ்வரனாக வாழ்ந்தேன். ஆனால் பணம் எனக்கு சந்தோஷம் தரவில்லை. இதை நீ புரிந்துகொண்டாயா?'' என்று கேட்டாராம்.

அதற்கு மகன், ''ஆமாம் தந்தையே, புரிந்துகொண்டேன். அதோடு இன்னொன்றையும் தெரிந்துகொண்டேன். பணம் மட்டுமிருந்தால் வாழ்வின் பல்வேறுபட்ட துன்பங்களில் இருந்து நமக்குப் பிடித்தமான துன்பத்தை நாம் தேர்வு செய்துகொள்ளலாம். பணமில்லாத ஏழையிடம் இந்தச் சுதந்தரமில்லை. அவனுடைய துன்பத்தை அவனுடைய சூழ்நிலை தீர்மானிக்கிறது. ஆனால் ஒரு பணக்காரன் தனக்கான துன்பத்தைத் தானே தீர்மானிக்க முடியும். இதைத் தவிர பணக்காரனுக்கும் ஏழைக்கும் எந்த வித்தியாசமும் இல்லை'' என்றானாம்! என்ன ஒரு தெளிவு! புத்தரைப்போல விழித்துக்கொண்ட மகன் அவன்!

சாலையில் கண்டெடுத்த பணப்பையில் லட்ச ரூபாய் இருந்தால் அதைக் கண்டெடுத்தவனை வெற்றி பெற்றவன் என்று சொல்ல முடியாது. அந்தப் பை மறுபடி தொலைந்து போனாலும், லட்ச ரூபாய் தேவைப்படும்போது அதைச் சம்பாதிக்கக்கூடிய தகுதி உள்ளவனைத் தான் நாம் வெற்றியாளன் என்ற பட்டியலில் சேர்க்க முடியும்.

இங்கே இன்னொரு விளக்கம் தேவைப்படுகிறது. லட்ச ரூபாய் சம்பாதிப்பது என்றால் என்ன? ஒருவனுக்கு மாதம் ஐம்பதாயிரம் ரூபாய் சம்பளம் என்று வைத்துக்கொண்டால், அவனுக்கு லட்ச ரூபாய் தேவைப்படும்போது அதை அவன் இரண்டு மாதங்களிலேயோ

அல்லது அதைவிட அதிகமான அல்லது குறைந்த நாட்களிலேயோ ஏற்பாடு செய்து கொள்வதற்கான வழிவகைகளை வகுத்துக் கொள்வான். ஏனென்றால் மாதச் சம்பளம் என்ற நிச்சயப்படுத்தப்பட்ட தைரியம் அவனிடம் உள்ளது. வெற்றியாளன் பட்டியலில் இவனையும் சேர்க்க முடியாது.

சம்பாதிக்கின்ற தகுதி என்பது மாதச் சம்பளத்தோடு தொடர்பு டையதல்ல. அன்றாடம் வெறும் பத்து ரூபாய் சம்பளம் வாங்குபவனாக இருந்தாலும் சரி அல்லது அதுகூட இல்லாதவனாக இருந்தாலும் சரி, தேவைப்படும்போது தேவைப்படும் பணத்தைச் சம்பாதித்துக் கொள்ளவேண்டும். அதாவது தேவைப்படும் பணம் அல்லது பொருள் அவனை வந்தடைகின்ற வழிகளைத் தெரிந்து வைத்துக் கொண்டு சில விதிகளைப் பின்பற்றி தேவைப்பட்டதை அவனை நோக்கி இழுக்க வேண்டும். அப்படிச் செய்யக் கற்றுக் கொண்டவனை வெற்றியாளன் என்று தாராளமாகச் சொல்லலாம்.

பணமும் புகழும்தான் வெற்றியின் அடையாளங்கள் என்றால் மர்லின் மன்றோவிலிருந்து நம் ஊர் மோனல் வரை உலகப் புகழ் பெற்ற நடிக-நடிகைகளும் ஹெமிங்வே போன்ற எழுத்தாளர்களும் ஹிட்லர் போன்ற சர்வாதிகாரிகளும் ஏன் தற்கொலை செய்து கொண்டார்கள்?

நமக்குத் தேவைப்படுவது பணமாக, புகழாக, பொருளாக, வேலை யாக, வாய்ப்பாக, ஆரோக்கியமாக, குடும்பத்தில் மகிழ்ச்சியாக, குழந்தையாக, எதுவாக வேண்டுமானாலும் இருக்கலாம். வெற்றி என்பது நமக்குத் தேவைப்படுவதை, தேவைப்படும்போது நம்மை வந்தடைகின்ற மாதிரி நம்மிடம் இழுத்து வருகின்ற சக்தியை, நமக்குள்ளேயே உள்ள அந்த சக்தியை, பயன்படுத்தக் கற்றுக் கொள்வதுதான்.

எது வெற்றி என்று தெரிந்தால் போதுமா? போதாது. எதில் வெற்றி பெறவேண்டும் என்றும் தெரியவேண்டும். நீங்கள் எதில் வெற்றி பெறவேண்டும் என்பதை எந்தப் புத்தகமும் உங்களுக்குச் சொல்ல முடியாது. அதை நீங்கள்தான் முடிவு செய்ய வேண்டும். உங்களுக்கு என்ன வேண்டும் என்று உங்களுக்கே தெரியாவிட்டால் பிள்ளையாரப்பா, குருவாயூரப்பா, ஏசப்பா என்று எந்த அப்பாவாலும் உங்களுக்கு உதவ முடியாது. ஆண்டவன் நமக்கு உதவி செய்வதற்குமுன் அவனுக்கு நாம் சில உதவிகளைச் செய்ய வேண்டியது அவசியமாகிறது.

தனக்கு லாட்டரியில் லட்ச ரூபாய் பரிசு விழவேண்டும் என்று ஒருவன் ஆண்டவனிடம் பலமுறை பிரார்த்தித்துப் பார்த்தானாம். பயனில்லையாம். கடைசி முறையாக அவன் கோவிலுக்குச் சென்று ரொம்ப உரிமையாக

ஆண்டவனைத் திட்ட ஆரம்பித்தானாம். ஆண்டவன் பேசினாராம்: 'என் அன்பான பக்தனே, உனக்கு உதவ நான் தயாராக இருக்கிறேன். உனக்கு லாட்டரியில் ஒரு லட்ச ரூபாய் பரிசு விழுவதில் உன்னைவிட எனக்குத்தான் சந்தோஷம். ஆனால் நான் பரிசு விழ வைக்கமுடியாமல் நீதான் தடுத்துக் கொண்டிருக்கிறாய் மகனே! நீ எனக்கு ஒரு சின்ன உதவி செய்தால் நான் உனக்கு வரும் குலுக்கலிலேயே லட்ச ரூபாய் பரிசு விழ வைக்கிறேன்'' என்றாராம்.

'என்ன உதவி சொல்' என்றானாம் பக்தன்.

கடவுள் சொன்னாராம்: 'ஒன்றுமில்லை, முதலில் நீ போய் ஒரு லாட்டரி டிக்கெட்டை வாங்கு!' ஆம். லாட்டரி சீட்டு வாங்காமலேயே லாட்டரியில் நமக்கு பரிசு விழுவதற்கு ஆண்டவனாலும் உதவி செய்ய முடியாது! எனவே வெற்றி வேண்டும் என்று ஆசைப்படுபவர்கள் எதில் வெற்றி வேண்டும் என்பதில் தெளிவாக இருந்து அதற்காக தங்களைத் தயார் படுத்திக்கொள்ள வேண்டுமல்லவா?

இங்கேதான் குறிக்கோள் அல்லது லட்சியம் என்ற ஒன்று வருகிறது. ஒருவன் ஒரு டாக்ஸிக்குள் ஏறி ''வேகமாகப் போகவேண்டும்'' என்று சொன்னானாம். கொஞ்ச நேரம் போனதும் டிரைவர் ''எங்கே போக வேண்டும்?'' என்று கேட்டானாம். ஏறியவன் சொன்னானாம், ''அது முக்கியமில்லை. நான் வேகமாகப் போகவேண்டும், அவ்வளவுதான்'' என்றானாம்!

குறிக்கோள் இல்லாமல் வெற்றி சாத்தியமே இல்லை. எங்கே போக வேண்டும் என்று தெரியாமல் வருஷக்கணக்கில் பயணம் செய்தாலும், ஒளிவேக ஏரோப்ளேனில் பறந்தாலும் பயனில்லை. குறிக்கோள் என்று சொல்லும்போது அது ரொம்பத் தெளிவாகவும் விவரமாகவும் குறிப்பாகவும் இருக்க வேண்டியது அவசியம்.

உதாரணமாக பணக்காரனாக வேண்டும், விஞ்ஞானியாக வேண்டும் என்றெல்லாம் விரும்பினால் வெற்றியடைவது கஷ்டம். ஏனெனில் இவை ரொம்பப் பொதுவாக உள்ளன. இப்படி இருந்தால் பயனில்லை. வேறு எப்படி இருக்க வேண்டும்? எனக்கு காதர் என்ற நண்பர் ஒருவர் இருந்தார். அவர் பி.காம். முடித்த பிறகு சி.ஏ. படிக்க ஆசைப்பட்டார். ஆனால் அவர் ரொம்பத் தெளிவாக இருந்தார். சென்னையில் ஒரு குறிப்பிட்ட ஏரியாவில் இருந்த ஒரு குறிப்பிட்ட ஆடிட்டரிடம்தான் பயிற்சி எடுத்துக்கொள்ள வேண்டும் என்பதில் ரொம்பத் தீவிரமாகவும் விடாப்பிடியாகவும் இருந்தார்.

முதலில் விசாரித்தபோது, அந்த ஆடிட்டரிடம் ஏற்கெனவே ஐந்து பேர் பயிற்சியில் இருந்ததால், ஆறாவதாக இவரைச் சேர்க்க முடியாது என்று

சொல்லிவிட்டார் அந்த ஆடிட்டர். வேறு ஆடிட்டரிடம் சேரலாம் என்று சொன்னபோது காதர் மறுத்துவிட்டார். மணந்தால் மகாதேவி, இல்லையெனில் மரணதேவி என்பதுபோல அந்த ஆடிட்டரிடம்தான் படிப்பேன் என்பதில் அவர் தளரவே இல்லை. கடுமையான சிபாரிசின் பேரில், ஆறாவது ஆளாக, உபரியாக, உப்புக்குச் சப்பாணியாக அவர் கடைசியில் சேர்த்துக் கொள்ளப்பட்டார்!

ஆனால் அந்த வருடம் சி.ஏ. படிப்பில் அவர் மட்டும்தான் 'பாஸ்' பண்ணினார்! மற்ற ஐந்து பேரும் 'ஃபெயில்!' இந்த வெற்றிக்கு என்ன காரணம்? குறிக்கோளைப் பற்றிய தெளிவு, குறிக்கோளில் சமரசம் செய்துகொள்ளாத மன உறுதி, உழைப்பு இவைதான்.

எனவே வெற்றி பெற விரும்புகிறவர்களுக்கு குறிக்கோள் இருக்க வேண்டும் என்பதோடு, அது ரொம்பத் தெளிவாகவும் இருக்க வேண்டும். ஒரு சட்டை வேண்டும் என்பதற்கும், லூயி ஃபிலிப்பில், 30 சைஸில், க்ரீம் கலரில், முழுக்கை உள்ள, கோடுபோடாத, பிளெய்ன் சட்டை வேண்டும் என்பதற்கும்தான் எவ்வளவு வித்தியாசம்! முன்னது வெறும் ஆசை. பின்னதுதான் குறிக்கோள். இப்படித் தெளிவாகவும் உறுதியாகவும் இருந்தால்தான் குறிக்கோளை நோக்கி முன்னேறுதல் சாத்தியம். இந்தத் தெளிவும் நிச்சயத்தன்மையும் அற்ற குறிக்கோள்கள் வெற்றி பெற்றதாக வரலாறு கிடையாது.

இப்படி குறிக்கோளை நோக்கி முன்னேறக் கற்றுக்கொள்வதற்கு நம்மை பல வழிகளில் தயார்படுத்திக்கொள்ள வேண்டியிருக்கிறது. இதன் அங்கமாக நாம் சில விஷயங்களைப் புரிந்துகொள்ள வேண்டியுள்ளது. முதலில் வெற்றிக்கான சூழ்நிலை. நாம் எதில் வெற்றிபெற விரும்புகின்றோமோ, அதற்கு ஏதுவான சூழ்நிலை முதலில் இருக்கிறதா என்று பார்க்க வேண்டும். அப்படிப் பார்த்தோமானால் நிச்சயமாக இருக்காது. இருந்தால்தான் வெற்றி பெற்றிருப்போமே!

உலக வரலாற்றைப் பார்த்தால் சாதனையாளர்கள் யாருக்குமே வெற்றிக்கான சூழ்நிலை அமைந்திருந்ததே இல்லை. இயேசு, முகமது நபி போன்ற உலகத்தையே மாற்றிய சக்திகள் ஆரம்ப காலத்தில் ஆடு, மாடு மேய்த்துக் கொண்டிருந்தன. ஷேக்ஸ்பியர் குதிரை லாயத்தில் குதிரைச் சாணம் அள்ளிக்கொண்டிருந்தார். அமெரிக்காவின் 16-வது ஜனாதிபதியான ஆபிரஹாம் லிங்கன் சட்டம் படிப்பதற்காக ஸ்டூவர்ட் என்பவரிடமிருந்து புத்தகங்கள் (கடன்) வாங்க நியூசேலம் என்ற ஊரிலிருந்து 32 கிலோமீட்டர் நடந்துபோக வேண்டியிருந்தது! ஒருமுறையல்ல, பலமுறை! வியன்னாவின் தெருக்களில் படங்கள் தீட்டி வயிற்றைக் கழுவிக்கொண்டிருந்தான் சிறுவன் ஹிட்லர். (அவன்

அப்படியே போயிருந்திருக்கலாம். லட்சக்கணக்கான உயிர்கள் காப்பாற்றப்பட்டிருக்கும்).

நியூட்டனும் சிறுவயதில் மாடு மேய்த்தார். உலகப் பெரும் கோடீஸ்வரர்களான ஆன்ட்ரூ கார்னிஜ், ராக்ஃபெல்லர், ஹென்றி ஃபோர்டு ஆகியோர் முறையே 4, 6, 21 டாலர்களை வாரச் சம்பளமாகப் பெற்றுக்கொண்டிருந்தனர். மளிகைக் கடையில் ஆரம்பத்தில் வேலை பார்த்தார் பெர்னார்ட் ஷா. ராக்ஃபெல்லர், ஈஸ்ட்மன், தாமஸ் லிப்டன் முதலிய கோடீஸ்வரர்கள் எல்லாம் குடிசையில் பிறந்து வளர்ந்தவர்கள். குடிசைக்கும் கோபுரத்துக்கும் இடையில் உள்ளது 'கூப்பிடு தூரம்'தான் என்பதை அவர்கள் நிரூபித்தார்கள். புத்தருக்கு ஞானம் போதி மரத்தடியில். குரு நானக்கிற்கோ அது பலசரக்குக் கடையில்.

இதெல்லாம் சொல்வது என்ன? இந்த சாதனையாளர்களெல்லாம் வாழ்வைத் துவங்கியபோது வெற்றிக்கான சூழ்நிலைகள் எதுவுமே உருவாகவில்லை. அவர்கள்தான் உருவாக்கினார்கள். இதுதான் முதல் விதி. வெற்றிபெற விரும்புபவர்கள் அதற்கான சூழலை அவர்கள்தான் உருவாக்க வேண்டும். 'திறமையுள்ளவன் வாய்ப்புகளை பயன்படுத்திக் கொள்கிறான். ஆனால் ஒரு மேதையோ வாய்ப்புகளை உருவாக்குகிறான்' என்பது முதுமொழி.

சிலர் நினைக்கிறார்கள் அதிபுத்திசாலித்தனமாக இருந்தால் வெற்றி அடைந்துவிடலாம் என்று. 'அதிபுத்திசாலிகளோ அறிஞர்களோ வியாபாரத்துக்கு லாயக்கற்றவர்கள்' என்கிறார் ஹென்றி ஃபோர்டு. ரொம்ப கெட்டிக்காரன் சந்தைக்குப் போனால் விற்கவும் மாட்டான்; வாங்கவும் மாட்டான் என்று நம் ஊரில்கூட சொல்வார்கள்.

வெற்றி என்பது நம்முடைய அதிஜாக்கிரதையினால், அதிபுத்திசாலித் தனத்தினால் அடுத்தவரை ஏமாற்றி வருவதல்ல. அப்படி ஏமாற்றினால் ஒரு நாள் ஏமாற்றியவனும் ஏமாந்து போவான். இது வயிறெரிந்து விடுகின்ற சாபமல்ல. இது ஒரு பிரபஞ்ச விதி. எப்படி ஒரு பொருளை மேலே தூக்கிப் போட்டால் அது புவியீர்ப்பு விசையின் காரணமாக கீழே வந்துதான் ஆகுமோ - இந்த பூமியில்தான் - அதைப்போல, ஒருவரை நாம் ஏமாற்றினால் நாமும் ஏமாந்துதான் போவோம். அதுவும் வட்டியோடு.

ஒரு பிரபலமான நடிகை இருந்தாளாம். ஒவ்வொரு நாள் இரவும் அவள் தூங்கப் போகுமுன் தன் தங்க, வைர நகைகளையெல்லாம் கழற்றி மேஜைமேல் வைத்து ஒரு துண்டுக் காகிதத்தில் 'இவை போலி நகைகள். உண்மையான நகைகள் பேங்க் லாக்கரில் உள்ளன' என்று எழுதி வைத்துவிடுவாளாம். இதனால் நகைகள் திருட்டுப் போகாமல்

ரொம்பநாள் அப்படியே இருந்ததாம். ஒருநாள் காலையில் விழித்துப் பார்த்தபோது நகைகளைக் காணவில்லையாம். ஆனால் ஒரு துண்டுக் காகிதத்தில் இப்படி எழுதியிருந்ததாம்: 'உங்கள் போலி நகைகளை நான் எடுத்துக் கொண்டேன். ஏனென்றால் நான் ஒரு போலி திருடன். உண்மையான திருடன் ஜெயிலில் இருக்கிறான்!' அதிஜாக்கிரதை, அதிபுத்திசாலித்தனம் இவையெல்லாம் தோல்விக்கான காரணங்களில் ஒன்று என்கிறார்கள் ஆராய்ச்சியாளர்கள்! பேசாமல் நம்பிவிடுவோம், அதிபுத்திசாலித்தனமாக ஆராய்ச்சி செய்யாமல்!

வெற்றியைப் பற்றி இன்னும் ஒரு முக்கியமான விஷயம் உள்ளது. வெற்றி ஒரு தலைசிறந்த நடிகனாக அல்லது நடிகையாக உள்ளது. அது நம்மிடம் பல மாறுவேஷங்களில் வருகிறது. தோல்வி, அவமானம், ஏமாற்றம் என பல வேடங்கள் அதற்கு. அதையெல்லாம் கண்டு நீங்கள் துவண்டுவிடுகிறீர்களா அல்லது தொடர்கிறீர்களா என்று அது பார்க்கிறது. பனித்துளிக்கும் வைரக்கல்லுக்கும் உள்ள முக்கிய வித்தியாசமே வைரக்கல்லின் உறுதிதான்.

ஒரு காரியத்தில் வெற்றி பெறுவதற்கு முன்னர் சில தோல்விகளைச் சந்திக்க வேண்டிவரும். அதாவது தோல்வியைப் போலத் தோற்றம் கொண்ட வெற்றி. அவற்றைத் தாற்காலிகத் தோல்விகள் என்று வேண்டுமானால் எடுத்துக் கொள்ளலாம். உண்மையில் இவை வெற்றிக்கான விலைகள். 'ஹர்டில்ஸ்' ஓட்டப்பந்தயத்தில் வரும் தடைகளைப் போல. இந்தத் தடைகளைத் தாண்டும்போது ஏற்படும் சந்தோஷம் இருக்கிறதே, அதற்கு ஈடு இணையே கிடையாது. அந்த சந்தோஷங்களுக்காகவாவது அந்த தடைகள் வேண்டும். தடைகளை மீறி வரும்போதுதான் வெற்றியின் உண்மையான சுவை தெரியும். இதனால்தானோ என்னவோ, 'உடல் உழைப்பு உடலைப் பலப்படுத்துவது போல, துன்பங்கள் நம் மனத்தைப் பலப்படுத்துகின்றன' என்று செனகா என்ற தத்துவவாதி சொன்னார்.

மேதை பெர்னார்ட் ஷா எழுத்தாளராக வேண்டுமென்று முடிவு செய்து சிறுகதைகள் எழுதி, அதைத் தபாலில் ஸ்டாம்ப் ஒட்டி அனுப்பக்கூட காசில்லாமல் அவர் அம்மாவிடம் வாங்கி அனுப்பினார். (அவர் அம்மா தமிழ்ப்பட அம்மாக்கள் மாதிரி இல்லாமல், தண்டச்சோறு என்று அவரை திட்டாமல், பல வீடுகளில் வேலை பார்த்து அந்தக் காசை அவருக்குக் கொடுத்தார்). எல்லாக் கதைகளும் திரும்பி வந்தன. எத்தனை முறை தெரியுமா? ஒன்பது வருடங்கள்! ஆமாம்! ஒன்பது வருடங்களாக அவர் தொடர்ந்து அனுப்பிக்கொண்டே இருந்தார். ஆனால் அந்த ஒன்பது வருடங்களில் ஒன்றுகூட பிரசுரமாகவில்லை! இதில் முக்கியமான விஷயம் ஒன்பது வருடங்களாக அவர் மனம் தளராமல் அனுப்பிக் கொண்டே இருந்தார் என்பதுதான்.

'வெற்றியாளர்கள் விட்டுவிடுவதில்லை; விட்டுவிடுபவர்கள் வெற்றி பெறுவதில்லை' என்பது ஆங்கில முதுமொழி. விழுந்து விழுந்து எழுவதனால் குழந்தை நடக்க மட்டும் கற்றுக்கொள்ளவில்லை. அதனால் அதன் எலும்புகளும் தசை நார்களும் வலுவடைகின்றன. தாற்காலிகத் தோல்விகளால் மனம் மட்டும் வலுவடையாமல் மனிதனின் அறிவும் கூர்மையடைகிறது என்பதுதான் உண்மை. அதனால்தானோ என்னவோ ஒன்பது வருடங்களாக சிறுகதைகளை அனுப்பிக் கொண்டிருந்த பெர்னார்ட் ஷா, முதன்முதலாக நாடகம் எழுதினார். முதல் நாடகமே அவரை அந்த நாடு முழுவதும் பிரபலமாக்கிவிட்டது!

ராபர்ட் புரூஸ் என்ற வீரரைப் பற்றி நீங்கள் அறிந்திருக்கலாம். அவர் ஆங்கிலேயர்களோடு கஜினி முகம்மது மாதிரி பதினேழு முறை போரிட்டார். ஆனால் அத்தனை முறையும் தோற்றார். மனமுடைந்து ஒரு மலைக்குகையில் ஒளிந்துக் கொண்டிருந்தபோது ஒரு சிலந்தி வலை பின்னுவதை கவனிக்க நேர்ந்தது. பின்னே பொழுதுபோக வேண்டுமல்லவா? ஆனால் அந்த பொழுதுபோக்கில் அவருக்கான செய்தி இருந்தது. அறுந்து அறுந்து போன தனது வலையை விடாப் படியாக அது பின்னிக்கொண்டே இருந்தது.'ச்சே, ஒரு சிலந்தியைவிட நாம் மட்டமாகவா போய்விட்டோம்' என்று புதிய உத்வேகம் பிறந்த வராக மறுபடி புறப்பட்டு போர் செய்து வெற்றி பெற்றது வரலாறு.

தாமஸ் கார்லைலின் 'பிரெஞ்சுப் புரட்சி' என்ற நூல் பிரசுரகர்த்தரின் தவறுதலால் நெருப்புக்கு இரையாகிவிட்டது. ஆனால் கார்லைல் கண்ணைக் கசக்கிக் கொண்டிருக்காமல் மறுபடி அந்த நூலை எழுதி முடித்தார்!

தாமஸ் ஆல்வா எடிசன் மின்சார பல்பை வெற்றிகரமாக எரிய விடுவதற்கு முன் பத்தாயிரம் தடவைகள் முயற்சி செய்தார்! அதாவது பத்தாயிரம் தடவை தோற்றிருக்கிறார்! டங்க்ஸ்டன் இழைகளைப் பொருத்தி வெற்றியடைவதற்கு முன் கார்க், தார், மீன்பிடிக்கும் தூண்டில், கரியான அட்டை என எத்தனையோ அயிட்டங்களை வைத்து முயன்றிருக்கிறார்! பத்தாயிரம் முறை அவர் கைகளிலிருந்து நழுவிய வெற்றி பத்தாயிரத்து ஓராவது முறை மாட்டிக் கொண்டது.

இங்கேயும் முக்கியமான விஷயம் வெற்றி வரும்வரை விடமாட்டேன் என்ற அவருடைய பிடிவாதம்தான். இதைத் தீர்மானம், விடாமுயற்சி என்றும் சொல்லலாம். அவசரப்படுவதால் வெற்றி கிட்டவே கிட்டாது. அவசரம் வெற்றியின் எதிரி. கோழிக்குஞ்சு வேண்டுமென்றால் அதற்கு வழி முட்டையை உடைப்பதல்ல. பொறுமை என்பது வெற்றிக்கு மிகவும் அவசியமான குணம். ஆனால் பொறுமை என்பது செயலற்ற

நிலை அல்ல. அது காத்திருப்பது. வரும்போது வரட்டும் என்று படுத்துத் தூங்குவது அல்ல.

காத்திருப்பது என்பது ரொம்பத் தீவிரமாக கவனித்துக்கொண்டே இருப்பதாகும். காதலிக்காக காத்திருக்கும் காதலனைப் பாருங்கள். ஒவ்வொரு நிமிடமும் ஒரு யுகம் போல அவனுக்கு. ஆனால் ஒவ்வொரு விநாடியும் அவன் ரொம்ப விழிப்புணர்வுடன் இருப்பான். காற்றடித் தால்கூட திரும்பிப் பார்ப்பான். காதலி வந்துவிட்டாளா என. உழுது விதைத்துவிட்டு காத்திருக்கும் விவசாயியின் விழிப்புணர்வைப் போன்றது வெற்றிக்கான வேலையைச் செய்துவிட்டு பொறுமையாகக் காத்திருப்பது என்பது. அதைத் தவறாகப் புரிந்து கொண்டுவிடக்கூடாது என்பதற்காகத்தான் இவ்வளவும் சொன்னேன். ஆனால் நம்முடைய முயற்சிகள் எல்லாம் இத்தகைய பொறுமையும் தீவிரத்தன்மையும் கொண்டவையா என்று நம் மனசாட்சியைக் கேட்டுப் பார்த்தால் தெரியும்.

ஒருமுறை ஒரு மாத்திரை வாங்கி வரச்சொல்லி ஒருவனை அனுப்பினேன். அவன் அரைமணி நேரம் கழித்துத் திரும்பி வந்து அந்த மாத்திரை ஊரிலேயே இல்லை என்று சொன்னான். பிறகு நான் போய், அவன் விசாரித்த அதே ஊரில் இருந்த ஒரு கடையில் வாங்கி வந்தேன். அந்த ஊரில் எனக்குத் தெரிந்து 32 மெடிக்கல் ஷாப்புகள் இருந்தன. அவன் ஒரு நாலைந்தில் விசாரித்துவிட்டு ஊரிலேயே இல்லை என்ற முடிவுக்கு வந்துவிட்டான். என்ன காரணம்? சோம்பேறித்தனம்தான். நம்முடைய முயற்சிகள் இத்தகையதாக இருக்கும் பட்சம் வெற்றிக்கு நம்மைப் பிடிக்க பல யுகங்கள் ஆகலாம்.

ஆபிரகாம் லிங்கன் அமெரிக்காவின் ஜனாதிபதி ஆவதற்கு முன் எத்தனை முறை பலவிதமான தோல்விகளைத் தழுவினார் தெரியுமா? பாருங்கள்:

1. 1831 - வியாபாரத்தில் தோல்வி
2. 1832 -சட்டசபைக்கான தேர்தலில் தோல்வி
3. 1833 -மறுபடியும் வியாபாரத்தில் தோல்வி
4. 1835 -காதலி மறைவு
5. 1836 -நரம்புத் தளர்ச்சி
6. 1838 - சபாநாயகர் தேர்வில் தோல்வி
7. 1840 -எலெக்டர் தேர்வில் தோல்வி
8. 1843 - லாண்ட் ஆஃபீசர் தேர்வில் தோல்வி
9. 1843, 48 - காங்கிரஸில் தோல்வி
10. 1855 - செனட்டில் தோல்வி

11. 1858 - மறுபடியும் செனட்டில் தோல்வி
12. 1860 - அமெரிக்க ஜனாதிபதியாகத் தேர்வு!

தோல்விகளைக் கண்டு கொஞ்சம்கூட துவளாத அவரல்லவா மனிதர்!

வெற்றியும் தோல்வியும் ஒரு நாணயத்தின் இரண்டு பக்கங்கள் மாதிரி. ஒரே விஷயத்தை நாம் புரிந்துகொள்ளும், எடுத்துக்கொள்ளும் முறையில் அது வெற்றியாகவோ, தோல்வியாகவோ மாறுகிறது. எரியும் அடுப்புக்கு மேலே கொஞ்ச நேரம் ஒரு கையையும் அதே சமயம் ஐஸ் கட்டிகளின் மீது இன்னொரு கையையும் வைத்திருந்துவிட்டு பின்னர் இரண்டு கைகளையும் ஒரே நேரத்தில் ஒரு பானைத் தண்ணீருக்குள் விட்டால் தண்ணீர் சூடானதா, குளிரானதா என்ற கேள்விக்கு ஒரு கை சூடு என்றும் இன்னொன்று இல்லை என்றும் சொல்லும். இரண்டில் எது உண்மை? இரண்டுமே உண்மை அல்லது இரண்டுமே பொய். கையைப் பொறுத்தது அது. அப்படித்தான் வெற்றியும் தோல்வியும்.

தோல்விகள் வருவதனால்தான் நாம் தோற்கிறோம் என்பது உண்மையல்ல. மாறாக, தோல்வி என்று கருதப்படுகின்ற ஒன்று நம்மை வந்து சேரும்போது அதை நாம் தோல்வியாக ஏற்றுக்கொண்டு விடுவதால்தான் நாம் தோற்றுப் போகிறோம். அப்படியானால் தோல்வியையே வெற்றியாக எடுத்துக் கொள்வதா என்று கேட்கக் கூடாது. ஒரு தோல்வி வரும்போது அதை நாம் எப்படி எடுத்துக் கொள்கிறோம் என்பதைப் பொறுத்துத்தான் வெற்றி அமைகிறது. அதாவது வெற்றிக்குமுன் வரும் தாற்காலிகத் 'தோல்வி'களை நாம் வரவில் வைக்கவே கூடாது.

"ஐயா, சாப்ட்டு மூனு நாளாச்சுய்யா, எதுனாச்சும் போடுங்க தர்மராசா" என்று பஸ் ஸ்டாப் போன்ற இடங்களில் நமக்கு ஒரு இன்ச் தள்ளி பிச்சைக்காரன் நின்று நமக்கு பட்டம் கொடுத்துக் கெஞ்சும்போதுகூட நமக்கு காது கேட்காமல் போகிறதல்லவா? ஏன்? அவன் கேட்பது காதில் விழத்தான் செய்கிறது. கெஞ்சுவது கண்ணில் படத்தான் செய்கிறது. ஆனால் பிச்சைபோட மனமில்லை. அல்லது பணமில்லை (சில்லறை தான்). அந்த மாதிரி தருணங்களில் தெரிந்தும் நாம் அவன் குரலை கணக்கில் எடுத்துக்கொள்ளாமல் இருப்பதுபோல் தோல்வி வரும் போதும் இருக்க வேண்டும் என்று சொல்கிறேன். விருப்பமில்லாத பிச்சைக்காரனை 'வேறுவீடு பார்' என்று விரட்டுவது போல, தாற்காலிகத் தோல்விகளையும் ஏமாற்றங்களையும் உதாசீனப்படுத்த வேண்டும்.

ஏனெனில், அப்படி உதாசீனப்படுத்தியவர்கள்தான் வெற்றி அடைந் திருக்கிறார்கள். இசைமேதை பீத்தோவன் தான் உருவாக்கிய

அற்புதமான ஒன்பதாவது சிம்பொனியை அவரால் கேட்க முடிய வில்லை. காரணம் அவர் டமாரச் செவிடு! எடிசனும் செவிடுதான். அவர் பெரிய விஞ்ஞானியாகப் பிரபலமான பிறகு அவரைக் கேட்டார்களாம். 'என்றைக்காவது நீங்கள் உங்களுக்கு காது கேட்கவில்லையே என்று வருத்தப்பட்டிருக்கிறீர்களா?' என்று. ஆனால் அவர் சொன்னார்: 'இல்லை. சந்தோஷப்பட்டிருக்கிறேன். ஒரு முக்கியமான ஆராய்ச்சியில் ஈடுபட்டிருக்கும்போது, அதற்கு சம்பந்தமில்லாத சப்தங்கள் காதில் விழுந்து என் கவனத்தைக் கலைக்காமல் என் செவிட்டுத் தன்மை என்னைத் தடுக்கிறது. அந்த அற்புதமான ஏற்பாட்டுக்காக இறைவனுக்கு நான் நன்றி செலுத்துகிறேன்' என்று!

ஆங்கிலத்தில் தலைசிறந்த கவிஞராகக் கருதப்படுகின்ற ஜான் மில்ட்டன் தனது 'பாரடைஸ் லாஸ்ட்' என்ற காவியத்தை, அதன் 12 காண்டங்களையும் ஸ்பெல்லிங் உட்பட தனது வாயால் சொல்லச் சொல்ல அவருடைய இரண்டு மகள்களும் எழுதினார்களாம். ஏனென்றால் அவரால் எழுதமுடியாது. காரணம் அவர் அப்போது குருடராக இருந்தார்! கண் தெரியாவிட்டால் மனிதர்கள் பொதுவாக பிச்சை எடுப்பதைத்தான் நாம் அறிவோம். ஆனால் மில்ட்டனோ காவியம் படைத்தார்!

இந்த உதாரணங்களில் சொல்லப்பட்ட தோல்விகள் எல்லாம் தாற்காலிகத் தோல்விகள் அல்ல. நிரந்தர ஊனங்கள். ஆனால் அவர்கள் அதையும் மீறி சாதனை புரிந்துள்ளார்கள்! ஆனால் நமக்கு இவ்வளவு பெரிய சாதனைகள் இப்போதைக்கு வேண்டாமென்று வைத்துக் கொண்டாலும், தாற்காலிகத் தோல்விகளையாவது நாம் உதாசீனப் படுத்தியே ஆகவேண்டும். ஆனால் நாம் எப்போதுமே ரோஜாவின் நறு மணத்தை நினைவில் வைத்துக் கொள்வதில்லை. முள் குத்தியதை மட்டும் மறக்காமல் எல்லோரிடமும் சொல்லி புலம்புகிறோம்! உண்மையில் தோல்வி என்பதே வெற்றியின் திசையைச் சுட்டுகின்ற ஓர் அம்புக்குறி மாதிரிதான். கடிகாரத்தின் பெண்டுலம் இடது வலமாகப் போய்க்கொண்டிருக்கும். ஆனால் அது இடதுபக்கம் போகும்போது உண்மையில் வலதுபக்கம் போவதற்கான சக்தியை சேர்க்கிறது என்பது தான் உண்மை. தோல்வியும் இப்படித்தான்.

வெற்றி என்பது உங்களுக்கு வெளியே எங்கோ உள்ள ஒரு பொருளல்ல. அது உங்களுக்கு வெகு அருகாமையிலே உள்ளது. இன்னும் சொல்லப் போனால் அது உங்களுக்கு உள்ளேயே உள்ளது. அதனாலேயே அதனை நீங்கள் தெரிந்துகொள்ளாமல் போகலாம். ஏனெனில் ஒரு விஷயத்தைப் பார்ப்பதற்கு தூரம் என்பது கொஞ்சமாவது தேவைப் படுகிறது. கடலைத் தேடிய கடல்மீன்களைப் போல நாம் இருக்கிறோம்.

வெற்றி, நமக்காகக் காத்துக்கொண்டிருக்கிறது. எப்போது அதை நோக்கி நம் முகத்தை நாம் திருப்பப் போகிறோம் என்று எதிர்பார்த்துக் கொண்டு. நம்முடைய தவறுகள் வெற்றியைத் தாலாட்டித் தூங்க வைத்தவிட்டன. வெற்றியைத் தட்டி எழுப்புவது எப்படி? புத்தராவது தான் வழி! பயப்பட வேண்டாம். காட்டுக்கெல்லாம் போக வேண்டிய தில்லை. வேறொன்றுமில்லை, புத்தர் என்றாலே 'விழித்துக்கொண்டவர்' என்றுதான் பொருள். நாமும் விழித்துக்கொள்வதுதான் வழி.

இந்த விழித்துக்கொள்வது என்றவுடன் அதுபற்றி சில விஷயங் களையும் தெளிவுபடுத்த வேண்டியுள்ளது. விழித்துக்கொள்வது என்றால் தூங்காமல் இருப்பது. இது தெரியாதா என்கிறீர்களா? ஆமாம் தெரியாதுதான். நாம் ஒரு நாளைக்கு எத்தனை மணி நேரம் தூங்குகிறோம் தெரியுமா? சராசரியாக எட்டு மணி நேரம் என்று சொல்வீர்கள். அந்த தூக்கத்தை நான் சொல்ல வரவில்லை.

வாழ்க்கையில் மூன்று மாதிரி நேரங்கள் உள்ளன. வேலை பார்க்கும் நேரம், தூங்கும் நேரம், ஓய்வு நேரம். ஆனால் நாம் இந்த மூன்று நேரத்திலுமே தூங்கிக்கொண்டுதான் இருக்கிறோம். அலுவலகத்தில் தூங்குவதைச் சொல்லவில்லை. வாழ்க்கையில் பல விஷயங்களில் தூங்கிக்கொண்டே இருக்கிறோம். தெளிவாகச் சொல்லிவிடு கிறேன்.

வைத்த பொருளை எங்கே வைத்தோம் என்று தேடினால், வைக்கும் போது தூங்கிவிட்டோம் என்று பொருள். வீட்டைப் பூட்டிவிட்டு வெளியில் வந்த பிறகு சரியாகப் பூட்டினோமா என்று மறுபடியும் இழுத்துப் பார்ப்போமானால், பூட்டும்போது தூங்கிவிட்டோம் என்று பொருள். கடிதமோ எதுவோ எழுதும்போது தவறு ஏற்பட்டு அடித்துத் திருத்தி எழுதினோமென்றால், எழுதும்போது தூங்கிவிட்டோம் என்று பொருள். காலையில் சாப்பிட்டது என்னவென்று ஞாபகம் வரவில்லை என்றால், சாப்பிடும்போது தூங்கிவிட்டோம் என்று பொருள்.

ஒரு பழக்கத்தை ஏற்படுத்திவிட்டோம் என்றால், பழகிய காரியத்தைச் செய்யும்போது, கவனம் தேவையில்லை. செய்கிறோம் என்ற உணர்வே இல்லாமல் செய்யலாம். அதாவது தூங்கிக்கொண்டே செய்யலாம். அதாவது மனத்தை முழுதாக வேறு ஒரு காரியத்தில் வைத்துக்கொண்டே செய்யலாம். உதாரணமாக, பேசிக்கொண்டே ஹீரோ ஹோண்டா ஓட்டலாம், பழகிவிட்டால். எது கிளச், எது கியர், எது பிரேக் என்ற கவனம் தேவைப்படாமல்.

இப்படியாக, நாம் தூங்கும்போதும் தூங்குகிறோம். விழித்துக்கொண்டு இருக்கும்போதும் தூங்குகிறோம். அதாவது வாழ்நாளில் பெரும்

பகுதியை விழிப்புணர்வு இல்லாமலே கழிக்கிறோம். இது வெற்றிக்கு பெரும் எதிரி. ஒருவன் ஒரு குதிரை வாங்கினானாம். குதிரையை விற்றவன்.''ஐயா, இது ரொம்ப பக்தியான குதிரை, 'எல்லாப்புகழும் இறைவனுக்கே' என்று சொன்னால்தான் ஓடும். 'ஆமென்' என்று சொன்னால்தான் நிற்கும்'' என்றானாம்.

வாங்கியவனும் ''எல்லாப்புகழும் இறைவனுக்கே'' என்று சொன்னவுடன் அதுவரை கல்குதிரையாட்டம் நின்றுகொண்டிருந்தது பறக்க ஆரம்பித்ததாம். ஒரு மலையுச்சிக்குப் போய்விட்டது. இன்னும் கொஞ்சம் விட்டால் அங்கிருந்து பாய்ந்திருக்கும். நல்லவேளையாக 'ஆமென்' ஞாபகம் வர, அவன் 'ஆமென்' என்று சொன்னவுடன் குதிரை சரியாக மலையுச்சியில் போய் நின்றதாம். இன்னும் ஒரு பாய்ச்சல் பாய்ந்திருந்தால் உயிர் போயிருக்கும். மிகவும் பயந்துபோன அவன், உயிரைக் காப்பாற்றிய இறைவனுக்கு நன்றி செலுத்தும் விதமாக ''எல்லாப் புகழும் இறைவனுக்கே'' என்றானாம் தன்னை மறந்து!

வாய்தவறி அவன் மறுபடியும் குதிரையை 'பறக்க'விட்டதன் காரணம் பழக்கம்தான். அதாவது தூங்கிவிட்டதுதான். ஷிப்லி என்று ஒரு ஞானி இருந்தார். அவர் இறைவனுடைய பெயரை யார் சொன்னாலும் உடனே அவர்கள் வாயில் சர்க்கரையைப் போடுவாராம். கொஞ்சநாள் கழித்து இறைவன் பெயரைச் சொல்பவர்களுக்கு ஒரு தங்கக்காசு கொடுக்க ஆரம்பித்தாராம். இன்னும் கொஞ்சநாள் போனபிறகு இறைவன் பெயரை யார் சொன்னாலும் உடனே வாளை உருவி அவனை வெட்டப் போனாராம். ஏன் இந்த மாற்றம் என்று கேட்டபோது, ''இறைவனுடைய பெயரை காதலின் காரணமாகத்தான் சொல்கிறார்கள் என்று நினைத்தேன். ஆனால் இப்போதுதான் தெரிகிறது மனிதர்கள் இறைவனின் பெயரை வெறும் பழக்கத்தின் காரணமாக, என்ன சொல்கிறோம் என்றே தெரியாமல் சொல்கிறார்கள் என்று. அதனால் தான் அப்படிப்பட்டவர்கள் உயிரோடு இருக்கக்கூடாது என்பதற்காக வெட்டப்போகிறேன்'' என்றாராம்! அதாவது விழிப்புணர்வு இல்லாதவர்கள் அனைவரும் அவருடைய கருத்துப்படி உயிர் வாழ்வதற்கே லாயக்கில்லாதவர்கள்!

இப்படி நாம் தூங்குவதனால் நமக்கு வரவேண்டிய வெற்றியெல்லாம் யார் யாருக்கோ போய்க்கொண்டிருக்கிறது. அதற்காகத்தான் இவ்வளவும் சொன்னேன். இனி விழிப்புணர்வு, விழித்துக்கொண்டிருப்பது என்றால் கண்ணைச் சிமிட்டிக் கொண்டிருப்பது என்று சொல்லமாட்டீர்கள் என்று நம்புகிறேன்.

கடைசியாக ஒரு வார்த்தை. வெற்றியை நாம் தேடுகிறோம் என்பது மட்டும் உண்மையல்ல. தகுதியை வளர்த்துக் கொண்டவர்களை,

விலையைக் கொடுக்கத் தயாராகிவிட்டவர்களை, தயார் நிலையில் உள்ளவர்களை வெற்றியும் தேடிக்கொண்டிருக்கிறது! ஆம்.

    தாகித்தவர் இவ்வுலகில்
    தண்ணீரைத் தேடுகின்றனர்!
    தண்ணீரும் தேடிக்கொண்டிருக்கிறது
    தாகம் கொண்டவர்களை!

என்கிறார் பாரசீக கவிஞானி ஜாலாலுத்தீன் ரூமி. இதையே நமது பாரதி-

    மனதில் உறுதி வேண்டும்
    வாக்கினிலே இனிமை வேண்டும்
    நினைவு நல்லது வேண்டும்

என்று கூறுகிறார். அதுமட்டுமல்ல, இப்படி இருப்பவர்கள் வெற்றி அடைவதில்லை. வெற்றி அவர்களை வந்து அடைகிறது! ஆம், இதைத்தான் பாரதி முத்தாய்ப்பாக, 'நெருங்கின பொருள் கைப்படவேண்டும்' என்று சூசகமாகச் சொல்கிறார்! ஆம், தாகம் கொண்டவர்கள் ஆகுங்கள். வெற்றி உங்களுடையதே.

அற்புத விளக்கு

'லாரென்ஸ் ஆஃப் அரேபியா' என்று ஒரு ஆங்கிலப் படம். வறண்ட அரேபியப் பாலைவனத்தையும் அதன் மணற்புயலையும் தகிப்பையும் அற்புதமாக எடுத்துக் காட்டிய ஒரு படம். அதன் 'இன்டர்வல்'லில் மக்கள் கூட்டம் கூட்டமாக வந்து குளிர்பானங்கள் வாங்கிப் பருகி தங்கள் தாகங்களைத் தீர்த்துக் கொண்டார்களாம். ஏசி தியேட்டரில், அதுவும் ஒரு கும்பலுக்கே தாகம் எடுக்க வாய்ப்பில்லை. ஆனாலும் எப்படி?

அந்தப்படம் தகிப்பையும் வறட்சியையும் அவ்வளவு தத்ரூபமாக எடுத்துக் காட்டியது என்று சொல்லலாம். ஆனால் படம் பார்த்துக் கொண்டிருந்தவர்களுக்கு அதற்காக தாகம் எடுக்க வேண்டும் என்ற அவசியமில்லை. திரைப்படத்தில் ஒருவருக்கு பாம்பு கடித்து விட்டால் அதை லயித்துப் பார்க்கின்றவருக்கும் விஷம் ஏறுமா என்ன? ஆனாலும் இங்கே தாகம் எடுத்தது உண்மை. காரணம், படம் பார்த்துக் கொண்டிருந்தவர்கள் தங்கள் மன அளவில் அரேபியாவின் பாலைவனத்துக்கே சென்றுவிட்டார்கள். அதன் தகிப்பையும் வறட்சியையும் அனுபவிக்க ஆரம்பித்து விட்டார்கள். அவர்களின் உடல்கள்தான் தியேட்டருக்குள் அமர்ந்திருந்தன. மனத்தின் நாக்குகளோ பாலைவன தாகத்தால் வறண்டன. அதுதான் உண்மை. 'ஆத்தா' படங்களை பார்த்துக் கொண்டிருந்த அக்காக்கள் பலருக்கு தியேட்டரிலேயே 'ஆத்தா' வந்து ஆட்டம் போட்டதாகச் செய்திகள் வந்ததன் பின்னணியில் உள்ள உண்மையும் இதுதான்.

இதிலிருந்து ஒரு முக்கியமான விஷயம் தெளிவாகிறது. நம்மை, அதாவது நம் உடலையும் உள்ளத்தையும் பாதிக்கின்ற உண்மைகள், நம்முடைய உடல் அமைப்பையே, நம்முடைய வாழ்க்கை முறையையே தலைகீழாக

மாற்றிவிடுகின்ற உண்மைகள், நமக்கு வெளியில் இல்லை. பேருண்மை, மெகா உண்மை, மகா உண்மை எல்லாம் இதுதான்!

அப்படியெனில், நம் வாழ்வு இரண்டு விதமான உண்மைகளால் ஆக்கப்பட்டிருக்கிறது. ஒன்று நமக்கு வெளியே உள்ள உண்மை. அல்லது நிஜங்கள் என்று சொல்லலாம். உதாரணமாக, வாஜ்பாய் - அல்லது தினமணி ஸ்டைலில் 'வாஜபேயி' - என்பவர் இந்திய துணைக் கண்டத்தின் பிரதம மந்திரியாக இருந்தார் என்ற உண்மை. இப்படிப் பட்ட நிஜங்களினால் நமக்கு அதிகமான பிரயோஜனம் எதுவும் இல்லை. இன்னொரு உண்மை உள்ளது. அது நமக்கு உள்ளே உள்ள உண்மை. உண்மையான உண்மை. அல்லது உண்மைகளின் உண்மை. அதாவது நம் மனசு எதை உண்மை என்று நம்புகிறதோ அந்த உண்மை.

மேற்குறிப்பிட்ட நிகழ்ச்சியில், ஏசி தியேட்டரில் உட்கார்ந்து 'லாரென்ஸ் ஆஃப் அரேபியா' படத்தை பலர் பார்த்துக் கொண்டிருந் தார்கள் என்பது வெளி உண்மை. அறியப்பட்ட உண்மை. ஆனால் உண்மையில் அவர்கள் அரேபிய பாலைவனத்தின் தகிப்பால் தாகம் ஏற்பட்டு அதை குளிர்பானங்கள் குடித்துத் தீர்க்க முயன்றார்கள் என்பது அறியப்படாமலிருந்த உள் உண்மை. அதாவது நமது மனசு அல்லது நம்பிக்கை என்னும் பெரிய உண்மை.

ஒரு நாளிரவு நீங்கள் தனியாக இருக்கிறீர்கள். அப்போதுதான் ஜீ டி.வி.யில் 'ஹாரர் ஷோ' வேறு, பார்த்து முடித்திருக்கிறீர்கள். இருட்டில் போக பயப்படும் ஆள் வேறு நீங்கள். அப்போது பின்னா லிருந்து ஒரு பயங்கரமான சப்தத்தோடு ஒரு கை உங்கள் தோளைத் தொடுகிறது. என்னாகும்? அவ்வளவுதான். உங்கள் இதயமே நின்று போகலாம். சரி, அப்படி நடக்கவில்லை. நீங்கள் உயிரோடு தான் இருக்கிறீர்கள். ஆனால் மிகவும் பயந்து என்னவோ ஏதோவென்று திரும்பிப் பார்க்கும்போது உங்கள் நண்பன் நின்று கொண்டு சிரிக்கிறான். சரி, இப்போது பேய், பிசாசு எதுவும் இல்லை என்பது நிரூபணமாகிவிட்டது. ஆனால் உங்கள் இதயத்துடிப்பு அதிகமானது, வியர்த்தது, படபடப்பு, எல்லாம் உண்மை. அதாவது ஒரு பொய்யை நம்பி, உங்கள் உடம்பு பாதிக்கப்பட்டது. அப்படித்தானே? ஆமாம். ஆனால், உண்மை என்ன என்று தெரிவதற்கு முன், அந்த பொய்தான் உங்கள் மனம் நம்பிய உண்மை. அதன் விளைவுகள்தான் வியர்வை, படபடப்பு, வேகமான இதயத்துடிப்பு எல்லாம்.

அதாவது, நாம் கண்ணால் பார்த்தது, காதால் கேட்டது, தொட்டு, முகர்ந்து, சுவைத்து இப்படியெல்லாம் உணரக்கூடிய உண்மைகளை விட நாம் உண்மை என்று முழு மனதாக நம்புகின்ற விஷயங்கள்தான் நம்மையும் நம்முடைய வாழ்வையும் அதிகம் பாதிப்பதாக, மாற்றுவ

தாக, ஏன், நம்முடைய வாழ்வையே நிர்ணயிப்பதாக உள்ளது. மருந்து இல்லாத காலத்தில் கிராமத்து டாக்டர்கள் ஊசியில் 'மஞ்சத்தண்ணி'யை நிரப்பி ஊசி என்று போடுவதை நாம் அறிவோம். மருத்துவத் துறையில் டெக்னிகலாக இதற்கு ஒரு பெயரே வைத்துள்ளார்கள். இதை அவர்கள் 'ப்லேசிபோ எஃபக்ட்' என்று சொல்கிறார்கள்.

ஒரு டாக்டரும் அவர் நண்பரும் ஒரு காரில் எங்கோ உல்லாசப் பயணம் போய்க்கொண்டிருந்தார்களாம். அப்போது நண்பனுக்கு திடீரென்று பயங்கரமான தலைவலி வந்துவிட்டது. மாத்திரை ஏதாவது கொடு என்று டாக்டரின் உயிரை வாங்க ஆரம்பித்து விட்டான். (டாக்டருடைய வேலையை அவன் எடுத்துக்கொண்டு விட்டானாக்கும் என்று யாரோ முணுமுணுப்பது என் காதில் விழுகிறது)! டாக்டரும் எங்கெங்கோ தேடி ஒரு மாத்திரையைக் கண்டு பிடித்து, ''இது ரொம்ப உசத்தியான மாத்திரை. இதை முழுங்கிடாதே. சப்பிக்கொண்டே இரு. தலைவலி போனவுடன் வாயைத் திற. மாத்திரையை நான் மறுபடி எடுத்துக் கொள்வேன். இது கரையாத மாத்திரை. கழுவி வேறு யாருக்காவது பயன்படுத்துவேன். யாரிடமும் சொல்லாதே'' என்று சொல்லி ஒரு மாத்திரையை நண்பனின் நாக்கில் வைத்து சப்பிக்கொள்ளச் சொன்னார்.

நண்பனும் சொன்னபடியே செய்ய, தலைவலி கொஞ்ச நேரத்துக் கெல்லாம் பறந்து போனது. வாயிலிருந்த மாத்திரையை எடுத்து டாக்டர் தன் விரல்களுக்கிடையில் வைத்துக்கொண்டாராம். ரொம்ப அற்புத மான மாத்திரையாக உள்ளது என்று நண்பர் அதை ரொம்பப் புகழவும் மாத்திரையைக் காட்டினாராம் டாக்டர். அது டாக்டரின் சட்டைப் பித்தான்! இதுதான் 'ப்லேசிபோ எஃபக்ட்' என்பது.

உண்மையான மாத்திரைகளிலும் நமக்கு இந்த 'எஃபக்ட்'தான் வேலை செய்துகொண்டுள்ளது! ஆமாம். நாம் எப்போதும் போகும் ஒரு டாக்டர் அன்று ஊரில் இல்லாமல், வேறு ஒரு புது ஆளிடம் காட்ட நேரும் போது, அந்த புது டாக்டர் நல்ல மாத்திரையையே நமக்குக் கொடுத் தாலும், அது நமது நம்பிக்கையின்மையின் காரணமாக வேலை செய்யாது. நாம் உள்ளே விழுங்குகின்ற ஒவ்வொரு மாத்திரையும் நமது உடம்புக்குள் புகுகின்ற ஒரு அன்னியன் என்று டாக்டர் தீபக் சோப்ரா, தனது 'க்வாண்டம் ஹீலிங்' என்ற நூலில் கூறுகிறார். உலகம் முழுவதும் சுற்றுப் பயணம் செய்து வெறும் தியானத்தினால் மட்டுமே கேன்சர் நோயாளிகளை எப்படி முழுமையாக குணப்படுத்தினார் என்ற 'கேஸ் ஹிஸ்டரி'தான் அந்த புத்தகம்! விஷயம் மாத்திரைகளில் இல்லை, அவற்றை நம்பும் மனத்தில்தான் உள்ளது என்பதே அவருடைய வாதம். அவர் ஒரு மனசாட்சி உள்ள டாக்டர். அதனால்தான் 'குட்டை' அப்படிப்போட்டு உடைத்து விட்டார்.

நம்பிக்கை என்று சொல்லும்போது, அதுதான் இந்த உலகில் ஏற்பட்ட எல்லா முன்னேற்றங்களுக்கும் அடிப்படையாக இருந்துள்ளது. ஆழமான நம்பிக்கை இல்லாதவர்கள் வெற்றியடைந்ததாக உலக வரலாற்றில் ஒருவரைக்கூட காட்டமுடியாது. இறைவன் இருக்கின்றானா இல்லையா என்பதுகூட இறைவனைப் பொறுத்த விஷயமல்ல. நம்மைப் பொறுத்த விஷயம்தான். அதாவது நம்முடைய உள் உண்மைகளை, அதாவது நம்பிக்கையைப் பொறுத்ததுதான் என்பதே இங்கே புரிந்து கொள்ளப்பட வேண்டிய விஷயம். அன்னை வேளாங்கண்ணி மாதாகோவிலில் மெழுகுவர்த்தி ஏற்றுவதற்கு எந்த நம்பிக்கை காரணமாக இருக்கிறதோ, அதே நம்பிக்கைதான் இன்னொருவரை திருப்பதி உண்டியலில் ஐநூறு ரூபாய் கட்டுக்களைப் போட வைக்கிறது.

ஒரு விஷயத்தில் நம்பிக்கை ஏற்படுவதற்கு அந்த விஷயத்தைப் பற்றிய அறிவு நமக்கு உதவலாம். ஆனால் நம்பிக்கை ஏற்படுவதற்கு இந்த அறிவு அவசியமா என்றால் இல்லவே இல்லை. ஒரு டாக்டரை நாம் நம்புவதற்கு மருத்துவ அறிவு நமக்கு அவசியமா என்ன? ஒரு டிரைவரை நம்பி பட்டப்பகலிலேயே பஸ்ஸில் தூங்கி ஜொள் வழிய அடுத்தவர் மேல் விழுவதற்கு நமக்கு டிரைவிங் பற்றிய அறிவு வேண்டுமா என்ன? இந்த உண்மையைப் புரிந்துகொண்டவன் வெற்றியின் ரகசியத்தையும் புரிந்து கொண்டவனாவான்.

திபெத்தில் தியானப் பயிற்சிகளில் ஈடுபடுகிறவர்களுக்கு ஒரு 'டெஸ்ட்' உண்டாம். பனிக்கட்டி உருகிய தண்ணீரில் தோய்த்தெடுத்த துணியை நிர்வாணமாக அமர்ந்திருக்கும் பயிற்சியாளரின் உடம்பில் போர்த்து வார்களாம். அவர் தன் உடம்பின் சூட்டை அதிகரித்து அந்தத் துணியை உலர்த்த வேண்டும்! இப்படியே நாள் முழுவதும் செய்யப்படுமாம். யார் அதிகமான துணிகளை உலர்த்தி இருக்கிறாரோ அவரே வெற்றி பெற்றவராம்! (இந்த தகவலைப் படித்து மாமியார்கள் யாரும் வரன் கேட்டு திபெத்துக்குப் போய்விடவேண்டாம். ஏனெனில் இன்னொரு தகவலின்படி அந்த பயிற்சியாளர்கள் திருமணம் செய்து கொள்வ தில்லையாம்)! மண்டை காயவைத்த இந்த பயிற்சியை நேரில் கண்டு 'காய்ந்து' போன தன் அனுபவத்தை அலெக்சாண்ட்ரா டேவிட் நீல் என்பவர் தனது 'மேஜிக் அண்ட் மிஸ்ட்ரி இன் திபெத்' என்ற நூலில் கூறுகிறார்.

எல்லா மனிதனுக்கும் உயிர் உள்ளவரை உடம்பில் சூடு இருக்கத்தான் செய்யும். ஆனால் அந்த சூட்டில் கண்ணீர்த் துளிபட்டு லேசாக நனைந்த டிஷ்யூ பேப்பரைக்கூட காயவைக்க முடியாது என்பது நமக்குத் தெரியும். நூத்தி நாலு டிகிரி காய்ச்சலடிக்கும்போது கூடவா என்று கேட்கக்கூடாது. (இதன் காரணம் கண்ணீரின் வலிமை அல்ல). பின்

அந்த திபெத்திய துறவிகள் எப்படிச் செய்தார்கள்? தகிப்பை அவர்கள் மனத்தால் உருவாக்கினார்கள். பின் அதையே உடம்புக்கும் அனுப்பினார்கள். தங்களது ஒருமுகப்படுத்தப்பட்ட எண்ணத்தால் தம் உடம்புகளை நிறைத்தார்கள். அதுவும் இமயமலைச் சாரலில்!

எப்போதுமே பல வழிகளிலும் 'சூட்டை'த் தணித்துக் கொள்ள விரும்பும் நமக்கும் அவர்களுக்கும்தான் எவ்வளவு வித்தியாசம்! ஆனால் ஒன்று மட்டும் நிச்சயம். மனத்தின் சக்தியைப் புரிந்து கொண்டு அதை அன்றாட வாழ்வில் பயன்படுத்தும் அவர்களுக்கு 104 டிகிரி காய்ச்சலடித்தால் மருந்தையும் ஊசியையும் தேடி அவர்கள் ஓடப்போவதில்லை.

நம்பிக்கையில் இவ்வளவு விஷயங்கள் உள்ளன என்று தெரிந்தாலும் நம்பிக்கை வரமாட்டேன் என்கிறதே அதற்கு என்ன செய்வது என்று கேட்கிறீர்களா? இது ஒரு பொதுவான பிரச்சினைதான். இதற்கு ஒரு அருமையான தீர்வு இருக்கிறது. அது இதுதான்: நாம் எதை நம்ப வேண்டுமோ, அதை தற்போதைக்கு நம்பினாலும் நம்பாவிட்டாலும், திரும்பத் திரும்பச் சொல்லிக்கொள்வது, அல்லது நினைத்துக் கொள்வது. இப்படித் திரும்பத் திரும்ப ஒரு காரியம் செய்வதால் என்ன நன்மை என்கிறீர்களா? பயங்கரமான நன்மை உண்டு. திரும்பத் திரும்பச் சொல்வதால், செய்வதால் பொய்கூட உண்மையாகிவிடும். ஹிட்லர் கூட தனது சுயசரிதையில் இந்த விஷயத்தைப் பற்றி எழுதுகிறார். அவர் சொல்கிறார்: ''உண்மைக்கும் பொய்க்கும் ஒன்றும் பெரிய வித்தியாசம் கிடையாது. திரும்பத் திரும்பச் சொன்னால் பொய்யும் உண்மையாகி விடும்.'' அந்த பைத்தியக்காரன் வெறிபிடித்த மாதிரி திரும்பத் திரும்பச் சொன்ன பொய்யை நம்பித்தானே உலக வரலாற்றின் மெகா படுகொலைகள் நிகழ்த்தப்பட்டன?

திரும்பத் திரும்ப எதைச் சொல்கிறோமோ அது நமது ஆழ்மனத்தில் ஆழப்பதிந்து விடுகிறது. அதற்கு ரொம்ப சக்தி உண்டு. அதனால் நம்மை ஆக்கவும் முடியும், அழிக்கவும் முடியும். நமது நம்பிக்கைகள் அங்கேதான் உட்கார்ந்துள்ளன. (விவரங்கள் மறந்து போயிருந்தால் மறுபடியும் இரண்டாம் அத்தியாயத்தைப் படிக்கவும்).

ஒருமுறை ஒரு சமயச் சொற்பொழிவாளர் ஒருவர் தனது அழகான குதிரையைக் கட்டிவைத்து விட்டு தேவாலயத்துக்குள் சென்றாராம். அப்போது அந்தப் பக்கமாக வந்த நமது பிரபலமான முல்லா, அந்தக் குதிரையின் அருகில் சென்று அடடா என்ன அழகான குதிரை என்று அதன் அழகை வியந்து அதன் கழுத்தைத் தடவிக் கொடுத்தாராம். அப்போது அங்கு வந்த இன்னொருவன் 'முல்லா இது உங்கள் குதிரையா?' என்றானாம்.

43

இவ்வளவு அழகான குதிரையை தன்னுடையது இல்லை என்று எப்படிச் சொல்வது என்று யோசித்த முல்லா, 'ஆமாம், என் குதிரை தான்' என்று முதல் பொய்யைச் சொன்னாராம். 'அப்படியானால் இதை எனக்கு விற்று விடுகிறீர்களா?' என்றானாம் வந்தவன். முல்லாவுக்கு தர்மசங்கடமாகி விட்டது. யோசித்தார். அவன் வாங்க முடியாத அளவுக்கு ஒரு விலையைச் சொன்னால் போச்சு என்று அவருக்குத் தோன்றியது. உடனே 'பத்தாயிரம் ரூபாய்' என்று சொல்லிவிட்டார். தன் குதிரைதான் என்ற பொய்யை காப்பாற்றி ஆகவேண்டுமே?

ஆனால் வந்தவனோ, 'பத்தாயிரம்தானே, சரி. இந்த அற்புதமான குதிரைக்கு அந்த விலை சரிதான்' என்று சொல்லி, உடனே பத்தாயிரம் ரூபாயை எடுத்துக் கொடுத்தானாம். முல்லா யோசிக்க ஆரம்பித்தார். பத்தாயிரம் ரூபாய். சும்மா வருகிறது. உள்ளேபோன குதிரையின் சொந்தக்காரனோ தூங்குகிறான் போலுள்ளது. விற்றுவிடலாம் என்று முடிவு செய்து குதிரையை அவிழ்த்து கொடுத்தனுப்பினார்.

அவன் குதிரையோடு போய்விட்டான். பணத்தை எண்ணி பாக்கெட்டுக்குள் போட்டுக்கொண்டிருந்த நேரத்தில் உள்ளே போன குதிரையின் சொந்தக்காரன் வெளியே வந்தானாம். யோசிக்கக்கூட நேரமில்லாத சூழ்நிலையில் உடனே முல்லா தனது வாய்க்குள் கொஞ்சம் புல்லைப் போட்டுக்கொண்டு, தன் கழுத்தைச் சுற்றி கயிற்றை கட்டிக் கொண்டாராம். சொந்தக்காரனோ, பயந்தும் குழம்பியும், முல்லாவிடம் வந்து, 'என் குதிரை எங்கே? நீங்கள் யார்?' என்றானாம். அதற்கு முல்லா, 'நான்தான் உன்குதிரை. நான் விபச்சாரம் செய்ததால் இறைவன் என்மீது கோபித்து என்னைக் குதிரையாக்கிவிட்டான். இப்போது எனக்கு சாபவிமோசனம் கிடைத்து விட்டது. மறுபடியும் மனிதனாகிவிட்டேன்' என்றாராம்.

அதைக்கேட்ட அந்த சொற்பொழிவாளனுக்கு ரொம்ப பயமாகி விட்டது. தெய்வக் கோபம் ஒரு மனிதனை மிருகமாக்கிவிடுமா? உடனே மண்டி போட்டு இறைவனிடம் தன் பாவங்களுக்காகத் தன்னை மன்னிக்கும்படி உருக்கமாக வேண்டினானாம். பிறகு முல்லாவைப் பார்த்து, 'சகோதரனே, நடந்தது நடந்துவிட்டது. இனி நீங்கள் உங்கள் ஊருக்குப் போய்விடுங்கள். நான் சந்தையில் போய் வேறு குதிரை வாங்கிக்கொள்கிறேன்.' என்று சொல்லி சந்தைக்குச் சென்றானாம்.

அங்கே போனால் சந்தையில் அவனுடைய குதிரையே நின்று கொண்டிருந்தது விற்கப்படுவதற்காக! அதைப் பார்த்ததும் அவனுக்குப் பயம் பிடித்துக் கொண்டது. குதிரையின் அருகில் சென்று மெதுவாக அதன் காதில், 'என்ன முல்லா, மறுபடியுமா? இவ்வளவு சீக்கிரமாகவா?' என்றானாம்!

திரும்பத் திரும்ப ஒரு விஷயத்தைச் சொல்வதால் அல்லது செய்வதால் அது எவ்வளவு சக்தி மிக்கதாக ஆகிவிடுகிறது என்பதை விளங்கிக் கொள்வதற்கு இந்தக் கதை நமக்கு உதவும். இந்த சக்தியை வளர்த்துக் கொள்வதற்காகத்தான் எமிலிகூ என்ற உளவியலாளர், வெற்றி பெற விரும்பும் மனிதன் ஒவ்வொருவனும் ஒவ்வொரு நாளும், ''நான் எல்லா விதத்திலும் ஒவ்வொரு நாளும் சிறப்பாக முன்னேறிக் கொண்டிருக் கிறேன்'' என்ற வாக்கியத்தை சொல்லிக் கொள்ள வேண்டும் என்று வலியுறுத்துகிறார்.

ஆக, நம்பிக்கையைப் பற்றி நாம் தெரிந்துகொள்ள வேண்டிய முக்கியமான விஷயம், அது திரும்பத் திரும்பச் சொல்லப்படுவதால் அல்லது செய்யப்படுவதால் உண்டாக்கப்படுகிறது என்பதுதான். நமது அம்மா, அப்பா கூட இவ்வாறு ஏற்படுத்தப்பட்ட நம்பிக்கைகள்தான். அவர்கள்தான் உண்மையான பெற்றோர் என்பதில் சந்தேகம் கிடையா தென்றாலும், இந்த ஆள்தான் நமது அப்பா என்று எப்படித் தெரியும்? நம் அம்மா ஒரே ஒருமுறை ஒரு ஆளைக் காட்டி இவர்தான் அப்பா என்று சொல்லிவிடுவதால் அவர்தான் அப்பா என்று ஆகிவிடாது. ''அப்பாவப் பாரு அப்பாவப்பாரு'' என்று எத்தனை ஆயிரம் முறை நம்மிடம் சொல்லப்பட்டது என்பதற்கு கணக்கே கிடையாது. இப்படிச் செய்யப் படுவதனால் தான் நமது நம்பிக்கை வலுவடைகிறது. எந்த அளவுக் கென்றால் அந்த நம்பிக்கைக்காக நமது உயிரைக்கூட துச்சமாக மதிக்கும் அளவுக்கு நாம் போகிறோம்.

இந்த காரணத்தினால்தான் நமது லட்சியங்களை எழுதி வைத்து அதை தினமும் அல்லது அடிக்கடி பலமுறை படித்துப் பார்க்கவேண்டும் என்று சொல்லப்படுகிறது. இப்படிச் செய்வது ஒருவகையான ஹிப்னாடிஸம் போல செயல்படுகிறது. ஒருவகை என்ன, அதேதான். இதற்கு 'ஆட்டோ ஹிப்னாட்டிஸம்' அல்லது 'ஆட்டோ சஜெஷன்' என்று பெயர். அதாவது நம்மை நாமே 'ஹிப்னடைஸ்' செய்து கொள்வது. நம்மையும் அறியாமல் நமது வாழ்வின் பெரும்பகுதி இப்படிப்பட்ட ஹிப்னாடிக் தாக்கங்களினால்தான் நகர்ந்து கொண்டிருக்கிறது.

ஓர் அழகான இளைஞன். கோட்டெல்லாம் போட்டு 'டை'யெல்லாம் கட்டியவன். ஒரு குதிரையின் மீது அல்லது காரில் வந்து ஒரு இடத்தில் நிறுத்தி ஒரு வில்ஸ் ஃபில்டர் சிகரெட்டை பற்ற வைக்கிறான். அவன் பற்ற வைக்கும் 'அழகை' தூரத்தில் இருந்து ஒரு உண்மையான அழகி பார்த்து பெருமூச்செறிகிறாள். (அது சிகரெட்டுக்காக அல்ல).

இது ஒரு விளம்பரம் என்றால் இது சப்தம் போடாமல் ஒரு பயங்கரமான வேலையைச் செய்கிறது. என்றாவது ஒரு நாள், உதாரணமாக, கல்யாணத்தின்போது, நாமும் கோட்டெல்லாம் போட்டு 'டை'

கட்டும்போது, அல்லது கட்டிவிடப்படும்போது, நம்மை நாமே கண்ணாடியில் பார்த்து ரசிக்கும்போது நம்மையும் அறியாமல், இப்போது ஒரு வில்ஸ் ஃபில்டர் குடித்தால் எப்படி இருக்கும் என்று தோன்றும்.

இதுதான் விளம்பரத்தின் வெற்றி. ஒன்றுமே பேசாமல் ஒரு எண்ணத்தை உங்களுக்குள் விதைத்துவிட்டது. இதுதான் suggestion என்பது. அந்த 'சஜெஷன்' உள்ளே போய் தேவைப்படும் சமயத்தில் வேலை செய்கிறது. இப்படிப்பட்ட 'மாஸ் ஹிப்னாட்டிஸ'த் தாக்கங்களினால் தான் நமது வாழ்வே கட்டுண்டுள்ளது என்று சொன்னால் அது மிகையல்ல.

நமக்குத் தேவையில்லாததை, இன்னும் சொல்லப்போனால் நம்மை பாதிக்கின்ற ஒன்றையே 'சஜெஷன்' மூலமாக ஒரு கம்பெனி விளம்பரம் என்ற பெயரில் மௌனமாக நமக்குள் திணிக்கும்போது, இது சாத்தியம் என்னும்போது, நமக்குத் தேவையான விஷயங்களை, எண்ணங்களை, நம்பிக்கைகளை ஏன் நாம் நாமாகவே நமக்குள் திணித்துக் கொள்ளக் கூடாது?

ஒரு கணவனுக்கு மனைவியோடு தாம்பத்ய உறவு கொள்வதில் ஆர்வமே இல்லாமல் இருந்ததாம். ஒரு உளவியல் மருத்துவரின் உதவியை அவன் நாடினானாம். அவர் சொன்ன உபாயத்தை, மந்திரத்தை தினமும் அரைமணி நேரம் தனியறையில் புகுந்துகொண்டு சொல்லவேண்டும். அவனும் அதைச் செய்ய ஆரம்பித்த கொஞ்ச நாட்களிலேயே நிலைமை தலைகீழாக மாறியதாம். மனைவி அசந்து போகிற மாதிரி - உடலாலும்தான் - உறவுகொள்ள ஆரம்பித்தானாம்.

மனைவிக்கு ரொம்ப ஆச்சரியம். இதற்கெல்லாம் காரணம் இவன் தனியாக ஒரு அறையில் புகுந்துகொண்டு ஏதோ சொல்வதுதான் என்று விளங்கி விட்டது. அந்த அற்புத மந்திரம் என்ன என்று தெரிந்துகொள்ள அவளுக்கு மிகுந்த ஆர்வம் ஏற்பட்டது. ஒரு நாள் கணவனுக்குத் தெரியாமல் அவன் 'தியானம்' செய்துகொண்டிருந்த அறையின் வாசலில் பூனைமாதிரி போய் நின்றுகொண்டு என்ன சொல்கிறான் என்று தன் அங்கம் முழுவதையும் செவியாக்கி உற்று கேட்க ஆரம்பித்தாள். கணவன் சொல்லிக் கொண்டிருந்தான்: ''இவள் என் மனைவி இல்லை. இவள் என் மனைவி இல்லை''.

எவ்வளவு சக்திவாய்ந்த மந்திரம்! அதற்குப் பெயர்தான் 'ஆட்டோ சஜெஷன்'. நமக்கு நாமே செய்து கொள்ளும் ஹிப்னாட்டிஸம். இதை நாம் செய்து கொண்டுதான் ஆகவேண்டும். மனைவிகளை திருப்திப் படுத்த அல்ல. வெற்றியை நாம் அடைய விரும்பினால்.

'ஆட்டோ சஜெஷன்' செய்யும் முறை ஒன்றும் கம்பசூத்திரமில்லை. திரும்பத்திரும்ப நம்பிக்கையை ஏற்படுத்தும் ஒரு வார்த்தையை, எண்ணத்தை நமக்கு நாமே சொல்லிக் கொள்வதுதான். ''எனக்கு ஞாபகமே வராது'' என்று நம் ஞாபகசக்திக் குறைவை மற்றவரிடம் சொல்லிக்காட்டி 'பறை'யடித்து பெருமைப்படும்போது, நமது காதுக்குள்ளும் அந்த வார்த்தைகள் விழுந்து அவை மறுபடி நமது மூளைக்குள் ஒரு பதிவை ஏற்படுத்தி நம்மை மேலும் மேலும் மறந்து போகக் கூடியவனாக மாற்றுவதுபோல, நமக்கு நல்லது செய்யும் எண்ணங்களை மறுபடி மறுபடி சொல்வதன் மூலம் அந்த வார்த்தைக்குப் பின்னால் இருக்கும் நம்பிக்கையை, எண்ணத்தை வலுவாக ஆக்கு கிறோம். வலுவான பதிவாக நமது ஆழ்மனத்திற்குள் அனுப்புகிறோம்.

இந்த அளவுக்கு ஒரு நம்பிக்கையை வலுப்படுத்திய பிறகு அது அற்புதங் களை ஏற்படுத்தும் என்பதில் சந்தேகமென்ன? ஆனால் நாம் எப்போதுமே நமது தவறுகளை, தீவிரமில்லாத தன்மையை நியாயப் படுத்துகின்ற பழக்கம் உடையவர்களாக இருக்கிறோம்.

இரண்டு நண்பர்கள் ஆர்மியில் வேலை பார்த்தார்களாம். அவர்கள் எப்போதும் சேர்ந்தேதான் குடிப்பார்களாம். திடீரென்று ஒருவனை இடமாற்றம் செய்துவிட்டார்களாம். அதிலிருந்து தனியான நண்பன் இரண்டு கிளாஸ்களை வைத்துக்கொண்டு ஒன்று தனக்காக என்றும் இன்னொன்று தன் நண்பனுக்காக என்றும் சொல்லிக் குடிப்பானாம். ஒரு நாள் ஒரே ஒரு கிளாஸ் மட்டும் வைத்துக் குடித்துக் கொண்டிருந் தானாம். என்ன காரணம் என்று கேட்டதற்கு, ''குடியை நான் நிறுத்தி விட்டேன். ஆனால் என் நண்பன்தான் பாவம், இன்னும் அவனால் நிறுத்தமுடியவில்லை'' என்றானாம்!

இதுதான் நியாயப்படுத்துதல். நான் நல்ல நம்பிக்கையோடுதான் இருந்தேன்; ஆனாலும் நடக்கவில்லையே என்று கூறுபவர் நிறையபேர் உண்டு. இந்த நியாயப்படுத்துகின்ற பழக்கத்தினால் அவர்களும் தோற்பதோடு அடுத்தவரையும் வெற்றியடையாமல் தடுக்கிறார்கள். இப்படிப்பட்ட வர்களிடம் நாம் மிகவும் எச்சரிக்கையாக இருக்கவேண்டும். அதாவது இப்படிப்பட்டவர்களுடைய நட்பை தவிர்க்க வேண்டும். அவர்கள் நம்முடைய ஆத்ம நண்பர்களாகவே இருந்தாலும் சரி.

அதாவது அவர்களுடைய முகத்திலேயே முழிக்கக்கூடாது என்று சொல்ல வரவில்லை. எதையுமே சரியாகப் புரிந்து கொள்ளாததால்தான் பிரச்சினையே வருகிறது. ''என் மனைவி ஒரு தேவைதை'' என்றானாம் ஒருவன். ''உன்பாடு பரவாயில்லை. என் மனைவி இன்னும் உயிரோடு இருக்கிறாள்'' என்றானாம் இன்னொருவன்! இப்படியா புரிந்து கொள்வது? நான் சொல்ல வருவது நமது நம்பிக்கையைக் கெடுக்கின்ற

எந்த எண்ணத்தையும் அவர்களிடம் இருந்து எடுத்துக்கொள்ளக் கூடாது என்பதுதான். அவர்கள் எவ்வளவு நல்ல எண்ணத்தின் பேரில் சொல்லி யிருந்தாலும் அதன் விளைவு நமக்கு கெடுதியாகத்தான் முடியும். சினம் கொண்ட சிறுத்தையை நீங்கள் கொஞ்சுவதற்காக நெருங்கினாலும் அல்லது கொல்லுவதற்காகப் போனாலும் விளைவு ஒரேமாதிரியா கத்தானே இருக்கும்? அதைப்போல.

தேவைப்படுகின்ற அளவு நம்பிக்கை இல்லாமல் அதாவது ஆழமான நம்பிக்கை இல்லாமல் ஒரு காரியத்தில் ஈடுபடுவது அடுப்பையே பற்ற வைக்காமல் ரொட்டியோ தோசையோ சுடுவதற்கு முயற்சி செய்வதைப் போன்றதாகும். அதில் வெற்றி கிடைக்குமா கிடைக்காதா என்று நான் சொல்ல வேண்டியதே இல்லை. மனத்தில் வறுமையை வைத்துக் கொண்டு செல்வந்தனாக முடியாது. மனத்தில் வெறுப்பை வைத்துக்கொண்டு காதல் செய்ய முடியாது.

புகழ்பெற்ற ஓவியர் பிகாசோ வீட்டில் ஏதோ ஒரு பொருள் திருட்டுப் போய்விட்டதாம். போலீஸ் வந்து விசாரித்தபோது பிகாசோ, ''என்னால் திருடனைப் பற்றி எதுவும் வார்த்தையால் சொல்ல முடியாது. ஆனால் திருடிக்கொண்டு போகும்போது அவனை நான் பார்த்தேன். வேண்டுமானால் வரைந்து தருகிறேன். அதை வைத்து அவனை பிடிக்க முயற்சி செய்யுங்கள்'' என்றாராம். அவர் வரைந்து கொடுத்த ஓவியத்தை வைத்து பலபேரைக் கைது செய்தார்களாம். மனிதர்களை மட்டுமல்ல. ஒரு ரோபோ மற்றும் ஃபிரான்ஸ் நாட்டு ஈஃபிள் டவரையும் கைது பண்ண வேண்டியிருந்ததாம்! இது உண்மையில் நடந்ததா என்று கேட்கக்கூடாது. பிகாசோவின் ஓவியங்கள் அவ்வளவு குழப்பத்தை ஏற்படுத்தக்கூடியவை என்ற விமர்சனமே இதில் உள்ள செய்தி.

இப்படித் தெளிவில்லாமல் குழப்பமாக இருந்தால் எந்த நம்பிக்கையாலும் பயன் இல்லை. உணர்ச்சியோடும் தெளிவான நம்பிக்கையோடும் ஆழ்மனத்திற்குள் அனுப்பப்படுகின்ற எண்ணங்கள் மட்டுமே வெற்றியாக நமக்குத் திரும்பிவரும்.

ஒருவகையில் பார்த்தால் நாமெல்லாம் வெண்ணெயை வைத்துக் கொண்டு நெய்க்கு அலைகின்ற ஜாதி இல்லை. நெய்யை வைத்துக் கொண்டே நெய்க்கு அலைபவர்கள்! நாம்தான் அலாவுதீன். இதுதான் அலாவுதீனின் அற்புத விளக்கு. இதைத் திரும்பத்திரும்ப தேய்ப்பதால் நிச்சயம் உள்ளே உள்ள வெற்றி எனும் 'ஜின்' புறப்பட்டு வெளியில் வரும். மிரிண்டா, பெப்ஸி போன்ற எந்த குளிர்பானத்தையும் குடித்து விட்டு மல்லாந்துவிடாது அது.

ஆசை எனும் பிரார்த்தனை

ஆசையினால்தான் எல்லாத் துன்பமும் வருகிறது. மனிதர்கள் ஆசையை விட்டொழிக்க வேண்டும் என்று புத்தர் சொன்னதாக ஒரு கதையை அடிக்கடி சொல்கிறார்கள் ஆசையின் எதிரிகள். புத்தர் எந்த மொழியில் பேசினார், அவர் என்ன வார்த்தை பயன்படுத்தினார், அதற்கு 'ஆசை' என்ற தமிழாக்கம் சரிதானா என்றெல்லாம் யாரும் கேட்பதில்லை. ஏதோ ஆசைப்படுவது ஒரு பாவச்செயல் மாதிரி புத்தருக்கு இவர்கள் விளக்கம் கொடுக்கிறார்கள். புத்தருக்கு மரியாதையாம். ஆனால் ஒரே ஒரு சிந்தனையாளன் சொன்னான், நாமெல்லாம் ஆசையை விட வேண்டும் என்பது புத்தரின் ஆசை என்று! அதுவும் ஒரு கவிதையில். அவன்தான் உண்மையைப் புரிந்து கொண்டவன். சரி, புத்தர் சொன்னது இருக்கட்டும். இப்போது நான் சொல்கிறேன் எழுதிவைத்துக் கொள்ளுங்கள். உங்கள் மனத்தில்தான் - ஆசையினால்தான் - எல்லா இன்பமும் வருகிறது.

என்ன ஆச்சரியமாக உள்ளதா? ஆச்சரியம், ஆனால் உண்மை. இந்த இடத்தில் ஒரு முக்கியமான விஷயத்தைச் சொல்லிவிடுகிறேன். எனக்கும் புத்தருக்கும் தனிப்பட்ட விரோதம் எதுவும் கிடையாது. பின்னே நான் ஏன் இப்படி அவர் சொன்னதை 'உல்ட்டா' பண்ணிச் சொல்கிறேன்? காரணம், நான் சொல்வது உண்மை. இரண்டாவது, புத்தரும் அப்படியெல்லாம் சொல்லவில்லை. எத்தனையோ விஷயங் களை நாம் தவறாகப் புரிந்துகொள்கிறோம். அதில் புத்தரும் ஒருவர். பிணி, மூப்பு, சாக்காடு போன்ற விஷயங்கள் எல்லா மனிதனுக்கும் வந்துதான் தீருமா, அதைப் போக்குவதற்கு, நீக்குவதற்கு வழியே இல்லையா என்று தெரிந்து கொள்ள வேண்டும் என்ற ஆசையினால் தானே புத்தர் ராஜ்ஜியம், அரண்மனை, மனைவி, மக்களை விட்டு வெளியேறி காட்டுக்குப் போனார்? சரி, இப்போது ஆசைக்கு வருவோம்.

எல்லா வார்த்தைகளுக்கும் சரியான விளக்கம் தேவைப்படுகிறது. இல்லையெனில் நம்மை வழிகெடுக்க வார்த்தைகளே போதும். ஆசை இல்லாவிட்டால் நமது வாழ்க்கையில் என்ன அர்த்தம் உள்ளது? மிருகங்கள் எல்லாம் உயிரோடு உள்ளன அல்லது செத்துப் போகின்றன. மனிதன் மட்டும்தான் வாழ்கிறான். காரணம் ஆசைதானே? எண்ணங்கள், கனவுகள், கற்பனைகள், குறிக்கோள் இதெல்லாம் ஆசைகளில்லாமல் வேறென்ன? புரிந்திருக்கும். இப்போது நமது வசதிக்காக ஆசைகளை இரண்டு வகையாகப் பிரிக்கலாம். ஒன்று சாதாரண ஆசை. இன்னொன்று பற்றி எரியும் அல்லது கொந்தளிக்கும் ஆசை. இந்த இரண்டாவதைப் பற்றித்தான் இங்கே பேசப்போகிறோம். காரணம் அதுதான் வெற்றியின் கங்கோத்ரி.

மனிதர்கள் எவ்வளவோ பிரார்த்தனைகள், வேண்டுதல்கள், நேர்ச்சைகள் செய்கிறார்கள். அந்த முறைகள், வகைகள் ஒன்றா இரண்டா? விரதங்கள், கன்னத்தில் போட்டுக் கொள்ளுதல், கண்ணீர் விடுதல், ஆலமரம் - அரசமரம் சுற்றுதல், நெருப்பில் நடத்தல், தேங்காய் உடைத்தல், உண்டியலில் காசு, நகை, தாலி முதலியவற்றைப் போடுதல், உருளுதல் (கோயிலைச் சுற்றி அங்கப் பிரதட்சணம் செய்வதைத்தான் சொல்கிறேன்), மண்டியிட்டு மெழுகுவர்த்தி ஏற்றுதல் அல்லது மெழுகுவர்த்தி ஏற்றிவிட்டு மண்டியிடுதல், சிலுவைக்குறி போட்டுக் கொள்ளல், அல்லேலுயா என்று கத்துதல், காவடி எடுத்தல், தலையில் பேட்டா, தொப்பி அல்லது கர்சீஃப் கட்டி, வஜ்ராசனத்தில் அமர்ந்து கையேந்தி கேட்டல், கூட்டமாக அமர்ந்து பாவங்களின் 'லிஸ்ட்'டை இறைவனுக்கு அனுப்பி மன்னிப்புக் கோருதல்... இப்படி சொல்லிக் கொண்டே போகலாம்.

ஆனால் இந்த மாதிரியான வேண்டுதல்கள், சம்பந்தப்பட்ட இறைவர்களின் காதுகளில் விழுகிறதா என்றால் இல்லை என்றும் சொல்ல முடியாது; ஆமாம் என்றும் சொல்ல முடியாது. விழலாம். விழாமலும் போகலாம். நூறு சதவிகிதம் இதில் வெற்றி கிடையாது என்று மட்டும் நிச்சயமாகச் சொல்லமுடியும். காரணம் இவையெல்லாம் சாதாரண ஆசைகள். கும்பலில் கோவிந்தாக்கள்.

அப்படியானால், நூறு சதவிகிதம், சந்தேகத்துக்கு இடமின்றி இறைவனை வளைத்துப் போடுவது எப்படி? நான் இங்கே இறைவன் என்று வெற்றியைத்தான் சொல்கிறேன். (நாத்திக நண்பர்கள் பெருமூச்சு விட்டுக் கொள்ளலாம்). அதற்கு ஒரு வழி உள்ளது. அதுதான் கொந்தளிக்கும் ஆசையை உண்டாக்கிக் கொள்வது. பிரார்த்தனை என்பது அதுதான். அதாவது உண்மையான பிரார்த்தனை. என்ன ஆச்சரியமாக உள்ளதா? ஆசைப்படாமல் வெற்றி பெற்ற ஒரேயொரு

மனிதனைக் காட்டுங்கள் பார்ப்போம். வெற்றி பெறுவதற்காவது ஆசைப்பட்டுத்தானே ஆகவேண்டும்?! டெண்டுல்கரைப் போய் நீங்கள் எப்படி இவ்வளவு சாதனை செய்கிறீர்கள் என்று கேட்டுப் பாருங்கள். உடனே அவர் '' என் சின்னவயசிலிருந்தே ஒரு ஆசை...'' என்று தான் தொடங்குவார். எல்லா சாதனையாளர்களின் கதையும் இதுதான்.

ஆசை என்றால் சாதாரண ஆசையல்ல. மின்னல் மாதிரி வெட்டிவிட்டுப் போகிற ஆசையல்ல. மேகங்களைப் போல கடந்து போய்க்கொண்டே இருக்கும் ஆசையல்ல. டிவி பார்த்துக் கொண்டிருப்போம். அமிதாப் பச்சன் கேட்கும் கேள்விக்கு பதில் சொல்ல முடியாமல் தவிக்கும் அந்த ஆளைப் பார்க்கும்போது அட, இவன் இடத்தில் நாம் இருந்தால் இந்நேரம் தூள்கிளப்பி இருப்போமே என்ற எண்ணம் வரும். நாமும் கலந்து கொண்டால் என்ன என்ற ஆசை வரும். அந்த புரோக்ராம் முடிந்து ''சித்தி'' அல்லது ''அண்ணாமலை'' ஆரம்பித்தவுடன் அந்த ஆசை ராதிகா மேல் இரக்கமாக மாறி காணாமல் போய்விடும்.

தெருவில் போய்க்கொண்டிருக்கும்போது யாராவது அழகான காரில் போவார்கள். அதைப் பார்த்தவுடன் நமக்கும் இந்த மாதிரி ஒரு கார் வேண்டும் என்று ஆசைவரும். அது அந்த கார் போன கொஞ்சநேரத்தில் போய்விடும். இதெற்கெல்லாம் ஆசை என்ற பெயரே பொருந்தாது. சரி, போனால் போகிறதென்று அந்தப் பெயரையே வைத்துக் கொண்டாலும் இவை கவைக்குதவாத சாதாரண ஆசைகள். பிரார்த்தனையாக மாறி பிரபஞ்ச மனத்தில் உறங்கிக் கொண்டிருக்கிற விஷ்ணுவை அல்லது அல்லாஹ்வை எழுப்புகிற சக்தி இல்லாதவை. சாதாரண ஆசைகள். துவண்டு போகும் ஆறிப்போன சாதா தோசை மாதிரி.

நாம் இங்கே பேசப்போவது இந்த சாதாக்களைப் பற்றி அல்ல. நம்முடைய ஆசை பற்றியெரியும் ஆசை. கொந்தளிக்கும் ஆசை. ஆங்கிலத்தில் இதை அழகாக burning desire என்கிறார்கள். நமக்கு இது பழக்கமில்லாதது. எனவே இது என்ன என்று முதலில் புரிந்துகொள்ள வேண்டும். சரி, என்னதான் இது? ஓர் ஆசை சாதாரண ஆசையா அல்லது பற்றி எரியும் ஆசையா என்று எப்படித் தெரிந்து கொள்வது? அதற்கு வழி இருக்கிறதா? இருக்கிறது. அதைத்தான் பார்க்கப் போகிறோம்.

கொந்தளிக்கும் ஆசை ஒருவனுக்கு வந்து விட்டால், அந்த ஆசை எந்தப் பொருளின்மீது அல்லது எந்த மனிதரின் அல்லது மனுஷியின்மீது வந்ததோ அதை அடைந்தே தீரவேண்டும் என்ற வெறி இருக்கும். அதை அடையாவிட்டால் வாழ்வே இல்லை. அதை அடைவதற்காகத்தான் வாழ்வே என்றிருக்கும். அதை அடைவதற்காக தூக்கம், பசி, எல்லாவற்றையும் மறக்கவும் இழக்கவும் தயார் என்ற நிலையிருக்கும். அதை அடைவதற்காக எந்தத் தியாகமும் செய்யத் தயார் என்பான்.

இப்படிப்பட்ட ஆசை கொண்டவனிடம் சில நிச்சயமான குணங்கள் இருக்கும்:

1. எதை நினைத்தாலும் பார்த்தாலும் கேட்டாலும் அனுபவித்தாலும் அதை தனது ஆசையோடு சம்பந்தப்படுத்தித்தான் நினைப்பான். அதாவது அவனுடைய லட்சியத்தோடு பின்னிப் பின்னித்தான் நினைக்க வரும். கடுமையான பசி கொண்டவனிடம் மூன்றும் இரண்டும் எத்தனை என்று கேட்டால் அவன் "ஐந்து இட்லி" என்று சொல்வதுபோல. ஒருவன் சிமெண்ட் தரையில் வழுக்கி விழுந்தால், அதைப் பார்க்கும் அவனுக்கு பெரிய பிசினஸ்மேன் ஆகவேண்டும் என்பது ஆசையானால், வழுக்கி விடாத சிமெண்ட் செய்வது எப்படி என்று யோசனை போகும். ஒரு புடைவையைப் பார்த்தால், இதை நம் காதலி உடுத்தினால் எப்படி இருக்கும் என்று நினைப்பான். அதாவது காதல் நிறைவேறுவதுதான் அவனது கொந்தளிக்கும் ஆசையாக இருக்கும் பட்சத்தில். ஒரு பேனாவைக் கொடுத்து எழுதச் சொன்னால் தனது ஆசை தொடர்பான எதையாவதுதான் எழுதுவான். அதாவது, தனது ஒட்டுமொத்த வாழ்க்கையையும் தனது ஆசை என்ற புள்ளியை நோக்கி குவித்துவிடுவான்.

2. தூங்கும்போது கனவு வரும். அதுதான் எல்லோருக்கும் நிறைய வருமே என்கிறீர்களா? சரிதான். இது வேறுமாதிரி கனவு. ஆசை சம்பந்தப்பட்ட கனவுகள். ஆசை நிறைவேறுவது மாதிரி, நிறைவேறாத மாதிரி இப்படியெல்லாம்.

3. சாப்பாடு, பொழுதுபோக்கில் நாட்டமிருக்காது. பேப்பர் படிப்பது, அரட்டை அடிப்பது, சினிமா, டி.வி. எல்லாம் குறையும்.

4. இரண்டு, மூன்று நாட்கள் இடைவெளியில் ஆசையை நிறை வேற்றுவது தொடர்பான புதுப்புது 'ஐடியா'க்கள் வந்து கொண்டிருக்கும். இவற்றை உடனுக்குடன் குறித்து வைத்துக்கொள்ள வேண்டும். இல்லையெனில் நூலறுந்த பட்டம் மாதிரி ஆகிவிடும். நேரம் செல்லச்செல்ல இந்த 'உதிப்பு'களைப் பிடிக்கவே முடியாது.

சுருக்கமாகச் சொன்னால், இந்த மாதிரி பற்றி எரியும் ஆசையுள்ள வனிடம் ஆண்டவன் வந்து உனக்கு என்ன வேண்டும் என்று கேட்டால், ஆத்மாநாம் கவிதை எழுதிய மாதிரி, "எதுவுமே கேட்கத் தோன்ற வில்லை" என்று இல்லாமல் உடனே பதில் சொல்ல முடியும். இதுதான் 'ஃபைனல் டெஸ்ட்' என்றுகூடச்சொல்லலாம். ஆண்டவன் வருவானா, இது என்ன ஆத்தா சீரியலா என்று கேட்கக்கூடாது. இது ஒரு நிபந்தனை. அல்லது விதி. ஆண்டவன் வந்து கேட்டால், நீங்கள் உடனே யோசிக்காமல் ஒரு பதிலைச் சொல்லமுடியுமா என்று உங்களை நீங்களே கேட்டுக்கொள்ளவும். ஒரேயொரு பதிலைச் சொல்லமுடியும்

என்றால், அதுவும் யோசிக்காமல் கேட்ட உடனே என்றால் நீங்கள் நிச்சயமாக கொந்தளிக்கும் ஆசை உள்ளவர்.

இப்படிப்பட்ட ஆசை என்பது வெறும் நம்பிக்கையோ, விருப்பமோ அல்ல என்பதைத் தெளிவாகப் புரிந்துகொள்ள வேண்டும். எல்லா வெற்றிகளின், சாதனைகளின் தொடக்கமும் இந்த பற்றி எரியும் ஆசைதான். மனிதன் ஆசைப்படாத எதுவுமே அவனுக்குக் கிடைக்காது. ஆசைப்பட்டதும் ஆசைப்படும் முறையில் படாவிட்டால் கிடைக்காது. சமயங்களில் நமது ஆசையே தவறாக அமைந்துவிடும். அப்படி ஆகிவிட்டால் அதன் பலனையும் நாம்தான் அனுபவிக்க வேண்டும். ஆஸ்கார் வொயில்டு என்ற எழுத்தாளர் அழகாகச் சொன்னார்: ''மனிதர்கள் இரண்டு விதங்களில் கஷ்டப்படுகிறார்கள். ஒன்று, அவர்கள் ஆசைப்பட்டது கிடைக்காமல் கஷ்டப்படுகிறார்கள். இன்னொன்று, ஆசைப்பட்டது கிடைத்ததால் கஷ்டப்படுகிறார்கள்!'' நாம் இப்படிப் பட்ட ஆசைகளைப் பற்றிப் பேசவில்லை.

கொன்சாலஸ் என்று ஒரு பாதிரியார் இருந்தார். அவர் தவறுகள் இல்லாத ஒரு கல்விக்கூடத்தை நிறுவ ஆசைப்பட்டார். அதற்கு அவருக்கு பத்து மில்லியன் டாலர்கள் தேவைப்பட்டன. ஒரு பாதிரியாரிடம் என்ன இருக்கும்? நீளமான ஒரு கவுன் இருக்கும். இரண்டு மூன்று சின்ன சிலுவைகள் இருக்கும். அவற்றை விற்றால் ஆயிரம் இந்திய ரூபாய்கள்கூட தேறாது. ஆனால் பத்து மில்லியன் டாலர் செலவில் ஒரு கல்விக்கூடம் அமைக்க அவர் ஆசைப்பட்டார். இது பேராசையாகத் தெரியவில்லையா? ஆம்.

ஆனால் அந்த ஆசையில் ஒரு சமூக அக்கறை இருந்தது. அதுமட்டு மல்ல. அந்த ஆசையை அவர் தனது பொருளாதார நிலையை கணக்கில் வைத்து கைவிட்டு விடவில்லை. ஒவ்வொரு நாள் இரவும் படுக்கைக்குச் செல்லும்போது அவர் அந்த ஆசையோடு படுத்தார். மறுநாள் கண் விழிக்கும்போது அந்த ஆசையோடு கண்விழித்தார். அது அவருடைய கொந்தளிக்கும் ஆசை. கிட்டத்தட்ட இரண்டு வருடங்கள் இந்த ஆசையை அவர் திரும்பத்திரும்ப நினைத்து நினைத்து செல்லம் கொடுத்து, கொஞ்சி, கட்டியணைத்து வளர்த்தார்.

கொந்தளிக்கும் ஆசையின் ஒரு குணம் என்னவெனில், ஒரு குறிப்பிட்ட காலம் சென்றவுடன் அது வெறும் நினைப்பு என்ற நிலையைத் தாண்டி அந்த ஆசையை நிறைவேற்றக்கூடிய சூழ்நிலையைக் கொண்டுவரக் கூடிய செயல்களை செய்வதற்குத் தூண்டிவிடும். பூமியைத் தோண்டிக் கொண்டே போனால் ஒரு குறிப்பிட்ட தூரம் போனவுடன் தண்ணீர் கிடைப்பது மாதிரி. அதாவது அந்த குறிப்பிட்ட காலஅவகாசத்துக்கு மேல் அந்த ஆசை கொண்டவனால் அவன் விரும்பினாலும் சும்மா

இருக்க முடியாது. செயல்படத் துவங்கிவிடுவான். நூறு டிகிரியில் தண்ணீர் தானாகவே கொதிக்கத் துவங்குவது மாதிரி. நெருப்பை கீழே எரிய வைத்துக்கொண்டே இருக்க வேண்டியதுதான் நம் வேலை. பிறகு அந்த அற்புதம் நிகழ்ந்துவிடும். நாம் அதற்கு சாட்சியாக இருந்தால் போதும்.

அந்த நேரம் கொன்சாலஸுக்கும் வந்தது. அவரும் செயலில் இறங்க ஆரம்பித்தார். என்ன செயல்? அவர் முடிவு செய்தார். அதாவது அவரை முடிவு செய்ய வைத்தது ஆசை. இனிமேல் வெறும் சிந்தனை போதாது. இந்த பத்து மில்லியன் டாலர் இன்னும் ஒரு வாரத்தில் வந்தாக வேண்டும். இதுதான் அவர் முடிவு. அதற்கு அவர் என்ன செய்தார்? ஒரு பாதிரியார் என்ன செய்ய முடியும்? தேவாலயத்தில் கூடும் கூட்டத்தினரிடம் சொற்பொழிவு நிகழ்த்த முடியும். அவரும் அதைத்தான் செய்ய முயன்றார். அவர் முடிவு செய்தார். ஒரு சொற் பொழிவு நிகழ்த்த வேண்டும். அதன் தலைப்பு ''என்னிடம் பத்து மில்லியன் டாலர் இருந்தால்''. அவ்வளவுதான். இந்தப் பேச்சைக் கேட்டு யாராவது அந்தப் பணத்தைத் தர முன்வரலாம். இது முதல் கட்ட முயற்சி.

அதற்கான சொற்பொழிவை அவர் தயார் செய்தார். சொற்பொழிவாற்ற மேடையில் ஏறியதும்தான் தெரிந்தது, சொற்பொழிவுக்கான குறிப்பு களை அவர் வீட்டிலேயே வைத்துவிட்டு வந்தது. அதனால் என்ன? உண்மையில் அதற்கான அவசியமே அவருக்கு இல்லை. அந்த சொற் பொழிவைத்தான் அவர் கடந்த இரண்டு வருடங்களாக தயார் செய்து கொண்டிருந்தாரே? தன் மனத்தில் இரண்டு வருடங்களாக இருந்ததை யெல்லாம் உருக்கமாக உணர்ச்சியோடு அவர் சொற்பொழிவாக்கிக் கொட்டினார். அவர் பேசி முடித்ததும் அவரிடம் ஒருவர் வந்தார். ''உங்கள் சொற்பொழிவைக் கேட்டேன். நீங்கள் ரொம்பத் தெளிவாக இருப்பதாக எனக்குப் படுகிறது. நாளைக் காலையில் எனது அலுவல கத்துக்கு வந்தால் உங்களுக்கு பத்து மில்லியன் டாலர் தரப்படும்'' என்று சொல்லி தனது முகவரியைக் கொடுத்துச் சென்றார் அந்தக் கோடீஸ்வரர். அவர் பெயர் ஆர்மர். முதலில் ஆர்மர் இன்ஸ்ட்டிட்யூட் ஆஃப் டெக்னாலஜி என்ற பெயரில் ஆரம்பிக்கப்பட்டது அந்தக் கல்லூரி. இன்று அமெரிக்காவின் புகழ்பெற்ற இல்லினாய்ஸ் இன்ஸ்டிடியூட் ஆஃப் டெக்னாலஜியின் வரலாறு இது! கொந்தளிக்கும் ஆசை கொடுத்த பரிசு!

இங்கு ஒரு முக்கியமான விஷயம் கவனிக்க வேண்டும். இந்த ஆசைப்பட்டவர் அந்த ஆசையை நிறைவேற்றுவதற்குரிய குறைந்தபட்ச பொருளாதார தகுதிகூட இல்லாதவர். இங்கே தகுதி பற்றி கொஞ்சம் பேசியாக வேண்டிய அவசியம் வந்துவிட்டது. தகுதி வந்தபிறகு

ஆசைப்பட வேண்டுமா அல்லது ஆசைப்பட்ட பிறகு தகுதி வருமா? இந்த கேள்விக்கு சரியான பதிலைக் கண்டாகவேண்டும். இதற்கு பதில், தகுதி பற்றி நாம் கவலைப்பட வேண்டியதே இல்லை. கொந்தளிக்கும் ஆசையை வளர்த்துக் கொண்டால் போதும் என்பதுதான். தகுதி பின்னால் தானாக வருமா என்றுதானே கேட்கிறீர்கள்? அதுதான் இல்லை.

ஒரு மனிதனுக்கு ஆசை வருகிறது என்றாலே அந்த ஆசையை அடைவதற்கான தகுதி இருக்கிறது என்றுதான் அர்த்தம். அதாவது தகுதி இருந்தால்தான் ஒரு மனிதனுக்கு ஆசையே வரும். சில பேருக்கு பெண்களைப் பார்க்கவே பயமாக இருக்கும். அவர்களுக்கு ஆண்மை இல்லாததுதான் காரணம். இப்படிப்பட்டவர்களை கூத்தாண்டவர்தான் காப்பாற்ற வேண்டும். இதையே கொஞ்சம் மாற்றிப் பார்ப்போம். ஒருவனுக்கு ஒரு பெண்ணின் மீது ஆசை வருகிறதென்றால் அந்தப் பெண்ணை அடைந்த பிறகுதான் அவனுக்கு ஆண்மை வரும் என்று சொல்லமுடியுமா? எவ்வளவு அபத்தம்? ஆண்மை இருந்தால்தானே பெண்ணின் மீது ஆசையே வரும்? பசி இருந்தால்தானே சாப்பிட வேண்டும் என்ற ஆசையே வரும்? விளங்கிவிட்டதா? உங்களுக்குக் கொந்தளிக்கும் ஆசை உள்ளது என்று நிரூபித்துக் காட்டிவிட்டாலே போதும். உங்களுக்குத் தகுதி உள்ளதென்றுதான் பொருள்.

சரி, ஒரு ஆசை கொந்தளிக்கும் ஆசையானவுடனேயே அது நிறைவேறி விடுமா? நிறைவேறும். ஆனால் இங்கே 'உடனே' என்பது ஒரு சார்புச்சொல்(relative term). அதன் பொருள் ஆளுக்கு ஆள் மாறுபடுகிறது. காலம் என்பதே அப்படித்தானே? காதலிக்காகக் காத்திருக்கும் ஒவ்வொரு நிமிடமும் ஒரு யுகம் போலத்தோன்றும். அவளோடு கழிக்கின்ற ஒவ்வொரு மணியும் ஒரு விநாடி போல் பறந்துவிடும் அல்லவா? ஐன்ஸ்டீன் கூட அப்படித்தானே காலத்தைப் பற்றிய தனது 'ரிலேட்டிவிட்டி தியரி'யை விளக்குகிறார்?!

இறைவனிடம் ஒருவன் கேட்டானாம். ''ஆண்டவனே, ஒரு கோடி ரூபாய் என்பது உன்னைப் பொறுத்தவரையில் எவ்வளவு?'' ஆண்டவன் சொன்னாராம், ''ஒரு ரூபாய்''. அடுத்து அவன் கேட்டான், ''ஆண்டவனே, ஒரு யுகம் என்பது உனக்கு எவ்வளவு காலம்?'' ஆண்டவன் சொன்னானாம். ''ஒரு நிமிடம்''. பக்தனுக்குப் புரிந்தது. அவன் ஆண்டவனிடம், ''இறைவா, எனக்கு ஒரு ரூபாய் கொடேன்'' என்றானாம். உடனே ஆண்டவன், ''இதோ ஒரு நிமிடத்தில்'' என்றானாம்!

திருக்குர்ஆனிலே ஒரு வசனம் வரும், ''வல்லாஹு ஹைருல் மாகிரீன்'' என்று. அதாவது, திட்டம் போடுபவர்களையெல்லாம் விட மேலான திட்டமிடுபவன் இறைவன்தான் என்ற அர்த்தத்தில். அதாவது மக்கர்

பண்ணுபவனையெல்லாம் விட டக்கராக மக்கர் பண்ணுபவன் அவன்தான் என்று பொருள். அதாவது இறைவனிடம் நமது பருப்பு வேகாது என்று அர்த்தம். காலத்தைப் பற்றிய இந்தக் கதையைக் கேட்டதும் அதுதான் நினைவுக்கு வருகிறது!

நமது ஆசைகள் எவ்வளவு பற்றி எரிவதாக இருந்தாலும் அது நிறைவேறுவதற்குரிய கால அவகாசம் தேவைப்படுகிறது. ஆசையின் தரத்தைப் பொறுத்தது அது. பூனைக்குட்டியை விரும்புகிறவர்கள் நாற்பது நாள் காத்திருந்தால் போதும். யானைக்குட்டியை விரும்புகிறவர்கள் பத்து வருடம் காத்திருக்கத்தான் வேண்டும். இந்த கால அவகாசம் கூட ஏன் தேவைப்படுகிறது என்றால் நமது ஆசை நமது வெளி மனத்தில் இருந்து உள்ளே இறங்கி ஆழ் மனம் வழியாக பிரபஞ்ச மனத்தில் பதிய வேண்டும். அப்போதுதான் அங்குள்ள ஆன்மிக சக்தி தூண்டப்பட்டு நாம் நினைத்தது நடக்கும்.

பிரபஞ்ச மனத்துக்கு ஒரு விஷயத்தை எப்படிக் கொண்டுபோவது? ஒன்றும் கஷ்டமில்லை. நம்முடைய ஆசையைப் பற்றி நினைக்கும் போதெல்லாம் சும்மா நினைக்காமல் அதை உணர்ச்சி கலந்து நினைக்க வேண்டும். அப்படீன்னா என்று நீங்கள் கேட்பது புரிகிறது. உணர்ச்சி என்றால் என்னன்னு தெரியாதா? காதல், காமம், பயம், கோபம், பொறாமை, நம்பிக்கை இதெல்லாம் உணர்ச்சிகள்தான். இவற்றில் எதிர்மறையான உணர்ச்சிகளை வெட்டிவிட்டு நேர்மறையானவற்றில் ஏதாவதொன்றை வைத்துக் கலந்து உள்ளே அனுப்ப வேண்டும். கசப்பு மாத்திரையை தேனில் அல்லது சீனியில் கலந்து விழுங்குவதுபோல.

ஆசை அதாவது குறிக்கோள் எனும் நூலில் கோர்க்கப்பட்ட பூக்களைப் போல நமது உணர்ச்சிகள் இருக்க வேண்டும். சும்மா கையில் ஒரு வாட்ச் கட்டுவதற்கும் பிறந்த நாள் பரிசாக காதலி கொடுத்ததைக் கட்டுவதற்கும் வித்தியாசமில்லையா? முன்னதற்கு விலை மட்டும்தான் உண்டு. பின்னதற்கு ஒரு மதிப்பும் உண்டு. அதாவது விலைமதிப்பில்லாதது என்ற மதிப்பு. இவ்வளவு மதிப்பு எப்படி வந்தது? காதல்தான். ஒரு உணர்ச்சி கலந்ததால் அது எங்கோ போய்விட்டது. இதே 'லாஜிக்'தான் பிரபஞ்ச மனத்துக்கும்.

எல்லா உணர்ச்சிகளும் ரொம்ப ஈசியாக ஆழ்மனதிற்குள் செல்லும். உண்மையில் உணர்ச்சிகள் அங்கேதான் குடியிருக்கின்றன. புதுமைப் பித்தன் ''காஞ்சனை'' என்று ஒரு பேய்க்கதை எழுதினார். அவரிடம் உங்களுக்கு பேய் நம்பிக்கை உண்டா என்று கேட்டபோது அவர் சொன்னாராம். பேய் இருக்கிறதோ இல்லையோ பயம் இருக்கிறது என்று. உண்மை. பேய் இல்லை என்று உங்கள் வெளிமனது நம்பினாலும் உங்கள் ஆழ்மனத்தில் பயம் விதைக்கப்பட்டிருந்தால்

நீங்கள் சிக்மண்ட் ஃப்ராய்டு மாதிரி எவ்வளவு பெரியஅறிவு ஜீவியாக இருந்தாலும் சரி, அல்லது பேயோட்டுபவராகவே தொழில் புரிந்தாலும் சரி, பேயை மட்டும்தான் ஓட்டலாம். ஆனால் உங்களால் பயத்தை ஓட்ட முடியாது. காரணம், ‘‘அங்கெ போவாதே, பூச்சாண்டி இருக்கான்’’ என்று திரும்பத் திரும்பச் சொல்லியே, பயம் உங்கள் ஆழ் மனத்தில் சிறுவயதிலேயே விதைக்கப்பட்டு விட்டது. அதை வெளிமனத்தில் உள்ள அறிவென்னும் மட்டமான ரப்பர் கொண்டு அழிக்கவே முடியாது.

எப்படி திரும்பத் திரும்ப ஒரு பொய், பூச்சாண்டி பொய்தான் - சொல்லப் பட்டு- உணர்ச்சியோடு பயம் காட்டிய அம்மாவின் அல்லது அக்காவின் உணர்ச்சிதான் கலந்து நம் ஆழ் மனத்தில் விதைக்கப்பட்டதோ அதே உத்தியைப் பயன்படுத்தி நாமும் வேண்டுமென்றே நமது ஆசைகளை உணர்ச்சி கலந்து உள்ளே அனுப்ப வேண்டும். திரும்பத் திரும்ப. அது விரைவிலேயே ஆழ்மனத்தை அடைந்து அதன் வழியாக பிரபஞ்ச மனத்தில் பதிவாகிவிடும். அதன்பிறகு ஒரு ரிமோட் கண்ட்ரோலில் இயங்கும் ஒரு ‘ரோபோ’ மாதிரி நீங்கள் காரியத்தில் இறங்கிவிடுவீர்கள். வெற்றி கிடைக்கும் வரை ஓயமாட்டீர்கள்.

இப்படிப்பட்ட ஆசைதான் பிரார்த்தனை. எந்தப் பிரார்த்தனை நிறை வேறுமோ அதற்குப் பெயர்தான் கொந்தளிக்கும் ஆசை. சில விதிகளை சரியாகப் பின்பற்றி ஆசையை வளர்த்தோமெனில் நிச்சயமாக அது நிறைவேறும். இதனால்தானோ என்னவோ வள்ளுவர்கூட ‘‘தெய்வத் தால் ஆகாதெனினும் முயற்சி தன் மெய்வருத்தக் கூலிதரும்’’ என்று கூறினார். அவர் முயற்சி என்று சொன்னது பற்றி எரியும் ஆசையைத் தான்.

இங்கே முத்தாய்ப்பாக சில கேள்விகளுக்கு விடை சொல்ல வேண்டியுள்ளது. முதலில், இந்த அத்தியாயத்தின் ஆரம்பத்தில் கொந்தளிக்கும் ஆசையை விவரித்தபோது சிலருக்கு இந்தச் சந்தேகம் தோன்றியிருக்கலாம். அதாவது காதல் வயப்பட்ட ஒருவன் கிட்டத் தட்ட இப்படித்தான் இருக்கிறான். அதாவது அவளை அடைந்தே ஆகவேண்டும் என்ற கொந்தளிக்கும் ஆசை கொண்டவனாக, ஊன்-உறக்கம் அற்றவனாக, அவள்தான் எல்லாமுமாக இருக்கிறான். காதல் என்பதே உணர்ச்சிகளின் ராணி என்பதால் உணர்ச்சி கலப்பதைப் பற்றிப் பேச வேண்டியதே இல்லை. இருந்தும் எல்லாக் காதல்களும் வெற்றியடைவதில்லையே ஏன் என்ற கேள்வி வரும். நியாயம்தான்.

ஒருவன், ஒருத்தியை விரும்புகிறான். அவளும் அவனை விரும்புகிறாள். இருவர் குடும்பங்களும் விரும்புகின்றன என்றால் இது வெறும் காதல்தானே தவிர, கொந்தளிக்கும் ஆசையாக மாறுவதற்குரிய

சாத்தியக்கூறுகள் எதுவுமில்லாத ஒரு உப்புச்சப்பில்லாத விஷயம். இந்தக் காதல் கல்யாணத்தில் முடிவதை ஒரு வெற்றி என்று வர்ணிப்பது பொருத்தமாகாது.

இரண்டு பேருக்கும் காதல் உள்ளது. ஆனால் எதிர்ப்பு உள்ளது. அதாவது ஒரு சவால் உள்ளது எனும்போதுதான் வெற்றி அடைய வேண்டும் என்ற எண்ணமே வரும். இப்படிப்பட்ட சூழ்நிலைகளில்தான் வெற்றியோ, தோல்வியோ சாத்தியமாகிறது. இந்த இடத்தில்தான் ஆசை கொந்தளிப்பதாக இருந்தும் ஏன் தோற்கிறது என்ற கேள்வி கேட்க முடியும். எனவே உங்கள் சந்தேகத்தை இந்த மாதிரி கட்டத்தில் கேட்கப்பட்டதாகவே வைத்துக்கொண்டு பதிலைப் பார்ப்போம்.

எந்த ஒரு விஷயத்திலும் வெற்றியடைவதற்கு வெற்றியின் விதிகளைப் பின்பற்றினால் மட்டும் போதாது. தோல்வியின் எந்த விதியையும் பின்பற்றாமல் இருக்க வேண்டும். தோல்வியின் விதிகளில் ஒன்று டென்ஷன் ஆவது. இன்று தொலைபேசியில் பேசுகிறேன் என்று சொன்னவள் பேசவில்லையென்றால் அதற்காக டென்ஷன் ஆகி, செய்ய வேண்டிய காரியத்தைச் செய்யாமல் அந்தக் காதலன் அதை ஒத்திப்போடுவான் என்றால் அவன் காதல் வெற்றியடைவதில் ஒரு சின்ன சுவரை அவனே ஏற்படுத்துகிறான் என்று அர்த்தம். இது எப்படி என்கிறீர்களா? அப்படித்தான்.

காதல் என்பது மனசு முழுவதும் ஆக்கிரமித்துக்கொண்டு ஒரு சின்ன ஏமாற்றத்தைக் கூட தாங்கமுடியாமல் டென்ஷன் ஆகிறதென்றால், வேறு வேலை எதையும் செய்ய முடியவில்லை என்றால் அந்தக் காதல் ஜெயிக்காது என்று அர்த்தம். தோல்வியைத் தாங்கமுடியாத மனது வெற்றியையும் தாங்காது. இதுதான் விதி. அப்போது என்ன செய்ய வேண்டும்? அவள் ஃபோன் பேசினாலும் சரி, பேசாவிட்டாலும் சரி, ஏற்கெனவே திட்டமிட்டபடி காரியங்களை முழுமனதோடு நிறை வேற்றிக் கொண்டிருக்க வேண்டும். அப்படி இருக்க முடிகிறவன்தான் வெற்றியாளன். இவன்தான் 'சிமிலாரிட்டி சயின்ஸ் டெஸ்ட்'டில் பாஸ் பண்ணுபவன் (இது பற்றி இன்னொரு அத்தியாயத்தில் விரிவாகப் பார்க்கிறோம்).

அடுத்தது. அவ்வப்போது எதிர்மறை உணர்ச்சிகளுக்கு இடம் கொடுப்பது. அதாவது ஒரு பத்து நாள் காதல் ஜெயிக்கும் என்று நினைப்பான். பதினோராவது நாள் ஏதாவது சின்னதாக எதிர்பாராதது நடந்தால் ஒருவேளை காதல் நிறைவேறாமல் போய்விடுமோ என்று ஒரு கணம் தோன்றும். ஒரு கணம்தான். ஆனால் எதிர்மறை எண்ணங்களுக்கு ஒரு கணம் போதும். அது ரொம்ப ஆழமாக - நமக்கே தெரியாமல் -

ஆழ்மனத்தில் இறங்கி வேலை செய்ய ஆரம்பித்துவிடும். இப்படி நினைக்கின்ற எந்தக் காரியமும் வெற்றி பெறாது.

மனத்தை ஆக்கிரமித்துக் கொண்டிருந்த எண்ணம் களைப்படையும்போது இழையோடிக்கொண்டிருந்த எண்ணம் வேலை செய்யும். அதாவது ஓய்வு கிடைக்கும்போது அது சக்திமிக்கதாகி விடுகிறது. ஒருமாதம் தண்ணீர் ஊற்றி வளர்த்த இளம் பயிரை ஒரே நாளில் ஒரு சில நிமிடங்களில் ஆடு வந்து தின்றுவிட்டுப் போவது மாதிரி. இந்த மாதிரி எதிர்மறை உணர்ச்சிகளான பயம், சந்தேகம் போன்ற ஆடுகளையும் மாடுகளையும் அவ்வப்போது உள்ளே விட்டுக் கொண்டிருந்தால் நமது வெற்றியின் பயிரை அவை நமக்கே தெரியாமல் கபளீகரம் செய்துவிடும். வளர்ந்து மரமான பிறகு எத்தனை ஆடுமாடுகளை வேண்டுமானாலும் மரத்தின் கீழே படுத்துறங்க அனுமதிக்கலாம். அது வேறு விஷயம்.

மனிதனையும் மிருகத்தையும் பிரிக்கின்ற முக்கியமான கோடு ஆசைதான். ஒரு நாய் நாயாகவே பிறந்து, நாயாகவே வளர்ந்து, நாயாகவே மடிகிறது. (நாய் மட்டுமல்ல. எல்லா மிருகமும் அதாகவே பிறந்து அதாகவே மடிகிறது). ஆனால் மனிதன் மட்டும்தான் குழந்தையாக பிறந்து வளர்கிறான். நான் உடல் வளர்ச்சியை குறிப்பிடவில்லை. அதுதான் நாய்க்கும் உள்ளதே. அதல்ல. ஒரு நாயின் குணம் அது குட்டியாக இருந்தபோது எப்படி இருக்கிறதோ அதேதான் அது சாகும்வரை. நாய் நாயாக வாழ்வது என்றால் அதுதான் அர்த்தம். ஆனால் மனிதன் மட்டும்தான் மனிதனுக்குரிய குணங்களை மீறி அதற்கும் மேல் போகமுடியும். குறிக்கோள், வெற்றி, சாதனை இவையெல்லாம், மனமாற்றங்கள் எல்லாம் ஒரு மிருகத்துக்கு சாத்தியமில்லை. அது மனிதனுக்கு மட்டும்தான் சொந்தம். அதற்கு அடிப்படை ஆசையன்றி வேறென்ன?

எனவே ஆசைப்படுங்கள். எப்படி அது உங்களை வெற்றிக்கு இட்டுச் செல்கிறது என்று பாருங்கள். ஆசை என்றால் சின்னச்சின்ன ஆசையல்ல. பெரிய பெரிய ஆசை. பெரிய ஆசை என்பது வேறு. பேராசை என்பது வேறு. பேராசை என்றால் தகுதி இல்லாமல் ஆசை மட்டும் படுவது என்று பொருள். கொஞ்சம் பணம், ஒரு வீடு, கொஞ்சம் சம்பளம் போதுமென்று எத்தனையோ பேர் வாழ்ந்து கொண்டிருக் கிறார்கள். ஆசைப்படத்தெரியாமல். பாவம்.

இப்படித் திருப்திப்படுகின்ற குணம் வெற்றிக்கு எதிரானது. முன்னேற்றத்தின் பகைவன் அது. இருக்கின்ற நிலையில் திருப்தி கொள்ளாதவர்கள்தான் மேலே மேலே போகின்றார்கள். அவர்களால்தான் மேலே போகமுடியும். ஆசை எனும் நெருப்பு பற்றி எரியும்போதுதான் வாழ்க்கை ராக்கெட் மேலே போகும். ஒரு ராக்கெட் மேலே மேலே

போவதற்கு என்ன விதியோ அதேவிதிதான், அதே விஞ்ஞானம்தான் வாழ்க்கையில் முன்னேறுவதற்கும். போதும் என்ற மனம் வறுமை செய்யும் மருந்து. ஒருவன் ஏழையாக இருக்கிறான் என்றால் அதன் அர்த்தம் அவனுக்குள்ளே பெரிதாக ஏதும் ஆசைகள் இல்லை என்று அர்த்தம். அப்படியே இருந்தாலும் அதை ஊதி எரியவைக்கும் வழி அவனுக்குத் தெரியவில்லை. சாதிக்க வேண்டும், வெற்றி வேண்டும் என்று விரும்புபவர்கள் ஆசைப்பட்டே ஆகவேண்டும்.

எனவே ஆசையைப் பொறுத்தவரை நாம் ராட்சதர்களாக இருப்பதில் தவறே இல்லை. அதுதான் சரியும்கூட. கவிதை எழுத வேண்டும் என்று ஆசை வந்தபிறகு ஹைக்கூ மட்டும்தான் எழுத வேண்டுமா? ஏன் காவியமே படைத்தால் என்ன?

கம்பன்கூட இராமாயண காவியத்தை ஆசையால்தான் எழுத முடிந்தது என்கிறான். அதுவும் எப்படி? ஒரு சாதாரண பூனை பாற்கடலை நக்கிக் குடிக்கவேண்டும் என்று ஆசைப்பட்ட மாதிரியாம். ஆனால் அந்த ஆசையும் நிறைவேறிவிட்டது. ஏனெனில் அது அவனது கொந்தளிக்கும் ஆசை:

ஓசை பெற்றுயர் பாற்கடல் உற்றொரு

பூசை, முற்றவும் நக்குபு புக்கென,

ஆசை பற்றி அரையலுற்றேன் மற்றிக்

காசில் கொற்றத்து இராமன் கதையரோ *(பாலகாண்டம் 1 : 4)*

கடைசியில் கொசுறாக ஒரு செய்தி. சாதாரண ஆசையையும் பற்றி எரியும் ஆசையாக மாற்றலாம். அதற்கு இரண்டு வழிகள் உண்டு. ஒன்று அதையே திரும்பத்திரும்ப நினைப்பதுதான். இரண்டு, படுக்கப்போகும்போது, அதாவது தூங்கப்போகும்போது உள்ள கடைசி எண்ணம், தூங்கி கண்விழிக்கும்போது முதல் எண்ணமாக வரவேண்டும். இந்த இடத்திலும் நீங்கள் தப்பாகப் புரிந்து கொள்ளும் வாய்ப்பு உண்டு. கடைசி எண்ணம் என்றால் உதாரணமாக நீங்கள் இன்று படுக்கப்போகும்போது நாளைக்கு ஒரு ஆளைப்பார்க்க வேண்டும் என்று நினைக்கிறீர்கள். அதே நினைப்புடன் காலையில் விழிக்கவேண்டுமா என்று கேட்டால் அதன் பதில் ஆமாம் என்பதும் இல்லையென்பதும். கடைசி எண்ணம் முதல் எண்ணமாக வருவது என்ற விதிப்படி இது சரி. ஆனால் அது உங்கள் வாழ்வின் லட்சியமா என்றால் அல்ல எனில், நான் சொல்வதன் அர்த்தம் இதுவல்ல.

The scorpion was stung by the mother என்ற வாக்கியத்தில் இலக்கணப்பிழை எதுவும் இல்லை. ஆனால் என்ன, அம்மாவை தேள் கொட்டிவிட்டது

என்பதற்குப் பதிலாக அம்மா, தேளைக் கொட்டிவிட்டாள் என்று இருக்கிறது! நான் சொல்வதை இப்படிப் புரிந்துகொண்டுவிடக்கூடாது. உங்களுடைய ஆசையை கடைசி எண்ணமாக வையுங்கள். அந்த ஆசையின் எண்ணத்திலேயே உங்கள் நாள் தொடங்கட்டும். இப்படிச் செய்வதால் உங்கள் சாதாரண ஆசை நாளடைவில் கொந்தளிக்கும் ஆசையாக மாறிவிடும்.

எனவே ஆசைப்படுங்கள். ஆசைப்பட்டுக்கொண்டே இருங்கள். அல்லும் பகலும். இருபத்தி நாலு மணி நேரமும். ஏனெனில் எண்ணி விட்டோம் என்றாலே சக்தியை அனுப்பிவிட்டோம் என்றுதான் பொருள்.

மூன்றாவது மனிதன்

நாம் ஒரு மனிதன்தான் என்றாலும் உண்மையில் நாம் ஒரு மனிதன் இல்லை. பயப்பட வேண்டாம். இங்கே 'ஒரு' என்ற வார்த்தைக்கு கொஞ்சம் அழுத்தம் கொடுத்துப் படிக்க வேண்டும். அவ்வளவுதான்! பார்ப்பதற்குத்தான் ஒரு மனிதன் மாதிரி தெரிகிறோம் நாம். பல நேரங்களில், பல்வேறு சூழ்நிலைகளில் அவற்றுக்குத் தகுந்த மாதிரி நாம் மாறிக் கொள்கிறோம். இப்படி மாறி இருக்கிறோம் என்பதை உணராமலேயே. ''நீங்கள் ஒரு மனிதன் இல்லை. நீங்கள் ஒரு கும்பல்'' என்கிறார் ஃபரீதுத்தீன் அத்தார் என்ற ஞானி! இது கொஞ்சம் அதிகமாகத் தெரியலாம். ஆனால் ஆராய்ந்து பார்த்தால், அதாவது சிந்தித்துப் பார்த்தால் இது உண்மைதான் என்று தெரியும். சரி, இதற்கும் வாழ்வில் வெற்றி அடைவதற்கும் என்ன சம்பந்தம் என்றுதானே கேட்கிறீர்கள்? இருக்கிறது. இன்னும் சற்று நேரம் கழித்து அந்த விஷயத்துக்கு வரலாம். முதலில் நாம் ஒரு மனிதனா அல்லது ஒரு கும்பலா என்பதற்கு வருவோம்.

கொஞ்சம் எளிமையாகச் சொல்வதானால் நாம் மூன்று மனிதர்களாக இருக்கிறோம் என்று சொல்லலாம்.

1. நம்மை யாராக நாம் நினைத்துக் கொண்டிருக்கிறோமோ அந்த மனிதன்.

2. நம்மை அடுத்தவன் யார் என்று நினைத்துக் கொண்டிருக்கிறானோ அந்த மனிதன்.

3. உண்மையில் நாம் யாராக இருக்கிறோமோ அந்த மனிதன்.

ஓர் உதாரணம். பாத்ரூமுக்குள் இருக்கும்போது மிகவும் சுதந்திரமான மனிதனாக இருக்கிறோம். உள்ளே விசிலடிக்கிறோம், பாட்டுப் பாடுகிறோம், டான்ஸ் ஆடுகிறோம், கண்ணாடியில் - கண்ணாடி

இருந்தால் - நம் முகத்தைப் பார்த்துச் சிரிக்கிறோம், ரசிக்கிறோம், முடியைச் சரிசெய்து கொள்கிறோம், ரஜினி ஸ்டைல் செய்து பார்க்கிறோம், இன்னும் என்னென்னவோ செய்கிறோம். அப்போ தெல்லாம் நமது வயதோ, தொழிலோ, உறவு முறைகளோ எதுவும் நம்மைக் கட்டுப்படுத்துவதில்லை.

ஆனால் பாத்ரூமை விட்டு வெளியில் வந்தாலோ, அல்லது யாரோ எட்டிப் பார்க்கிறார்கள் என்று சந்தேகப்பட்டாலோ உடனே நாம் மாறிவிடுகிறோம். சுதந்திரம் இழந்த மனிதனாக 'சீரியஸ்' ஆன முகம் கொண்டவர்களாக உடனே அவதாரம் எடுக்கிறோம். நமது சிரிப்பும், பாட்டும், பரதமும், சுதந்திரமும் போய்விடுகிறது. அப்போது நாம் முன்னிருந்த மனிதனல்ல. வேறு ஒரு மனிதன். அது வேறு ஒரு முகம். அந்த புதிய முகத்தைப் போட்டுக் கொண்டுதான் நாம் பாத்ரூமிலிருந்து வெளியே வருகிறோம்.

இப்படியே மாற்றி மாற்றி பல்வேறு முகங்களை பல்வேறு சூழ்நிலை களில் நாம் அணிகிறோம். நமது வாழ்வே அடுத்தவருக்கானதாக, பயங்கள் அடங்கியதாக மாறிப்போகிறது. நமது எஜமானனைப் பார்க்கும்போது நமது முகம் வேறு. நமது வீட்டு வேலைக்காரனைப் பார்க்கும்போது நமது முகம் வேறு. எஜமானனைப் பார்க்கும்போது நாம் வேலைக்காரனுடைய முகத்தையும் வேலைக்காரனைப் பார்க்கும் போது ஓர் அதிகாரியுடைய முகத்தையும் நாம் அணிந்துகொள்கிறோம்.

ஒரு நாள் ஒரு டாக்டர் தன் நோயாளியைப் பார்த்து ''மருத்துவ வரலாற்றிலேயே முதல் முறையாக இப்போதுதான் ஓர் ஆண்மகன் கர்ப்பமாகியுள்ளான். நீ சரித்திரம் படைக்கப் போகிறாய்'' என்றாராம். அதற்கு அந்த 'ஆண்'மகன் ''அய்யய்யோ, என்ன டாக்டர் இது, என் பக்கத்து வீட்டுக்காரர்களெல்லாம் என்ன நினைத்துக் கொள்வார்கள்? எனக்கு இன்னும் கல்யாணம்கூட ஆகவில்லையே'' என்றானாம்! அவன் கவலை அடுத்தவன் என்ன நினைப்பான் என்பதில் இருக்கிறது! நம்முடைய ஒட்டுமொத்த வாழ்க்கையும் கிட்டத்தட்ட இப்படித்தான் இருக்கிறது.

இது தவறா? எல்லா சூழ்நிலைகளிலும் ஒரே மாதிரியாகத்தான் இருக்க வேண்டுமா? என்றால் அப்படியல்ல. சுயமுன்னேற்றத்திற்கான பாதையில் செல்ல விரும்பும் ஒருவன் முதலில் தன் உண்மையான முகம் எது என்று தெரிந்துகொள்ள வேண்டும். ஏன்? 'ஒரிஜினல்'தான் வளரும். உண்மையான முகத்தில்தான் உயிர் உள்ளது. உயிர் உள்ளதுதான் வளரும்.

உலகப் புகழ்பெற்ற நவீன ஓவியரான பிகாஸோவிடம் ஒருவர் வந்து தான் ஒரு லட்சம் டாலருக்கு வாங்கியிருந்த பிகாஸோவின் ஓர்

ஓவியத்தைக் காட்டி அது ஒரிஜினலா என்று கேட்டார். பிகாஸோ அதைப் பார்த்துவிட்டு அது ஒரிஜினல் அல்ல, காப்பி என்றதும் வாங்கியவர் அதிர்ந்துவிட்டாராம். பிகாஸோவின் மனைவியே வந்து ''இது நீங்கள் வரைந்ததுதான்'' என்றாளாம். பிகாஸோ சொன்னாராம், ''இது நான் வரைந்ததுதான். ஆனால் ஒரிஜினல் அல்ல. என்னுடைய பழைய ஓவியம் ஒன்றைப் பார்த்து நானே மறுபடி வரைந்தது. முதல்தான் ஒரிஜினல். இது நானே வரைந்திருந்தாலும் காப்பி தான்'' என்றாராம்!

பிகாஸோ வேண்டுமானால் எது ஒரிஜினல், எது நகல் என்று கண்டு பிடிக்கலாம். ஆனால் நம் உண்மையான முகத்தை நாம் கண்டுபிடிப்பது சுலபமல்ல. ஏனெனில் முகமூடிகளை அணிந்து அணிந்து நாம் நம் உண்மையான முகத்தை மறந்துவிட்டிருக்கிறோம். நமது உண்மையான முகத்தைச் சந்திக்க நேரும்போது அதுதான் நம் உண்மை என்று அடையாளம் காண முடியாதபடி நாம் வாழ்ந்து பழக்கப்பட்டு விட்டோம். இதனால்தான் அந்தக்கால ஞானிகள் எல்லோருமே 'உன்னை அறிந்துகொள்' என்று கூறினார்கள். 'நீ நீயாக இரு' என்று மார்கஸ் அரேலியஸ் சொன்னார். ''உன்னைப்பற்றி அறிந்து கொள். அது உனக்குப் போதுமானது'' என்று நபிகள் நாயகம் சொன்னார்.

நமது உண்மையான முகத்தைக் காணவேண்டுமென்றால் நாம் நமது பிறப்புக்கு முன்போ அல்லது இறப்புக்குப் பின்னாலோதான் போக வேண்டுமாம்! ஜென் ஞானிகள் கூறுகிறார்கள்! அந்த அளவுக்கு நம்முடைய வாழ்வு போலியானதாக மாறிவிட்டிருக்கிறது. போலி களை வைத்து நாம் அடைகின்ற 'வெற்றி'களும் போலிகளாகத்தான் இருக்கும். உண்மையான வெற்றியைப் பெற நம்மைப் பற்றிய உண்மையை முதலில் நாம் கண்டுபிடிக்க வேண்டும்.

இன்று personality development பற்றி அதிகம் பேசுகிறார்கள். அது தவறு என்று சொல்லவரவில்லை. ஆனால் 'பெர்சனாலிட்டி' என்றாலே 'பொய்முகம்' என்றுதான் அர்த்தம் என்று எத்தனைபேர் அறிவார்கள்? அந்தக்கால கிரேக்க நாடகத்தில் முகத்தைக் காட்டாமல் முகத்துக்கு முகமூடி போட்டுக்கொண்டு நடிப்பார்களாம். அந்த முகமூடிகளுக்குப் பெயர் 'பெர்சோனா'. அதிலிருந்துதான் 'பெர்சனாலிட்டி' என்ற வார்த்தையும் வருகிறது! பொய் முகங்களை வளர்ப்பது எப்படி என்பதில் இக்காலத்தில் பயிற்சியும் பட்டமும்கூட பெறுகிறார்கள்! நமது உண்மையான முகத்தைக் கண்டுகொள்வதில் இருந்து இத்தகைய பயிற்சிகள் நம்மை தூரமாகக் கொண்டுபோய்விடக்கூடாது என்பதுதான் நமது கவலை.

ஒருமுறை ஒரு மனநோய் மருத்துவமனைக்கு வின்ஸ்டன் சர்ச்சில் விஜயம் செய்தாராம். எப்போதும்போல தனது கோட் மற்றும் ஹவானா

சுருட்டுடன்தான். அங்கே அப்போது குணமடைந்திருந்த சில முன்னாள் பைத்தியங்கள் நின்று கொண்டிருந்தனவாம். அதில் ஒன்று சர்ச்சிலைக் காண்பித்து அவர் யார் என்று கேட்டதாம். அதற்கு மற்றவர்கள், 'சர்ச்சில், சர்ச்சில்' என்றார்களாம். உடனே அந்த முன்னாள், சர்ச்சிலிடம் சென்று, 'நீ ஒன்றும் கவலைப்படாதே, சீக்கிரமே குணமாகி விடும். நான்கூட இங்கே வரும்போது என்னை ஆபிரஹாம் லிங்கன் என்றுதான் நினைத்துக் கொண்டிருந்தேன்' என்றதாம்!

நம்முடைய நிலையும் அந்த முன்னாள்களின் நிலையிலிருந்து அதிகமாக வேறுபட்டதல்ல. அவர்கள் 'முன்னாள்' என்றால் நாம் 'இன்னாள்!' நம்மை யாரென்று தெரிந்து கொள்ளாத, நம்மை வேறு யார் யாராகவோ எண்ணிக் கொள்கிற பைத்தியங்களாகத்தான் நாம் வாழ்ந்து கொண்டிருக்கிறோம். நம்முடைய புன்னகையும், ஏன் நம்முடைய கண்ணீரும்கூட பொய்யானதாக உள்ளது. 'திருடர்கள் எப்போதுமே திருட்டுக்கு எதிராகத்தான் இருப்பார்கள்' என்கிறார் பெர்ட்ரண்ட் ரஸ்ஸல். காரணம் மற்றவர்கள் திருடாமல் இருந்தால்தானே அவர்கள் திருடமுடியும்? நாம் அடுத்தவருக்கு உபதேசங்களை அள்ளி வழங்குமுன் இதைக் கொஞ்சம் எண்ணிப் பார்க்கலாம்.

புத்தர் சொன்னாராம்: 'என்னை எங்கிருந்து வேண்டுமானாலும் சுவைத்துப் பாருங்கள். இந்தப்பக்கமிருந்து, அந்தப்பக்கமிருந்து, நான் தூங்கும்போது, விழித்திருக்கும்போது, அவமானப்படும்போது, புகழப்படும்போது, எல்லா நேரத்திலும் என்னை சுவைத்துப் பாருங்கள். கடலின் சுவை போல என் சுவையும் எப்போதும் ஒரே மாதிரியாகத்தான் இருக்கும்.' ஆனால் நமக்கோ வலப்பக்கம் ஒருசுவை, இடப்பக்கம் வேறொரு சுவையாக உள்ளது. ம்ஹூம், இதுகூடச் சரியில்லை. நம்முடைய வலப்பக்கத்திலேயே அறுசுவையையும் அறிந்து கொள்ளலாம்! ஆம். இதுதான் சரி. அந்த அளவுக்கு நாம் நம்முடைய உண்மையான சுவையை, உண்மையான முகத்தை இழந்து நிற்கிறோம்.

இதற்கு என்ன காரணம்? ரொம்ப சிம்பிள். நாம் நமக்காக வாழாமல், அடுத்தவருக்காக வாழ்வதும், அடுத்தவர்போல வாழ முயல்வதும், போலியாக வாழ்வதும்தான். இந்த போலித்தனங்கள் ஒருகட்டத்தில் வெளிப்படாமல் இருக்காது.

ஒரு கணவனும் மனைவியும் போய்க்கொண்டிருந்த ஒரு பிரயாணத்தில் பயங்கர விபத்து ஏற்பட்டு, கணவனுக்கு பலமான அடிபட்டதாம். ஸ்ட்ரெச்சரில் வைத்து இறந்தவர்களையெல்லாம் கொண்டு போய்க் கொண்டிருந்தார்களாம். கணவனின் உடலைப் பார்த்த மனைவி, டாக்டரிடம், 'இவர் இறந்துவிட்டாரா, சரியாகப் பார்த்துச்

சொல்லுங்கள்' என்றாளாம். டாக்டரும் பரிசோதித்துவிட்டு, 'அப்படித் தான் நினைக்கிறேன்' என்றாராம். உடனே கணவன் ஸ்ட்ரெச்சரிலிருந்து எழுந்து, 'நான் சாகவில்லை. உயிரோடுதான் இருக்கிறேன்' என்றானாம். உடனே மனைவி, 'சும்மா படுங்க, டாக்டருக்குத் தெரியாதா என்ன?' என்றாளாம். பாலிஸி பணத்துக்காக அவள் அணிந்துகொண்டிருந்த அன்புமுகம் அவளையறியாமல் வெளிப்பட்டு விட்டது.

இதை ஒரு ஜோக்காக நாம் சொன்னாலும் இன்று பல குடும்பங்களின் தோல்விக்கு என்ன காரணம் என்பதை இது நன்றாகவே விளக்குகிறது. 'எனது நகைச்சுவை யாவும் உண்மையைச் சொல்வதைத் தவிர வேறில்லை. ஆனால் அதுதான் உலகத்திலேயே பெரிய நகைச் சுவை' என்றார் பெர்னார்ட் ஷா. எவ்வளவு நகைச்சுவையான உண்மை!

நம் வாழ்க்கையில் நாம் செய்கின்ற மிகப்பெரிய தவறு அவரை மாதிரி வாழவேண்டும், இவரை மாதிரி வாழவேண்டும் என்று அடுத்த மனிதனை காப்பியடித்து வாழ நினைப்பதும் முயற்சிப்பதும்தான். நாம் பின்பற்றி வாழ நினைக்கும் மனிதர் எவ்வளவு பெரிய மகானாக இருந்தாலும் சரி. அவரைப் போல வாழ நினைப்பது நம்மை நாமே கேவலப்படுத்திக் கொள்கின்ற செயலாகும். ஒரு காந்தியைப் போல, ஒரு இயேசுவைப் போல, ஒரு முகமது நபியைப் போல நாம் வாழ வேண்டியதில்லை. அவர்களைப்போல வாழத்தான் அவர்களே இருந்தார்களே. மறுபடியும் நாம் வேறு எதற்கு?

காந்தியைவிடச் சிறப்பாக நாம் காந்தியைக் காப்பியடித்து வாழ்ந்துவிட முடியுமா என்ன? சரி, காந்தி யாரைப் பின்பற்றினார்? யாரையும் அல்ல. அல்லது அவரையேதான். அவர்களைப் போல நாம் வாழவேண்டு மெனில் நாமும் நம்மைத்தான் பின்பற்றி வாழவேண்டும்! ஒரு நண்பர் சொன்னார். 'மனோ என்ற புதிய பாடகர், எஸ்.பி.பி. மாதிரியே பாடுகிறார்' என்று. எஸ்.பி.பி. மாதிரி பாடுவதற்குத்தான் எஸ்.பி.பியே இருக்கிறாரே, பின் மனோ எதற்கு? மனோவால் மனோ மாதிரி பாடமுடியுமா?

இந்த பின்பற்றுதல் என்ற ஒரு கருத்து அதைப் பாராட்டுகின்ற ஓர் எண்ணம் ஏன் மனிதனுக்கு வருகிறது? தன்னைவிட அந்த இன்னொரு மனிதன் சிறந்தவன் என்ற எண்ணத்தினால்தானே? அதாவது தன்னைப் பற்றிய தாழ்வு மனப்பான்மையினால்தானே? ஆனால் துரதிருஷ்டவச மாக, தாழ்வு மனப்பான்மையை போற்றி வளர்ப்பதை நாம் ஒரு மரபாக வைத்திருக்கிறோம். அவர் 'எல்லைக் காந்தி', இவர் 'கொல்லை காந்தி' என்று பட்டங்கள் சூட்டுவதன் மூலம் வெற்றிக்குத் தடையாக இருக்கின்ற மனப்பான்மைகளில் ஒன்றான தாழ்வுமனப்பான்மையை உரம் போட்டு வளர்க்கிறோம்.

யாரும் யாரையும் பின்பற்ற வேண்டியதில்லை. ஏனெனில் யாரும் யாரையும்விட உயர்ந்தவரோ தாழ்ந்தவரோ இல்லை. ஒவ்வொரு மனிதனும் வித்தியாசமானவன். ஒவ்வொருவரிடத்திலும் ஒரு திறமை உள்ளது. அதைக் கண்டுபிடித்து பயன்படுத்தக் கற்றுக்கொண்டால் போதும். மற்றவர்களுடைய வெற்றிக் குணங்களை ஆராய்ந்து பார்த்து, அதிலிருந்து நமக்குத் தேவையானதை மட்டும் வடிகட்டி எடுத்துக் கொண்டு அதை நமதாக மாற்றிக்கொள்வதில் தவறில்லை. ஆனால் ஒருவரை அப்படியே காப்பியடிப்பது தவறு மட்டுமல்ல; அது நமது வெற்றியின் தலையில் பெரிய பாறாங்கல்லைத் தூக்கி நாமே போட்டுக் கொள்(ல்)வதற்கு ஒப்பாகும். நம்முடைய வாழ்க்கை நமக்கானதாக நம்மை மாதிரியே வித்தியாசமானதாக, அடுத்தவருடையதைப்போல் இல்லாமல் தனித்ததாக, ஒரிஜினலாக இருக்கவேண்டும்.

ஜப்பானில் ஜென் புத்தமதத்தைப் பின்பற்றியவர்களிடையே ஒரு பழக்கம் இருந்ததாம். கடைக்குப் போய் டீ குடிக்கும் கோப்பையை வாங்கிவரும் அவர்கள் வீட்டுக்கு வந்ததும் அதை உடைத்துவிடு வார்களாம். உடைத்துவிட்டு பின் அதை கவனமாக ஒட்டுவார்களாம். ஒட்டி புதிதாக ஒருகோப்பையை உருவாக்குவார்களாம்.

வாங்கும்போது கோப்பைகள் எல்லாமே கிட்டத்தட்ட ஒரேமாதிரியாகத் தான் இருக்கும். ஆனால் ஒரு கோப்பை உடைவதைப்போல் இன்னொன்று உடைவது சாத்தியமில்லையல்லவா? அதனால் ஒட்டப் பட்ட ஒவ்வொரு கோப்பையும் ஒன்றைப்போல் மற்றொன்று இல்லாத தாக, தனித்துவம் கொண்டதாக இருக்கும். வீட்டுக்கு வரும் விருந்தாளி களுக்கு மரியாதை, மார்க்கெட்டில் விற்கும் ஒரேமாதிரியான பொருள் களில் எதையும் வைப்பது அல்ல. அவர்களுக்கென்று தனித்துவமிக்கதை வைப்பதுதான் மரியாதை என்று அவர்கள் நினைத்தார்கள். வருபவர் களும் அந்த கோப்பைகள் ஒட்டப்பட்ட அழகை, கலைத்திறமையை வியந்து வியந்து மகிழ்ந்து அதில் டீ குடிப்பார்களாம்.

ஒரு தேநீர்க் கோப்பைக்குக் கூட தனித்ததொரு இருப்பு வேண்டும் என்று விரும்பிய அந்த மனிதர்களுடைய வாழ்க்கை எப்படி இருந்திருக்கும்? நம்முடையதைப் போல இன்னொருவரை காப்பியடித்து வாழ்ந்திருப் பார்கள் என்றா நினைக்கிறீர்கள்? அச்சில் சுட்டு வார்த்த பணியாரம் மாதிரி நமது வாழ்க்கையும், இவரை மாதிரியும் அவரை மாதிரியும் இருக்குமானால், நமக்கு வரும் ‘வெற்றி’யும் ‘தோல்வி’யும் கூட ‘மாதிரி’ வெற்றி-தோல்விகளாகத்தான் இருக்கும்.

மகாவீரர் ஞானம் அடைவதற்குமுன் நிர்வாணமாக அலைந்தார். நாமும் அவரைப் பின்பற்றி அப்படி மகாபலீஸ்வரர்களாக ரோட்டில் அலைந்தால், நமக்கும் ஞானம் வந்துவிடுமா? (சன் டிவி.யில் நம்மைக்

காட்டும்போது 'அந்த'ப் பகுதியை மட்டும் காட்டாமல்) வெட்டி விடுவார்கள்! ஞானம் வருவதற்கு பதிலாக முக்கியமான இடத்தில் 'ஊனம்' வந்துவிடலாம்!

ஓர் ஆப்பிரிக்கர் அமெரிக்கா சென்றாராம். அவரை வரவேற்க வந்தவர், 'உங்கள் வரவு நல்வரவாகுக' என்றாராம் ஆங்கிலத்தில். அவருக்கும் அந்த ஆப்பிரிக்கருக்கும் நடந்த ஆங்கில உரையாடலின் சுருக்கமான தமிழாக்கத்தை கீழே தருகிறேன்:

ஆப்பிரிக்கர் : 'ஷ்ஷ்ஷ்... நன்றி'

வரவேற்க வந்தவர்: ' எத்தனை நாள் தங்கப்போகிறீர்கள்?'

' ஷ்ஷ்ஷ்... ஒரு வாரம்'

' ஹோட்டலுக்குப் போகலாமா?'

' ஷ்ஷ்ஷ்... போகலாம்'

'ஏன் சார், எதைச் சொன்னாலும் வித்தியாசமாக ஷ்ஷ்ஷ்ன்னு ஆரம்பிக்கிறீங்க? ஆங்கிலம் எங்கே கத்துகிட்டீங்க?'

' ஷ்ஷ்ஷ்... பி.பி.சி. ரேடியோ மூலமா!'

ரேடியோ சப்தத்தோடு சேர்த்து அவர் ஆங்கிலம் கற்றுக்கொண்ட மாதிரிதான் நாமும் அடுத்தவரைப் பார்த்து காப்பியடிக்கும் வாழ்க்கையும் அமைந்து போகும். புலியைப் பார்த்து பூனை சூடு போட்டுக்கொண்டது என்பார்களே அதுதான்.

நாம் நாமாகத்தான் வாழமுடியும். நம்மைவிட சிறப்பானவர் என்று நாம் கருதுகிறவரைப்போல டிட்டோவாக நாம் வாழ்ந்தாலும் அது தற்கொலைக்கு ஒப்பான வாழ்க்கையே. இரண்டு நண்பர்கள் ஒன்றாகச் சேர்ந்து வியாபாரம் செய்ய முடிவு செய்தார்களாம். ஒருவன் வெளியூர் சென்று சாமான்கள் வாங்கி அனுப்பவேண்டும். இன்னொருவன் அதை விற்கவேண்டும். அதன்படியே வாங்கி அனுப்பப்பட்ட சாமான்களின் லிஸ்ட்டை சரிபார்த்துக் கொண்டிருக்கும் போது அவனுக்கு ஒரு சந்தேகம் வந்ததாம். காரணம் லிஸ்ட்டில் 15 சட்டைகள், 13 டிட்டோ, 32 உள்ளாடைகள், 25 டிட்டோ என்று போட்டிருந்ததாம்.

உடனே இவன் தன் நண்பனுக்கு ஃபோன் செய்து, "நாம் வாங்கவேண்டிய லிஸ்ட்டில் டிட்டோ என்பது இல்லையே. அதை ஏன் வாங்கினாய்?" என்று கோபமாகக் கேட்டானாம். வாங்கிய நண்பனுக்கும் ஒரே குழப்பமாகி விட்டதாம். நாம் டிட்டோ என்ற

ஒன்றுக்கு ஆர்டர் கொடுக்கவே இல்லையே, எப்படி, ஏன் அதைச் சேர்த்தார்கள் என்று அவனுக்கும் புரியவில்லையாம்.

அவன் உடனே வாங்கிய இடத்துக்குச் சென்று விளக்கம் கேட்டானாம். டிட்டோ பற்றி விளக்கியவுடன் அசடுவழிய வெளியே வந்த அவன் தன் நண்பனுக்கு ஃபோன் செய்தானாம். ''என்ன, டிட்டோ என்றால் என்னவென்று தெரிந்துகொண்டாயா?'' என்று நண்பன் கேட்டதற்கு, ''ம், தெரிந்துகொண்டேன். நான் ஒரு வடிகட்டின முட்டாள். நீ டிட்டோ'' என்றானாம்!

நாமும் டிட்டோக்களாக வாழப்போகிறோமா? நீங்களே முடிவு செய்து கொள்ளுங்கள். பாம்பாக நாம் இருந்தால் நமக்குக் கால்கள் தேவையில்லை. பூரானின் நூறு கால்களைப் பார்த்துப் பொறாமைப் படுவதில் அர்த்தமில்லை. பாம்புக்குக் கால் பொருத்த முயல்வ தென்பது பாம்பைக் கொல்வதைத் தவிர வேறில்லை.

அப்படியானால் நமது உண்மையான முகத்தைக் கண்டுபிடிக்க வேண்டிய கட்டாயத்துக்கு நாம் இப்போது வந்துவிட்டோம். உண்மையில் யார்தான் நாம்? நான் ஒருமுறை டெல்லி போயிருந்தேன். என் நண்பர் ஒருவர் அங்கு ஓர் அலுவலகத்தில் ஷார்ட்ஹேண்ட் ஸ்டெனோவாக வேலை பார்த்துவந்தார். அவர் தன்னுடன் வேலை பார்க்கும் சிலரை எனக்கு அறிமுகப்படுத்தினார். அவர்கள் கைகுலுக்கி தங்களை எனக்கு அறிமுகப்படுத்திக் கொள்ளும்போது ஒவ்வொரு வரும் ''அயம் ராமச்சந்திரன் எல்.டி.சி'', ''அயம் கிருஷ்ணண் யு.டி.சி.'' என்றுதான் அறிமுகப்படுத்திக் கொண்டார்கள்.

அந்த எல்.டி.சி., யு.டி.சி. என்பது என்னவென்று பின்னால் என் நண்பரைக் கேட்டேன். அவர் அது அவர்கள் பார்க்கும் வேலையின் பெயரின் சுருக்கம் என்று விளக்கினார். எல்.டி.சி. எனில் லோயர் டிவிஷன் கிளார்க். யு.டி.சி என்பது அப்பர் டிவிஷன் கிளார்க்.

எனக்கு ரொம்ப ஆச்சரியமாக இருந்தது. இங்கே ஒரு மனிதன் தன்னையும் தன் தொழிலையும் இணைத்து தன்னை அதுவாகவே பார்க்கிறான். ஒரு கிளார்க்காக தன்னை இனம் கண்டுகொள்வதில் அவனுக்கு ஒரு பெருமை. அது ஓர் அரசாங்க வேலை என்பதனாலா எதனால் என்பது தெரியவில்லை.

ஒரு சிங்கம் வந்து காட்டில் இருந்த ஒவ்வொரு மிருகத்திடமும் சென்று ''நான்தானே இந்த காட்டிலேயே வலிமையான அழகான மிருகம்?'' என்று ஒரு 'ஒபீனியன் போல்' எடுத்ததாம். சிங்கத்தை எதிர்க்க எந்த மிருகத்துக்கு துணிச்சல் வரும்? எதற்கு வம்பென்று எல்லா

மிருகங்களும் சிங்கம்தான் வலிமையிலும் அழகிலும் சிறந்தது என்று மனசுக்குள் திட்டிக்கொண்டே சான்றிதழ் வழங்கினவாம்.

கடைசியில் சிங்கம் ஒரு எலியிடம் போய் நீ என்ன நினைக்கிறாய் என்று கேட்டதாம். அதற்கு எலி கொஞ்ச நேரம் யோசித்துவிட்டு, ''எனக்கு இன்று உடம்பு சரியில்லை. நாளைக்கு சொல்கிறேன்'' என்றதாம், கேட்டது சிங்கம் என்பதை மறந்து. அந்த டெல்லி எல்.டி.சி.களையும் யு.டி.சி.களையும் பார்த்தபோது எனக்கு இந்த எலியின் 'ஈகோ' கதைதான் ஞாபகம் வந்தது! மனிதர்கள் தங்களை எவ்வளவு சுருக்கிக் கொள்கிறார்கள் என்பதை நினைத்து வேதனையாகவும் இருந்தது.

வெறும் கிளார்க்குகளுக்கே இவ்வளவு பெருமை இருக்குமானால் ஒரு டாக்டருக்கோ, எஞ்ஜினியருக்கோ எவ்வளவு இருக்கும் என்று கற்பனை செய்ய முடிகிறது. ஆனால் இங்கே கவனிக்க வேண்டியது, இந்தப் பெருமைகள் யாவும் சிறுமைகள்தான் என்பதையே. சிறந்த டாக்டராக ஒருவர் இருப்பதற்காக மருத்துவத் துறைதான் பெருமைப் பட்டுக் கொள்ள வேண்டுமே தவிர, அந்த டாக்டரே பெருமைப்பட்டுக் கொண்டால் அவர் இரண்டு தவறுகள் செய்கிறார். ஒன்று, தான் ஒரு மனிதன் என்பதை மறந்து, தன்னை ஒரு டாக்டர் என்று மட்டும் நினைத்துக் கொள்கிறார். இரண்டாவது, 'ஈகோ' என்ற முட்டாள் தனத்திற்குள்ளும் மாட்டிக்கொள்கிறார்.

எழுத்தாளர் ஆர்.கே. நாராயணுக்கு ஒரு பல்கலைக்கழகம் டாக்டர் பட்டம் கொடுத்து கௌரவித்தபோது அவருடைய நகைச்சுவை பாணியில் அவர் சொன்னார்: ''இந்த பல்கலைக்கழகம்தான் என்னை ஒருமுறை வெளியேற்றியது. இப்போது கூப்பிட்டு கௌரவிக்கிறது. நான் வளர்ந்திருக்கிறேனா அல்லது இந்த பல்கலைக் கழகம் வளர்ந்திருக்கிறதா என்று தெரியவில்லை!''

தன்னை யாரென்று புரிந்து கொண்டதில் பிறந்த நகைச்சுவை அது. தன்னை இதாகவும் அதாகவும் தனித்து, பிரித்துப் பார்க்காத தெளிவில் பிறந்த விமர்சனம் அது. 'ச்சிஸோஃப்ரீனிக்ஸ்' என்ற பிளவுபட்ட மனநிலை கொண்ட நோயாளிகள்தான் தங்களை இரண்டு மனிதனாகப் பாவித்து நடந்து கொள்வார்களாம். அவர்களைவிட மோசமான மனநிலையை ஆரோக்கியம் என்று நினைத்து வாழ்கின்ற மனிதர் களைப் பற்றி என்ன சொல்வது? அனுதாபம்தான் படமுடியும்.

ஒரு பிச்சைக்காரன், தெருவில் ஒரு குறிப்பிட்ட இடத்தில் நின்று கொண்டே பல வருடங்களாக பிச்சை எடுத்துக் கொண்டிருந்தானாம். அவன் ஒருநாள் செத்தபிறகு, மக்களெல்லாம் சேர்ந்து, அவனுடைய அந்த - ஒரே இடத்திலேயே நகராமல் நின்று பிச்சையெடுத்த -

சாதனைக்காக அவனுக்கு அவன் நின்ற இடத்திலேயே ஒரு சிலை வைக்க முடிவு செய்தார்களாம். (இந்த கதையின் களம் தமிழ் நாடாகத் தான் இருக்கும் என்று உங்கள் உள்மனது சொன்னால் அதற்கு நான் பொறுப்பல்ல). அதற்காக அந்த இடத்தைத் தோண்டியபோது அந்த இடத்தில் ஒரு பெரிய புதையல், பொக்கிஷம் இருந்ததாம்.

இது ஒரு கதை. இந்தக்கதையில் வரும் பிச்சைக்காரன் வேறு யாருமல்ல, நாம் தான். நமக்குக் கீழேயே பொக்கிஷத்தை வைத்துக்கொண்டு நாம் வாழ்நாள் முழுவதும் பிச்சையெடுத்துக் கொண்டிருக்கிறோம். என்ன துரதிருஷ்டம்! சரி, இந்தக் கதை வேண்டாம். ரொம்பப் பிச்சைக்காரத் தனமாக உள்ளது. நான் உங்களுக்கு வேறு ஒரு ராஜா கதை சொல்கிறேன்.

ஓர் ஊரில் ஒரு ராஜா இருந்தாராம். அவருக்கு ஒரே ஒரு மகன் இருந்தானாம். அவன் உருப்படாதவனாக, பொறுப்பில்லாமல் காலம் கழித்ததனால் ராஜா அவனை கோபப்பட்டு நாட்டைவிட்டே துரத்தி விட்டாராம். இளவரசன் வெளியூரில் போய் ரொம்ப கஷ்டப்பட்டு பிச்சையெடுத்து - வேறுவழி இல்லை - ஜீவனம் நடத்திக் கொண்டிருந் தானாம். ராஜாவுக்கு மரணம் நெருங்கிய வேளையில் வழக்கம்போல பாசம் வந்து - வேறு பிள்ளைகளும் இல்லாததால் - தன் மகனைத் தேடிப் பிடித்து ராஜாவாக்கும்படி தளபதிக்கு உத்தரவிட்டாராம்.

இளவரசனைத் தேடிய தளபதி, ஓர் ஊரில் ஓர் அழகான ஆனால் அழுக்கான இளைஞன் ஒருவன் கந்தல் துணிகளுடன், உடம்பில் அடிபட்ட காயங்களுடன் ஒரு விடுதியின் வாசலில் பிச்சை எடுத்துக் கொண்டிருந்ததைக் கண்டானாம். கடைசியில் அவன்தான் இளவரச னென்று தெரிந்ததாம். அவனிடம் சென்று, 'இளவரசே, ராஜா உங்களை மன்னித்துவிட்டார். ராஜ்ஜியப் பொறுப்புகளை இனி தாங்களே ஏற்கவேண்டுமென்று பிரியப்படுகிறார். மரணப்படுக்கையில் உள்ளார்' என்று சொன்னதும்தான் தாமதம், உடனே அந்த இளைஞனின் நடையில் ஒரு மாற்றம் வந்ததாம். ஒரு கம்பீரம், ஓர் அதிகாரத் தோரணை எல்லாம் நொடியில் வந்துவிட்டதாம்.

பல்லக்கில் அவன் ஏறப்போகும்போது இத்தனை நாட்களாக அவன்கூட பிச்சையெடுத்துக் கொண்டிருந்தவர்கள் வந்து, 'என்னப்பா, எங்களை எல்லாம் மறந்துவிட்டாயே' என்றார்களாம். அதற்கு அவன் ஒரு பதில் சொன்னான். இந்த கதையிலேயே முக்கியமான கட்டம் அல்லது கிளைமாக்ஸ் அதுதான். அவன் சொன்னான்: 'நான் உங்களை மறக்கவில்லை. இவ்வளவு நாள் என்னைத்தான் நான் மறந்து வாழ்ந்து விட்டேன். உண்மையில் நான் யார் என்பது தெரியாமல் இருந்து

விட்டேன். இப்போது தெரிந்துகொண்டேன்.' என்று சொல்லிவிட்டு பல்லக்கில் ஏறிப் புறப்பட்டானாம்.

அவன்தான் நாம். எல்லோருமே இந்நாட்டு, இல்லையில்லை, இப்புவியின் மன்னர்கள். அதுதான் உண்மை. அதை மறந்து வாழ்கிறோம். நாம் யாரென்பதை நாம் நினைவுபடுத்திக்கொள்ள வேண்டும். அவ்வளவுதான். உப நிஷதங்களின் ஒட்டுமொத்த செய்தியும் இதுதான்: நினைவுப்படுத்திக் கொள்ளுதல். இதுதான் உண்மை. நாம் மறந்துபோன அந்த மூன்றாவது மனிதன்தான் அவன். அதாவது நாம். இதுதான் நமது உண்மையான முகம். இதைப்புரிந்து கொள்வதுதான் ஞானம்.

நான் செய்கிறேன் என்பது ஈகோ. என்னவோ ஒன்று என்மூலம் செய்கிறது என்று சொல்பவன் வெற்றியின்படியில் கால்வைத்து விட்டவன். அந்த ஏதோ ஒன்றுதான் நாம் என்று தெரிந்துகொண்டவன் தான் சரியான மனிதன். இதை தெளிவாக உணர்ந்து கொண்ட மனிதனே வெற்றியை நோக்கி பலபடிகள் முன்னேறிவிட்டவனாவான்.

செல்வ மனநிலை

செல்வ மனநிலை என்று ஒன்று உள்ளது. ஆங்கிலத்தில் இதை wealth consciousness என்கிறார்கள். வாழ்வில் வெற்றிபெற விரும்புபவர்களுக்கு இந்த மனநிலை ரொம்ப அவசியம். இதற்கும் பணத்துக்கும் சம்பந்தமே இல்லை என்று சொல்லிவிட முடியாது. ஆனால் இது பணத்தோடு மட்டும் சம்பந்தப்பட்டது அல்ல. பணமும் இதில் அடங்கும். என்றாலும் பணத்தை வைத்தே முதலில் தொடங்குவோமே. கொஞ்சம் லட்சுமிகரமான ஆரம்பமாக இருக்கட்டுமே...!

இந்த மனநிலை உள்ளவர்களிடம்தான் பணம் வரும்; தங்கும். அதாவது இந்த மனநிலை, பணத்தை, இந்த மனநிலை உள்ளவனை நோக்கி இழுக்கும். பணமில்லாவிட்டாலும் பரவாயில்லை. இந்த மனநிலை இருந்தால் போதும். தேவைப்படும்போது தேவைப்படுகின்ற அளவு பணத்தை இழுக்கலாம். அதெப்படி, இந்த மனநிலை உள்ளவர்கள், தேவைப்படும்போது 'சூ மந்திரக்காளி' என்றால் பணம் வந்து கொட்டுமா என்கிறீர்களா? ஒரு வகையில் அந்த மாதிரிதான்! ஆனால் அதுவே அல்ல. அப்படியானால் இந்த மனநிலை என்ன என்பது பற்றித் தெளிவாகத் தெரிந்து கொள்ளவேண்டியது அவசியம்.

அமெரிக்காவின் ஹென்றி ஃபோர்டை நமக்கெல்லாம் தெரியும். இந்த உலகம் முழுவதையும் கார்மயமாக்கியவர். இன்றைக்கு இந்த உலகெங்கும் தார்ச்சாலைகள் இருக்கிறதென்றால் அதற்கு அவர்தான் காரணம். பின்னே கார்கள் ஓடுவதற்கு சாலைகள் வேண்டாமா? கார்களைத் தயாரித்து, மிகக்குறைந்த பணத்தில் - 290 டாலர்தான் - மக்களுக்கு வழங்கிய அந்தப் பெருமகன், உலகின் அந்தக்கால பில் கேட்ஸ்களில் ஒருவர் என்பது சொல்லாமலே விளங்கியிருக்கும். தனது வாழ்நாள் முழுவதையும் தலைப்புச் செய்திகளாக மாற்றியவர் அவர். அமெரிக்காவில் மட்டும் அவருடைய மாடல்-டி என்ற கார்கள் 15

கோடியே 50 லட்சம் விற்றுத் தீர்ந்தன! கார் என்பது பணம் படைத்தவர்கள் மட்டும் வைத்திருக்கக்கூடிய ஆடம்பரம் என்ற நிலையை மாற்றி சாதாரண மனிதர்களும் வாங்கக்கூடிய ஒன்று என்று காரை சைக்கிள் மாதிரி ஆக்கி மக்கள் சேவை புரிந்த மாமேதை.

அந்த ஹென்றி ஃபோர்டைப் பற்றி ஒரு ஆராய்ச்சி செய்தார்கள் அமெரிக்காவில். அதன்படி, ஃபோர்டின் தொழிற்சாலைகள், கார்கள், அசையும் சொத்து, அசையாச் சொத்து, வங்கிப் பணம், கைப்பணம் எல்லாவற்றையும் பறித்துக்கொண்டு கையில் திருவோட்டைக் கொடுத்து அவரை நடுத்தெருவில் பிச்சைக்காரனாக விட்டால், அப்படி விட்டதற்கு அடுத்த ஆண்டு அவர் எந்த நிலைமையில் இருப்பார்? இதுதான் ஆராய்ச்சி! நல்ல ஆராய்ச்சி!

ஆராய்ச்சியின் முடிவு என்ன தெரியுமா? ஆண்டியாக்கிவிட்டதிலிருந்து ஓராண்டில் அவர் முன்பிருந்ததைவிட அதிக பணமுள்ள கோடீஸ்வரராக இருப்பார் என்பதுதான்! இந்த முடிவிற்கு வந்த ஆராய்ச்சியாளர்கள் அதற்கு சொன்ன காரணம் என்ன தெரியுமா? அதுதான் இங்கே நமக்கு மிகவும் முக்கியமான விஷயம். அந்த உண்மை இதுதான்: ஃபோர்டின் சொத்துக்கள் அனைத்தும் இருபது சதவிகிதம்தானாம்! மீதி எண்பது சதவிகிதம் என்ன தெரியுமா? அவர்கள் சொன்னார்கள்: He had the power to attract money towards himself. அதாவது, தன்னை நோக்கி பணத்தை இழுக்கின்ற சக்தி படைத்திருந்தார் அவர் என்பதுதான் அந்த ஆராய்ச்சியின் முடிவு!

இதையே வேறு மாதிரி சொல்வதானால், ஹென்றி ஃபோர்டு செல்வ மனநிலையைப் பெற்றிருந்தார் என்பதுதான்! இதிலிருந்து ஒன்று தெளிவாகிறது. அதாவது, செல்வ மனநிலை என்பது பணத்தால் வருவதல்ல. பணத்தைக்கொண்டு வருவது. பணமில்லாவிட்டாலும் அது இருக்கும். காந்தத்தின் உள்ளே எப்போதுமே காந்தசக்தி இருப்பதுபோல. தேவைப்படும் போது அது இரும்புத் துகள்களை தன்னை நோக்கி இழுத்துக்கொள்ளும். அது இருந்தால்தான் பணமே வரும். அரபியிலே இதை 'பரக்கத்' என்று அழகாகச் சொல்கிறார்கள். 'பரக்கத்' இருந்தால்தான் பணமும் வரும். ஆக, எது இருந்தாலும் இல்லாவிட்டாலும் 'பரக்கத்' அதாவது செல்வ மனநிலை முக்கியம்.

சரி, இந்த மனநிலையில் எப்படி வாழ்வது? இதற்கு, செல்வ மனநிலை என்பது என்ன என்று தெளிவாகப் புரிந்துகொள்ள வேண்டும். இந்த மனநிலையை பணத்தை மதிக்காத மனநிலை என்று சொல்லலாம். அதாவது பணத்தைவிட நாம்தான் உசத்தி, பணம் என்பதே நமக்காகப் படைக்கப்பட்ட ஒரு பொருள்தான் என்ற உண்மையைப் புரிந்து கொண்ட மனநிலை. இதற்கு பணத்தையெல்லாம் கிழித்துப்

போட்டுவிட வேண்டும் என்று அர்த்தமல்ல. உதாரணமாக, ஒரு பேனாவை விலை கேட்கிறீர்கள். ஐயாயிரம் ரூபாய் என்று சொல்கிறார்கள். 'அடேங்கப்பா, ஐயாயிரமா?' என்று வாய்பிளந்து அல்லது வாய்பிளக்காமல் அதிர்ந்துபோய் ஆச்சரியப்பட்டு நிற்கிறீர்கள் என்றால் நீங்கள் செல்வ மனநிலை கொண்டவரல்ல. செல்வ மனநிலைக்கு நேரெதிரான வறுமை மனநிலை கொண்டவர். அந்த நேரத்தில் உங்கள் பாக்கெட்டில் ஐந்து ரூபாய்தான் உள்ளது என்பதோ ஐந்து லட்சம் இருந்தது என்பதோ இந்த மனநிலையோடு சம்பந்தப் பட்டதல்ல.

ஒரு பொருளின் விலையைக் கேட்டு நீங்கள் புருவம் உயர்த்தினால் நீங்கள் செல்வ மனநிலை கொண்டவரல்ல, வறுமை மனநிலை கொண்டவர். நீங்கள் கோடீஸ்வரராக இருந்தாலும் சரி. ஐயாயிரம் என்ற பதில் சொல்லப்பட்ட பிறகும் ஐந்து பைசா என்று சொல்லப்பட்ட மாதிரி நீங்கள் நடந்துகொண்டால் நீங்கள் செல்வ மனநிலை கொண்டவர். அல்லது அதை ஏற்படுத்திக்கொள்ள முயல்பவர் என்று பொருள்.

கொத்தவால்சாவடியில் கொத்தவரங்காய் வாங்கும்போது பத்து பைசா குறைப்பதற்காக பத்து நிமிஷம் நீங்கள் பேரம் பேசிக்கொண்டிருக் கிறீர்கள் என்றால் நீங்கள் செல்வ மனநிலை கொண்டவரல்ல, வறுமை மனநிலை கொண்டவர். கையில் உள்ள பணக்கட்டில் இருந்து ஒவ்வொன்றாக உருவி, செலவு செய்யும்போது, 'ஐயோ, இன்னும் நாலு நோட்டுதானே உள்ளது, ஐயோ இன்னும் இரண்டுதானே உள்ளது, ஐயோ இதுதான் கடைசி நோட்டு' என்று எண்ணுபவராக நீங்கள் இருந்தால் நீங்கள் செல்வ மனநிலை கொண்டவரல்ல, வறுமை மனநிலை கொண்டவர். 'ஐயோ இது கடைசி நோட்டு' என்று கவலைப் பட்டாலே, இனிமேல் நம்மிடம் பணம் வர வாய்ப்பே இல்லை என்று நீங்களே உங்கள் மனதுக்கு சொல்வதாகத்தானே அர்த்தம்?

மாறாக, ஒருகட்டு நோட்டில் - பணத்தைத்தான் சொல்கிறேன் -முதல் நோட்டை செலவு செய்ய உருவும்போது இருந்த அதே மனநிலை கடைசி நோட்டைக் கொடுக்கும்போதும் இருந்தால் நீங்கள் செல்வ மனநிலை கொண்டவர்!

ஒரு கோடீஸ்வரன் ஒருமுறை கப்பலில் சென்றானாம். திடீரென்று புயலடிக்க ஆரம்பித்ததாம். கப்பல் மூழ்கிவிடும் நிலை. பிரயாணிகள் எல்லோரும் இறைவனிடம் பிரார்த்திக்க ஆரம்பித்தார்களாம். இந்த கோடீஸ்வரன் கொஞ்ச நேரம் சும்மாதான் இருந்தான். ஆனால் புயலின் கோபம் அதிகரித்துகொண்டே சென்றதைப் பார்த்து செத்துவிடுவோமோ என்ற பயம் இவனையும் தொற்றிக் கொண்டது.

உடனே அவனும் 'இறைவா, எங்களைக் காப்பாற்று. காப்பாற்றி விட்டால், என் மாளிகையை விற்று அந்தப் பணத்தை ஏழைகளுக்கு தர்மம் செய்து விடுகிறேன்' என்று உரக்கச் சொன்னான். எல்லார் காதிலும் அது விழுந்தது. சற்று நேரத்திற்கெல்லாம் சொல்லிவைத்த மாதிரி புயல் அடங்கியது. எல்லோருக்கும் மட்டற்ற மகிழ்ச்சி. இவனுக்கு மட்டும் ரொம்ப வருத்தமாகிவிட்டதாம். அடடா, அவசரப் பட்டுவிட்டோமே, கொஞ்சம் பொறுத்திருந்தால் எப்படியும் புயல் அமைதியாகி இருக்கும், வீணாக எல்லார் காதிலும் விழும்படி பிரார்த்தனை வேறு செய்துவிட்டோமே என்று கலங்கினான்.

இதற்குள் இவனுடைய வேண்டுதல் பற்றி ஊரே பேசிக்கொண்டது. (கரையேறி ஊருக்கு வந்தபின்தான்.) வேறுவழியின்றி இவனும் தன் மாளிகையை விற்பதென்று முடிவுக்கு வந்தான். ஒரு கோடி ரூபாய் பெறுமானமுள்ள அந்த மாளிகையை விற்க அவன் ஒரு வித்தியாசமான விளம்பரம் செய்தான். அந்த மாளிகையில் ஒரு பூனையைக் கட்டி வைத்தான். அந்தப் பூனையின் விலை ஒருகோடி ரூபாய். அந்த மாளிகையின் விலை ஒரு ரூபாய். ஆனால் இரண்டையும் சேர்த்துத்தான் வாங்கவேண்டும் என்பதுதான் அவன் விளம்பர விதி!

ஏன் இந்தப் பைத்தியக்காரத்தனம் என்று யாருக்கும் புரியவில்லை. அதனால் என்ன? வாங்குபவர்களைப் பொறுத்து இரண்டும் ஒன்றுதான். ஒருவன் அந்தப் பூனையையும் அந்த மாளிகையையும் வாங்கிக் கொண்டான். கோடீஸ்வரன் பூனையின் விலையான ஒரு கோடி ரூபாயை தன் பாக்கெட்டில் போட்டுக் கொண்டான். மாளிகையின் விலையான ஒருரூபாயை வேண்டுதலின்படி ஏழைகளுக்கு தர்மம் செய்தான்!

இந்த வேடிக்கைக் கதையில் ஒரு 'சீரியஸ்'ஆன உண்மை ஒளிந்திருக்கிறது. அது, கதையில் வரும் கோடீஸ்வரன் செல்வ மனநிலை கொண்டவனல்ல வறுமை மனநிலை கொண்டவன் என்பதுதான். ஆம், பணம் போய்விடும் என்ற பயத்தினால்தானே இறைவனையே அவன் 'ஏமாற்ற'த் துணிகிறான்? போனால் வராது அல்லது சம்பாதிப்பது கஷ்டம் என்று நினைக்கின்ற உள்ளம், பணம் போய்விடும் என்ற பயம் இவையெல்லாம் பிச்சைக்காரனுடையது. அது கோடீஸ்வரர்களுக்கு இருந்தாலும் சரி. செல்வ மனநிலைக்கு நேர் எதிரானது.

பணம் வைத்திருப்பவர்களெல்லாம் பணக்காரர்கள் அல்ல. செல்வ மனநிலை கொண்டவர்களே உண்மையில் பணக்காரர்கள். அவர்களிடம் பணமில்லா விட்டாலும் சரி. அந்த மனநிலை இல்லாதவர்கள் எவ்வளவு பணம் வைத்திருந்தாலும் பிச்சைக்காரர்கள்தான். எனவே செல்வ மனநிலையை உருவாக்கிக் கொள்ளவேண்டும் முதலில். அல்லது அந்த

மனநிலை உள்ளவர்களோடு பழக வேண்டும். ஒரு தோட்டத்துக்குள் நுழைந்து வரும்போது பூக்களின் நறுமணமும் நம்மோடு ஒட்டிக் கொண்டு வருவதுபோல, அருவியில் குளித்துக் கொண்டிருக்கும் ஒருவனுக்குப் பக்கத்தில் போய் நின்றால் உங்கள் மீதும் தண்ணீர் தெறிக்குமே அதுபோல செல்வ மனநிலை கொண்டவர்களோடு பழகும்போது உங்களுக்கும் கொஞ்சம் கொஞ்சமாக அந்த மனநிலை வரும். அவர்களுடைய அலைவரிசையும் உங்களுடையதும் ஒன்றாகி விடும்.

ஆனால் பில்கேட்ஸூம் புரூனே சுல்தானும் உங்களின் நண்பர்களாக நீங்கள் ஆசைப்படுவதற்காக மாறிவிடுவார்களா என்ன? அப்படியானால், செல்வ மனநிலை உள்ளவர்களோடு பழகும் வாய்ப்பே இல்லையா? அப்படிச் சொல்லிவிட முடியாது. செல்வ மனநிலை என்பது பணம் நிறைய வைத்திருக்கின்ற கோடீஸ்வரர்களிடம்தான் உள்ளது என்று நினைப்பதே அந்த மனநிலைக்கு எதிரானது. நாட்டில் எத்தனையோ பேர் ‘பொடென்ஷியல்’ கோடீஸ்வரர்களாக உள்ளார்கள். அதாவது பெரிய செல்வந்தர்களாக மாறக்கூடிய மனநிலை கொண்டவர்களாக இருக்கிறார்கள். உங்கள் நண்பர்களில்கூட செல்வ மனநிலை கொண்டவர்களும் வறுமை மனநிலை கொண்டவர்களும் இருக்கலாம். இருப்பார்கள். முதலில் அவர்களை அடையாளம் காணுங்கள்.

ஒன்றாகச் சேர்ந்து டீ குடிக்கக் கூப்பிடும்போது, தான் பணம் கொடுக்க வேண்டி வந்துவிடுமே என்ற பயத்தினால் உங்கள் அழைப்பை ஏற்க மறுக்கும் உங்கள் நண்பன் வறுமை மனநிலை கொண்டவன். டீக்கடைக்கு வந்து அவரவர் காசு கொடுத்துக் கொள்ளலாம் என்று சொல்பவனும் அந்த மனநிலை கொண்டவன்தான். நீங்கள்தான் காசு கொடுக்கப் போகிறீர்கள் என்று தெரிந்துகொண்டு போண்டா, பஜ்ஜி, வடை என்று ‘உரிமை’யுடன் பட்டியல் போடுபவனும் பிச்சைக்கார மனநிலை கொண்டவன்தான்.

நீங்கள் அழைத்தாலும் அவனே அழைத்தாலும் எப்போதுமே உங்கள் அனைவருக்கும் ஒரு குறிப்பிட்ட நண்பனே எப்போதும் சந்தோஷமாக செலவு செய்கிறானா, அவன் செல்வ மனநிலை கொண்டவன். எப்போதும் நீங்கள் டீ குடிக்கப்போனால் ஒரு ரூபாய் டீ தான் குடிப்பீர்கள். ஆனால் உங்கள் நண்பன் ஒருவன் எப்போது போனாலும் நாலு ரூபாய்க்கான ஸ்பெஷல் டீ தான் குடிப்பான். அதுமட்டுமல்ல அவன்தான் எப்போதும் உங்களுக்கும் சேர்த்துக் காசு கொடுப்பான். இப்படி ஒருவன் இருந்தால் அவன் செல்வ மனநிலை கொண்டவன். வேண்டுமென்றே அவனை ஒருமுறை அழைத்துப்போய் நீங்கள் செலவு செய்யுங்கள். இப்படி அளந்து பாருங்கள். கிரஹியுங்கள்.

இப்படியெல்லாம் செய்தும் யாரும் கிடைக்கவில்லை. அப்போது என்ன செய்வது? அந்த மனநிலை வந்தமாதிரி நடிக்க வேண்டும். என்ன ஆச்சரியமாக உள்ளதா? அதற்குமுன் நடிப்பதென்றால் என்ன என்று புரிந்துகொள்ள வேண்டும். நடிப்பதென்றால், கையில் அல்லது பையில் தம்பிடி இல்லாமல் இருக்கும்போது, கடன் வாங்கி, அந்தப் பணத்தில் பந்தா பண்ணி ஊரில் தன்னை ஒரு பணக்காரன் மாதிரி காட்டுவதல்ல. நடிப்பதென்றால் ஊருக்கு அல்ல. உங்களுக்கு நீங்களே நடிக்க வேண்டும். அதாவது ஒரு செல்வ மனநிலை கொண்ட செல்வந்தன் எப்படி நடந்து கொள்வானோ, அதாவது எப்படி சிந்திப்பானோ, அணுகுவானோ அதைப் புரிந்துகொண்டு அதே மாதிரி சிந்திப்பது, அணுகுவது. உங்களுக்கு நீங்களே நடிப்பது என்றால் இதுதான் அர்த்தம்.

நடிப்புக்கும் வெற்றிக்கும் நெருங்கிய தொடர்புள்ளது. குருக்ஷேத்திரத்தில் அர்ஜுனன் நல்லவனாக இருக்க ஆசைப்பட்டான். ஆனால் கிருஷ்ணன் அவனை சத்திரியனாக நடிக்கச் சொன்னான். அதாவது போர்க்களத்தினுள் வந்து பாசம்பொங்கும் குணச்சித்திரப் பாத்திரமாக மாறவேண்டாம், ஓர் உண்மையான போர்வீரனுடைய பாத்திரத்தை ஏற்று நடித்தால் போதும் என்பதுதான் கீதோபதேச சாரம். தான் என்னசெய்ய வேண்டும், என்ன செய்யக்கூடாது என்பதைப் பற்றி அர்ஜுனன் கவலைப்பட்டான். ஆனால் அவனை நான் சொன்னபடி மட்டும் செய் போதும், அதாவது நடி என்று கிருஷ்ணன் கூறுகிறான். அந்த நடிப்பின் இறுதி அவனுக்கு வெற்றியைக் கொடுத்தது என்று சொல்லத் தேவையில்லை.

ஆனால் நடிப்பது என்று சொல்லும்போது குட்டு வெளிப்படுவது மாதிரி நடிக்கக்கூடாது. இரண்டு குழந்தைகள் தங்கள் அம்மா, அப்பா மாதிரி நடித்தனவாம். பக்கத்துவீட்டுக் கதவைப் போய் தட்டினவாம். யார் என்று கேட்டதற்கு திரு. ராமும் திருமதி. ராமும் வந்திருக்கிறோம் என்று சொன்னார்களாம். கதவைத் திறந்த பக்கத்து வீட்டுக்காரர்களும் குழந்தைகளைப் பார்த்து "உள்ளே வாங்க, திரு ராம், திருமதி ராம்" என்று அழைத்துச் சென்று மேஜையில் உட்கார வைத்து சாப்பிடுவதற்கு எல்லாம் கொடுத்தார்களாம். மேலும் ஏதாவது வேண்டுமா என்று கேட்டதற்கு திருமதி ராம் சொன்னாளாம், "வேண்டாம், போதும். இப்போதே திரு. ராம் தன் பேண்ட்டை ஈரமாக்கிவிட்டார்" என்றாளாம்! நடிப்பது என்றால் இப்படிப் பேண்ட்டை ஈரமாக்கிக் கொள்வதல்ல!

இரண்டு நடிகர்கள் பேசிக்கொண்டார்களாம். ஒருவன் சொன்னானாம். "நான் செத்துப்போன மாதிரி நடித்ததை உண்மை என்று நம்பி நிறையபேர் தேம்பித்தேம்பி அழ ஆரம்பித்துவிட்டார்கள்" என்று. பொறாமை கொண்ட இன்னொருவன் சொன்னானாம், "இதென்ன பிரமாதம். செத்துப்போன மாதிரி நான் நடித்ததைப் பார்த்துவிட்டு இன்சூரன்ஸ்

கம்பெனிக்காரர்கள் என் மனைவியைப் பார்த்து ஆறுதல் சொல்லி, எனக்குச் சேரவேண்டிய தொகை இரண்டு லட்ச ரூபாயையும் கொடுத்து விட்டுப் போனார்கள்!'' நடிப்ப தென்றால் அப்படி இருக்க வேண்டும். நடிப்பது என்று சொன்னாலும் உண்மையில் அது வாழ்வதுதான். ஆனால் ஏற்கெனவே சொன்னதுபோல ஊருக்கு அல்ல. உங்களுக்கு நீங்களே.

கோபக்காரன் மாதிரி நடித்துப் பாருங்கள். கொஞ்ச நேரம். அதில் ஒரு சுவை ஏற்பட்டு ஒரு கட்டத்தில் உண்மையிலேயே கோபம் வந்துவிடும். அதைப்போல அமைதியானவன் மாதிரி நடித்தால் அதாவது நடந்து கொண்டால் நாளடைவில் அதுவே பழக்கமாகி உடல் நிலை, மனநிலை, மூச்சோட்டம் இவற்றில் தேவையான மாறுதல் ஏற்பட்டு உண்மையிலேயே அமைதி ஏற்பட்டுவிடும். இங்கே பழக்கம் என்ற ஒரு மாபெரும் சக்தியைப் பற்றி கொஞ்சம் சொல்ல வேண்டியுள்ளது.

நாம் எதற்குப் பழகி விடுகிறோமோ அதுதான் நாம் என்று சொன்னால் மிகையல்ல. நாம் அனைவருமே பழக்கத்தின் அடிமைகள். நாம் நல்லவன் என்றால் நல்லவனாக இருந்து பழகிவிட்டோம் என்று பொருள். கெட்டவனுக்கும் இதேதான். பழக்கம் என்பது ஒரு விஷயத்தை திரும்பத் திரும்பச் செய்வதனால் வருவது என்பதைச் சொல்லவேண்டியதில்லை. ஒரு விஷயம் பழக்கமாகிவிட்டால் அதிலிருந்து நம்மால் எளிதில் விடுபடமுடியாது. அது நல்ல பழக்கம் அல்லது கெட்ட பழக்கம் எதுவானாலும் சரி.

எத்தனையோ டாக்டர்கள் தொடர் புகைபிடிப்பவர்களாகவும் 'குடிமகன்'களாகவும் இருப்பதை நாம் பார்க்கவில்லையா? அப்போது, அவர்களுக்கெல்லாம் குடிப்பதால் உண்டான கெடுதிகள் பற்றித் தெரியாதா? தெரியும். நம்மைவிட நன்றாகவே தெரியும். ஆனால் பழக்கம் என்பது அறிவை விட மிகமிக ஆழமானது; சக்திவாய்ந்தது. அதனால்தான் 'சிகரெட் குடிப்பது உடல் நலத்துக்குத் தீங்கு விளைவிப்பது' என்ற சட்டப்பூர்வமான எச்சரிக்கை வாசகத்தைப் பார்த்துக்கொண்டே அதன் மீதே சிகரெட்டைத் தட்டித்தட்டி நம்மால் குடிக்க முடிகிறது! போதைக்கு அடிமையாவது மட்டும் பழக்கமல்ல. பழக்கத்துக்கு அடிமையாவதே ஒரு போதைதான்.

ஒருவன் ரொம்ப காலமாக ஒரு பெட்ரோல் பங்க் வைத்திருந்தானாம். அங்கே அவனது ஒரு பூனையும் இருந்ததாம். ஒரு நாள் ஒரு காருக்கு பெட்ரோல் ஊற்றும்போது கொஞ்சம் பெட்ரோல் வழிந்து பூனைக்கு வைத்திருந்த பாலிலும் கொட்டிவிட்டதாம். அதைக்குடித்த பூனை மணிக்கு அறுபது கிலோமீட்டர் வேகத்தில் அந்த பங்கைச் சுற்றிவந்து செத்துப்போனதாம். என்னாச்சு என்று கேட்டதற்கு பெட்ரோல் தீர்ந்து

போயிருக்கும் என்றானாம் பங்க்காரன்! பழக்கம். அவன் வார்த்தைகளிலும் வருத்தத்திலும் பெட்ரோல் வாடை வீசவைத்துவிட்டது!

ஆர்மியிலிருந்து ஓய்வு பெற்ற தன்கணவன் தூங்கும்போது பயங்கரமாகக் குறட்டை விடுகிறான் தன்னால் தூங்கவே முடியவில்லை என்று மனைவி டாக்டரிடம் முறையிட, தூங்கும்போது ''left turn'' என்று சொல்லிப் பாருங்கள் என்றாராம். மனைவியும் சொல்லிப் பார்த்தாளாம். என்ன ஆச்சர்யம்! கணவன் உடனே திரும்பிப் படுத்ததோடு குறட்டையும் நின்றுவிட்டதாம்! பழக்க தோஷம் என்பது இதுதான்.

ஒரு வேலையை திரும்பத் திரும்பச் செய்யும்போது அது நம் அமைப்பினுள் சென்று ஊறிவிடுகிறது. குடித்துவிட்டு மனைவியை அடிப்பது கணவனின் பழக்கமென்றால் அவனைத் திட்டிக்கொண்டே இருப்பது மனைவியின் பழக்கம். குடிப்பது அவனுக்கான போதை. திட்டுவது, புலம்புவது அவளுக்கான போதை. இந்த போதைப் பழக்கங்களில் இருந்து வெளி வருவதற்கு ஒரே வழி அதைப் புரிந்துகொள்வதுதான்.

கெட்ட பழக்கங்களைப் பொறுத்த அளவில் இதெல்லாம் சரி. நல்ல பழக்கங்கள்? இங்குதான் விஷயமே இருக்கிறது. நமது வாழ்வில் வெற்றிக்கான மனநிலையை வளர்க்கக் கூடிய எதையுமே நாம் திரும்பத் திரும்பச் செய்வதன் மூலம் அதை நமது பழக்கமாக்கிக் கொள்ள வேண்டும். அது நம்பிக்கையாக இருந்தாலும் சரி.

எந்த ஒரு பிரச்சினையும் அது முதலில் வரும்போது ரொம்ப பெரியதாகத்தான் தோற்றமளிக்கும். அதைப்பற்றித் திரும்பத் திரும்ப நினைக்க நினைக்க அதன் பயங்கரத் தோற்றம் மாறி அது சிறுத்துக் கொண்டே போகும். முதலில் முடியவே முடியாது என்று தோன்றியது, போகப்போக, முடியலாம் போலுள்ளதே என்று தோன்றும். பின்பு, நிச்சயமாக முடியும் என்று தோன்றும். பின்பு முடிந்து விடும். முடிந்து போன எந்தப் பிரச்சினையைப் பற்றியாவது சிந்தித் தீர்களென்றால் இந்த உண்மை பளிச்சென்று புரியும். அதாவது, முடிந்து போனபிறகு அது ஒரு பிரச்சினையாகவே தோன்றாது. ஆனால் அதே பிரச்சினைதான் பல நாட்களாக உங்கள் சந்தோஷம், தூக்கம் இவற்றை கெடுத்திருந்திருக்கும்.

செல்வ மனநிலைக்கும் இதேதான் வழி. அந்த மனநிலை கொண்டவனைப் போல அடிக்கடி நடித்து, அதாவது நடந்து, அந்த மனநிலையை ஒரு பழக்கமாக்கி விடவேண்டும். இந்த வேலையைச் செய்து விட்டால் போதும் அது நமக்குத் தேவையான வெற்றி மனநிலையை நமக்குள் ஏற்படுத்தி நமக்குத் தேவையானதை, வாய்ப்புகளை, வசதிகளை எல்லாவற்றையும் நம்மை நோக்கி இழுத்துக்கொண்டு வந்துவிடும். ஆதலினால் காதல் செய்வீர் செல்வ மனநிலை என்ற பழக்கத்தை.

ரிலாக்சேஷன் என்றால் என்ன?

கிரேக்க நாட்டில் டயஜீனஸ் என்ற தத்துவஞானி இருந்தார். பட்டப்பகலில் விளக்கைக் கையில் பிடித்துக்கொண்டு ஒரு ஞானி, மனிதனைத் தேடியதாகப் படித்திருக்கிறோமே அவர்தான் இவர். அவர் ஒரு நாள் ஆற்றங்கரையோரமாக தனது நாயோடு நிர்வாணமாக - எப்போதும் போல - அமர்ந்து காற்று வாங்கிக் கொண்டிருந்தார். அப்போது அங்கு வந்த மாவீரன் அலெக்சாண்டருக்கும் அவருக்கும் நடந்த உரையாடல் இது. அலெக்சாண்டர் அப்போது இந்தியாவுக்குப் போவதற்குத் தயாராகிக் கொண்டிருந்தார்:

"எங்கே போகிறீர்? எதற்காக?"

"நான் ஆசியாமைனருக்குச் செல்கிறேன். அதை வெற்றிகொள்ளப் போகிறேன்."

"அதற்குப் பிறகு என்ன செய்வதாக உத்தேசம்?"

"பிறகு இந்தியாவை வெற்றி கொள்வேன்."

"அதற்குப் பிறகு?"

"அதற்குப் பிறகு, இந்த அகில உலகையும் வெற்றிகொள்ள வேண்டும்."

"அதற்குப்பிறகு?"

"அதற்குப் பிறகு நான் நிம்மதியாக ஓய்வெடுப்பேன்."

அலெக்சாண்டரின் இந்த பதிலைக் கேட்ட டயஜீனஸ் வாய்விட்டுச் சிரித்தார். தனது நண்பனான நாயைப் பார்த்துச் சொன்னார்: "இந்தப் பைத்தியக்காரனைப் பார்த்தாயா, உலகத்தை வெற்றி கொண்டபிறகு நிம்மதியாக ஓய்வெடுக்கப் போகிறானாம். நாம் அதைத்தானே செய்து

கொண்டிருக்கிறோம், இந்த உலகத்தை வெற்றி கொள்ளாமலே? நிம்மதிக்கும் ஓய்வுக்கும் உலகை வெற்றி கொள்வதற்கும் எந்த சம்பந்தமுமில்லை.''

டயஜீனஸின் இந்த பதில் அலெக்சாண்டரைச் சிந்திக்க வைத்தது. அவர் சொன்னார்: ''ஐயா, நீங்கள் சொல்வது அர்த்தமுள்ளதாகத்தான் உள்ளது. ஆனால் நான் இப்போது ஓய்வெடுக்க முடியாது. முதலில் இந்த உலகை வெல்ல வேண்டும். நான் என் பயணத்தை ஏற்கெனவே துவக்கி விட்டேன். பாதியில் திரும்ப முடியாது'' என்றார். ''நீ திரும்புவாய்'' என்றாராம் டயஜீனஸ். அவர் சொன்னதுபோலவே இந்தியாவிலிருந்து திரும்பி வரும்பொழுதுதான் அலெக்சாண்டர் கிரேக்க நாட்டுக்குத் திரும்ப முடியாமல் வழியிலேயே இறந்தார்.

இங்கே நமக்கு முக்கியமானது டயஜீனஸின் தீர்க்க தரிசனம் அல்ல. அவர் அலெக்சாண்டருக்கு சொன்ன முக்கியமான செய்தி 'ரிலாக்ஸ்டாக' இரு என்பதுதான். உலகையே வெற்றி கொள்வதும் அதில்தான், அதாவது ரிலாக்ஸேஷன் என்ற ஒரு விஷயத்தில்தான் அடங்கியுள்ளது.

பிச்சைக்காரன் கோடீஸ்வரனாவது அவன் மனம் அமைதியாகும் போதுதான் என்று குருநானக் சொன்னார். அவர் ஏன் அப்படிச்சொன்னார் என்று பிறகு பார்க்கலாம். முதலில் நாம் தெரிந்துகொள்ள வேண்டியது, நாம் எப்போதும் 'ரிலாக்ஸ்டாக' இருப்பதில்லை. நம்முடைய வாழ்க்கையில் நாம் சந்திக்கின்ற அல்லது நம்மை வந்து சந்திக்கின்ற பிரச்சினைகள் நம்மை அப்படி இருக்க விடுவதில்லை.

ஆனால் ரிலாக்சேஷன் என்பதோ வெற்றியோடு மிக நெருக்கமாக சம்பந்தம் கொண்டுள்ளது. இன்னும் சரியாகச் சொல்லப்போனால், ரிலாக்ஸ்டாக இருப்பதன் விளைவுதான் நம்முடைய காரியங்களில் வெற்றியைக் கொண்டு வருகிறது. எல்லோருக்கும் தெரிந்த ஓர் உதாரணம். ஒரு சொல் மறந்து போயிருக்கும். அதை நினைவுக்குக் கொண்டுவர எவ்வளவு முயன்றாலும் அது முயல முயல, பின்னே பின்னே சென்று கொண்டிருக்கும். ரொம்ப நேரம் முயன்று தோற்ற பிறகு, சரி, தொலையட்டும் சனியன் என்று அதை மறந்திருப்போம். வேறு வேலையில் ஈடுபட்டிருப்போம். அப்போது சம்பந்தமில்லாமல் திடீரென்று அந்த வார்த்தை ஞாபகம் வரும். மிகத் தெளிவாக. சந்தேகத்திற்கிடமின்றி. இந்த அனுபவம் எல்லாருக்கும் கிடைத்திருக்கும். இதில் நமக்கு ஒரு முக்கியமான பாடமுள்ளது. அதை எத்தனைபேர் விளங்கிக்கொண்டோம் என்பதுதான் கேள்வி.

அது என்ன பாடம்? அதாவது நாம், டென்ஷனாக இருந்தவரையில், அதாவது மறந்துபோன சொல்லைப் போராடி நினைவுக்குக்கொண்டு

வர முயன்ற வரையில், பிரச்சினை தீரவில்லை. அதை மறந்தவுடன், அதாவது அந்த பிரச்சினையை ஒட்டி நாம் ரிலாக்ஸ் ஆன உடன், வழி பிறந்துவிட்டது. அந்த ரிலாக்ஸ்டான மனநிலையே பிரச்சினையைத் தீர்த்துவிட்டது. இதுதான் உண்மை.

வேண்டுமென்றால் மறுபடியும் ஏதாவது பெயர் மறந்து போகும்போது, அதை உடனே நினைவுக்குக் கொண்டுவர எந்த முயற்சியும் செய்யாமல், வேண்டுமென்றே, சரி, எப்படியும் ஞாபகத்துக்கு வந்து விடும் என்று உங்களுக்கு நீங்களே சொல்லிக்கொண்டு, அதை மறந்து, வேறு ஒரு காரியத்தில் முழுமனதாக ஈடுபட்டுப் பாருங்கள். முதலில் இது கொஞ்சம் கஷ்டமாக இருக்கலாம். அதாவது டென்ஷனாக இருக்கலாம்! என்றாலும் இது நினைவுக்குக் கொண்டுவர முயலும் டென்ஷன் அல்ல. எனவே பரவாயில்லை.

இப்படி நீங்கள் முயன்று பார்த்தால் தெரியும், இதற்கு முன் செய்த முயற்சிகளில் வெற்றி கிடைத்த காலத்தை விட பலமடங்கு விரைவாக இப்போது ஞாபகம் வருகிறது என்று. இது ஒரு தடவை புரிந்த பிறகு, மறுபடி மறந்துபோகும் போதெல்லாம், ரிலாக்ஸ் ஆகிவிடுவீர்கள். பின் அதுவே பழக்கமாகி, ஒரு வார்த்தை மறந்த உடனேயே, மறந்து போச்சே என்று நினைத்த உடனேயே நினைவுக்கு வர ஆரம்பித்து விடும்.

இந்த மாயத்தை நீங்கள் அனுபவித்துத்தான் பார்க்க வேண்டும். இந்த ஒரு சின்ன விஷயத்தில் வெற்றி எப்படிக் கிடைக்கிறதோ அதே அடிப்படையில்தான் எல்லா விஷயத்திலும் வெற்றி கிடைக்கிறது. அதுமட்டுமல்ல, நம்முடைய மூளை இருக்கிறதே, அது என்ன எதையும் மறந்து போகக் கூடியதா? ஒரு சின்ன உதாரணம் சொல்கிறேன். லண்டனில் உள்ள பிரிட்டிஷ் லைப்ரரியில் உள்ள புத்தகங்களை யெல்லாம் ஒரே நேர்க்கோட்டில் வரிசையாக வைத்தால் இந்த உலகத்தை மூன்று முறை சுற்றி வந்துவிடலாம்! ஆம், அவ்வளவு புத்தகங்கள் உள்ளன. அதைவிட பெரிய நூல் நிலையங்கள் மாஸ்கோவிலும் ஹார்வர்டிலும் உள்ளன. என்றாலும் இந்த உலகத்தில் உள்ள அத்தனை நூல் நிலையங்களிலும் உள்ள அத்தனை புத்தகங்களில் உள்ளதைவிட அதிகமாக ஒரு மனித மூளையால் ஞாபகம் வைத்திருக்க முடியும்! ஆனால் மறந்து போனதை நினைவு கொள்வதற்கு ரிலாக்சேஷன் தேவை.

வெற்றி விரும்புகின்றவர்களுக்கு தேவையான குணங்களில் நல்ல ஞாபக சக்தியும் ஒன்று. ஒரு விஷயம் ஏன் மறந்துபோகிறது என்பதற்கு முக்கியமான இரண்டு காரணங்கள் உண்டு. ஒன்று, நமக்கு எதெல்லாம் பிடிக்கவில்லையோ, எதெல்லாம் முக்கியமில்லை என்று நினைக் கிறோமோ, எதிலெல்லாம் ஆர்வமில்லையோ அதையெல்லாம் மறந்து

விடுவோம். இன்னொரு காரணம் தேவையில்லாத குப்பைகளை நிறைய சேர்த்துவிடுவதுதான். சரியாக ஞாபகத்தில் கொள்வதற்கு தொடர்ந்து குப்பைகளை, அழுக்குகளை வெளியேற்றிக் கொண்டே இருக்க வேண்டும்.

உதாரணமாக இந்தியாவில் ஊழலை ஒழித்தே தீருவோம் என்று பிரதம மந்திரி சூளுரைத்தார் என்பது போன்ற செய்தித்தாள் தந்த குப்பைகளை யெல்லாம் அவ்வப்போது கொட்டிவிடவேண்டும். ஆயிரக்கணக்கான கருத்துகள் நீங்கள் அறிந்தும் அறியாமலும் கணம்தோறும் உங்கள் மனத்துக்குள் திணிக்கப்படுகின்றன. அவ்வளவு விஷயங்களை மனம் சேர்த்து வைத்துக் கொண்டிருப்பதால்தான் சக்தியெல்லாம் விரயமாகி விடுகிறது.

அலெக்சாண்டர் இந்தியாவுக்கு வந்தபோது இங்கிருந்த சில பிராமணர் களுடைய ஞாபகசக்தியைக் கண்டு அசந்து போனார். இந்தியாவி லிருந்து வேதங்களையெல்லாம் கிரேக்க நாட்டிற்குக்கொண்டு போக வேண்டும் என்று அவர் முயன்றபோது, ஒரு பிராமண குடும்பத்தின் உதவியை நாடினார். குடும்பத்தலைவர், அலெக்சாண்டரை மறுநாள் வரும்படி கேட்டுக் கொண்டார். மறுநாள் அவர் போனபோது அந்த குடும்பத்தலைவர் நான்கு வேதங்களையும் நெருப்பில் எரித்து விட்டிருந்தார்.

கோபமாக அலெக்சாண்டர் விளக்கம் கேட்க, குடும்பத் தலைவர் சொன்னார்: ''வேதங்கள் நெருப்புக்கு இரையானதைப் பற்றி கவலை வேண்டாம். இந்த என்னுடைய நான்கு மகன்களும் இரவு முழுவதும் வேத புத்தகங்களை நான் படிக்க அவர்கள் கவனமாகக் கேட்டு ஞாபகத்தில் வைத்துள்ளார்கள். நீங்கள் அவர்களை அழைத்துச் செல்லுங் கள்'' என்றார். அலெக்சாண்டரால் நம்பமுடியவில்லை. வேறு சில பிராமணர்களை அழைத்து பரிசோதித்துப் பார்த்தபோது, அந்த நான்கு மகன்களும் நான்கு வேதங்களையும் அட்சரம் பிசகாமல் திரும்பச் சொன்னார்களாம்! காரணம் அவர்களுடைய ஞாபகசக்தி நூறு சதவிகிதம் தயார் நிலையில் இருந்தது! தேவையில்லாத எதையுமே அவர்கள் மண்டைக்குள் போட்டுக்கொள்ளவில்லை, நம்மைப்போல. அதனால் அவர்களிடம் நினைவு கொள்ள வேண்டுமே என்ற டென்ஷன் இல்லை.

இந்த ரகசியத்தை உணர்ந்து கொண்டவர்களில் ஜப்பானியர்களும் அடங்குவர். அவர்களின் தற்காப்புக் கலையான ஜூடோவில் வேறு எந்த தற்காப்பு சண்டைக் கலையிலும் இல்லாத ஓர் அம்சம் உள்ளது. அதாவது ஜூடோ பயில்பவர்கள் எதிரியை அவர்களாக அடிக்கவும் கூடாது, அவன் அடிக்கும்போது தடுக்கவும் கூடாது. ஆனால் எதிரி நம்மை அடிப்பதற்குத் தூண்ட வேண்டும்.

அதாவது அவனுடைய சக்தி விரயமாக வேண்டும். நாம் ரிலாக்ஸ்டாகவே இருக்க வேண்டும். அவன் அடிக்கும்போது தடுப்பதால்கூட நமக்கு சக்தி செலவாகிறது. எனவே அடித்தால் வாங்கிக்கொள்ள வேண்டுமே தவிர தடுக்கக் கூடாது. ஆச்சரியம், ஆனால் உண்மை என்பது இதுதான். இதன் பின்னணியில் உள்ள ரிலாக்சேஷன் தத்துவம்தான் முக்கியம்.

ஒரு குழந்தை எத்தனையோ முறை கீழே விழும். ஆனால் அதற்கு ஒன்றும் ஆகாது. ஆனால் நாமோ அல்லது ஒரு வயதானவரோ விழுந்து விட்டால் எலும்பு முறிவு ஏற்படும். காரணம் வயதாகிவிட்டது என்பது மட்டுமல்ல. விழப்போகிறோம் என்று தெரிந்தவுடனேயே நாம் டென்ஷனாகிவிடுகிறோம். எப்படியாவது அதைத் தடுக்க வேண்டும் என்ற எண்ணத்தில் நாம் அதை நமது கையால் காலால் உடம்பால் தடுக்கிறோம்.

ஆனால் ஒரு குழந்தை எதுவும் செய்வதில்லை. கீழே விழுந்தால் அது கீழே விழுகிறது. அவ்வளவுதான். இன்னும் சொல்லப்போனால், அந்த விழுதலோடு அது ஒத்துழைக்கிறது என்று சொல்லலாம்! ஆம், அதுதான் உண்மை. அதனால்தான் அதற்குப் பெரிதாக ஒன்றும் ஆவதில்லை. அப்படியே ஆனாலும் சீக்கிரமே சரியாகி விடுகிறது.

நாமோ டென்ஷனால் அதிகமாக உடைத்துக்கொள்வதோடு அதைப் பற்றிப் புலம்பியே டென்ஷனை அதிகரிப்பதோடு, குணமடையும் காலத்தையும் அதிகப்படுத்திவிடுகிறோம். ஜூடோ என்பது ஒரு குழந்தையாக ஆகிவிடுகின்ற இன்னொரு முயற்சி. அதாவது முழுமையாக ஒரு பிரச்சினையை ஒட்டி ரிலாக்ஸாகிவிடுவது. அதுவும் வேண்டுமென்றே. இதனாலேயே மற்ற கலைகளைவிட ஜூடோ மிகவும் கடினமானதாகிறது.

புரூஸ் லீ சண்டை போடும்போதுகூட நீங்கள் பார்த்திருக்கலாம். ஒருவனை அடித்துவிட்டு உடனே சிலைமாதிரி அப்படியே ஒருகணம் ‘ஊ’ என்று கத்திக்கொண்டே நிற்பார். அதாவது அடிகொடுத்து சக்தியை செலவு செய்த மறுகணமே அப்படியே உடம்பை அசைக்காமல் நின்று ஓய்வு எடுத்துக்கொள்கிறார்! அதாவது சண்டைபோடும்போதே ரிலாக்ஸ் பண்ணிக் கொள்கிறார்! அவருக்கு களைப்பே வராது. இருபத்து நான்கு மணி நேரமும் சண்டை போட்டுக்கொண்டே இருக்கலாம்! ரிலாக்ஸ் பண்ணுவதன் ரகசியம் அது!

குழந்தை கிருஷ்ணனோடு சண்டையிட்ட அசுரர்களெல்லாம் தோற்றுக் கொண்டே இருந்தார்களாம். உங்களைக் காரணம் கேட்டால் நீங்கள் உடனே சொல்வீர்கள், ‘கிருஷ்ணன் கடவுள். கடவுளை யாராவது ஜெயிக்க முடியுமா?’ என்று. அந்த பதில் சரியானதல்ல. சண்டை

போட்டுத்தான் ஒரு கடவுள் ஜெயிக்க வேண்டுமா என்ன? அப்படி யென்றால் அந்த கடவுள் ஏன் ஒரு மானிடனான அர்ஜுனனுக்கு தேரோட்டியாக இருந்தார்? கடவுள் எல்லா சக்தியும் படைத்தவர் என்பதை ஒத்துக்கொண்டால், மூன்றும் மூன்றும் ஆறு என்பதை அவரால் மாற்ற முடியுமா?

இந்த கேள்விகளுக்கெல்லாம் பதில் ஒன்றுதான். எந்த நிலையில் ஒரு விஷயம் அல்லது சூழ்நிலை உருவாக்கப்பட்டுள்ளதோ அது அந்த நிலையில் உள்ள வரை அதற்குரிய விதிகளைப் பின்பற்றித்தான் ஆகவேண்டும். மூன்றும் மூன்றும் இரண்டு என்று கடவுளே மாற்ற விரும்பினாலும் இப்போது முடியாது. இந்த உலகத்தையும் அதில் உள்ள மனிதர்களையும் அல்லது அவர்களது கணித மூளையையும் சுத்தமாக, எச்சில் வைத்தோ வைக்காமலோ துடைத்து அழித்துவிட்டு, புதிதாக ஓர் உலகத்தை அல்லது மூளையை உருவாக்கி மூன்றும் மூன்றும் இரண்டு என்று பதியவைக்க வேண்டும். அதிலும் ஒரு அபாயமுள்ளது. அப்படிஒருமுறை பதிந்துவிட்டால் அதையும் மாற்ற முடியாது! மாற்ற விரும்பினால் மறுபடி எச்சில் தொட்டு...

ஒருமுறை நபிகள் நாயகத்திடம் அலி என்ற ஒரு கூர்மையானவர் வந்து விதி என்றால் என்ன என்று கேட்டார். அதற்கு நபிகள் நாயகம் உடனே விதி பற்றி ஒரு விளக்கமான சொற்பொழிவு நிகழ்த்தவில்லை. மாறாக, ''ஒருகாலைத் தூக்கி நில்லுங்கள்'' என்றார். அலியும் ஒரு காலைத் தூக்கி மறு காலால் நின்றார். ''இப்போது அந்தக்காலையும் தூக்குங்கள்'' என்றார் நபிகள். முதலில் தூக்கிய காலை அலி கீழே இறக்க முயன்றார். அப்போதுதானே அடுத்த காலைத்தூக்க முடியும்? ஆனால் நபிகள் நாயகமோ, ''தூக்கிய காலை இறக்காமல்...'' என்றார். என்ன செய்வது, எப்படிச் செய்வதென்று தெரியாமல் அலி விழித்தார். நபிகள் நாயகம் சொன்னார்: 'இதுதான் விதி.'

என்ன அற்புதமான விளக்கம் பாருங்கள்! இன்னொரு காலைத் தூக்க வேண்டும் என்றால் தூக்கிய காலை இறக்கித்தான் ஆகவேண்டும். அது கடவுளாகவே இருந்தாலும். அப்படியானால் கிருஷ்ணன் கடவுளாகவே இருந்தாலும் ஒரு குழந்தை என்பதால், குழந்தை எப்படி அசுரர்களை ஜெயிக்க முடியும்? ஒரு குறிப்பிட்ட விதியைப் பின்பற்றினால் முடியும். அது வெற்றிக்கான விதிகளில் ஒன்று. அதை முழுமையாகப் பின்பற்றினால் குழந்தைகளாலும் அசுரர்களை வெல்ல முடியும். பின்பற்றாவிட்டால் அசுரர்களாக இருந்தாலும் ஒரு குழந்தையைக்கூட ஜெயிக்க முடியாது.

அது என்ன விதி? வேறொன்றுமில்லை, செய்யும் காரியங்களை பரபரப்பு, பயம், குழப்பம், கவலை, கோபம், பொறாமை போன்ற எந்த

டென்ஷனும் இல்லாமல் அதாவது மனஇறுக்கமில்லாமல், தளர்ச்சியாக, அதாவது ரிலாக்ஸ்டாக செய்வதுதான் அது! எந்த வகையான டென்ஷனை மனத்தில் வைத்துக்கொண்டு ஒரு காரியம் செய்தாலும் அந்தக்காரியத்தில் தோல்வி நிச்சயம்.

ஜெர்மனியின் சர்வாதிகாரியாக ஹிட்லர் இருந்த காலம். ஹிட்லர் தெரியுமில்லையா? சுத்தமான சைவர். 'தம்', 'தண்ணி' என்று எந்த கெட்ட பழக்கமும் கிடையாது. சீக்கிரம் படுத்து சீக்கிரம் காலையில் எழுவார். ஓவியம் வரைவார். ரொம்ப அற்புதமான மனிதர். ஆனால் என்ன, லட்சக்கணக்கான அப்பாவி மக்களைக் கொன்று குவித்தார். அவர் உயிரோடு இருக்கும் போதுதான் 1936ஆம் ஆண்டு ஒலிம்பிக் விளையாட்டுப் போட்டிகள் நடந்தன. அதில் 'லாங்ஜம்ப்'பில் ஜெஸ்ஸி ஓவன்ஸ் என்ற அமெரிக்க நீக்ரோ வீரர் தங்கமெடல் பெற்றார்.

ஆனால் அவர் தகுதி பெறுவதற்கான தாண்டுதலில் மூன்று வாய்ப்புகளில் இரண்டில், கோட்டில் கால்வைத்துத் தாண்டி தகுதி இழந்தார். இன்னும் ஒரேயொரு வாய்ப்புதான் இருந்தது. அந்த ஒலிம்பிக் போட்டியில் நான்கு தங்க மெடல்களை பெறப்போகிற வீரருக்கு என்ன ஆயிற்று? கோபம். வெறுப்பு. யார்மீது? லஸ்லாங் என்று ஒரு ஜெர்மன் வீரரும் தாண்டுவதற்காக அடுத்து நின்று கொண்டிருந்ததுதான் காரணம். அவர் மீதுதான் கோபம். ஏன்? ஹிட்லரின் கொள்கைப்படி உலகத்திலேயே உயர்வானவர்கள் ஜெர்மானியர்கள் தான். மற்றவர்களோ உயிரோடு இருப்பதற்கே லாயக்கற்றவர்கள். ஜெஸ்ஸி ஓவன்ஸ் ஓர் அமெரிக்கக் கருப்பர் என்பது ஒரு ஜெர்மானியனுக்கு எப்படி இருக்கும்? அதை நினைத்துத்தான் ஜெஸ்ஸிக்குக் கோபம் வெறுப்பு எல்லாம். அந்த டென்ஷனில் தவறு ஏற்பட்டது.

பின் எப்படி ஜெஸ்ஸி ஓவன்ஸ் ஜெயித்தார்? அதற்கும் அந்த ஜெர்மானியர் தான் காரணம்! ஆமாம். அவர் ஹிட்லரல்லர். ஹிட்லரை ஏற்றுக் கொண்டவருமல்லர். அவரே ஜெஸ்ஸி செய்யும் தவறுகளைப் பார்த்துவிட்டு, அவராகவே முன்வந்து, தவறுசெய்யும் கோட்டுக்கு முன் இன்னொரு கோட்டைப் போட்டு ஜெஸ்ஸியைத் தாண்டச் சொன்னார். அதன் பிறகுதான் ஜெஸ்ஸி, லஸ்லாங் பற்றிய தவறான கருத்தை மாற்றிக்கொண்டார். அவர்கள் இருவருக்கும் நட்பு மலர்ந்தது. ரிலாக்ஸ்டான ஜெஸ்ஸி அன்றைய ஒலிம்பிக்கின் ஹீரோ ஆனார். இதை ஜெஸ்ஸியே தனது வாழ்க்கை வரலாற்று நூலில் கூறுகிறார்.

ஆக, ஒரு காரியத்தை ரிலாக்ஸ்டாக செய்வது என்றால், வெற்றி பெற விரும்பும் காரியத்தை அதில் வெற்றி பெற்றுவிட்ட மாதிரியே செய்வது அல்லது அணுகுவது. குழந்தை கிருஷ்ணன் செய்தது அதுதான். அவன்

அசுரர்களோடு சண்டை போடவில்லை. விளையாடினான். சண்டை செய்வதும் அதற்குத் தயாராவதும்தான் எவ்வளவு டென்ஷனான விஷயம்! நமக்குத் தெரியும். அசுரர்களுக்கோ, கிருஷ்ணன் கடவுள் என்று தெரியும். அதனால் குழந்தைக் கடவுளை முளையிலேயே கிள்ளி எறிந்துவிட அவர்கள் விரும்பினார்கள். வெற்றி பெற்றே தீரவேண்டும். தோல்வி அடைந்து விடக்கூடாது என்ற டென்ஷனில் அவர்கள் போரிட்டார்கள்! பாவம்!

கிருஷ்ணனோ விளையாட விரும்பினான். வெற்றிபெற விரும்ப வில்லை. எனவே வெற்றி பெறவேண்டும் என்பதில் உள்ள டென்ஷன் அவனிடம் இல்லை. விளையாட்டில் எங்காவது டென்ஷன் உண்டா? கால்பந்து, கபடி என்ற பெயரில் உதைத்துப் பழிதீர்த்துக்கொள்வதை, காலை வாரிவிடுவதை, கண்ணில் மண் தூவுவதை நான் குறிப்பிடுவ தில்லை. ஒரு குழந்தை விளையாடுவதைப் பாருங்கள். அதில் எதாவது டென்ஷன் உண்டா? அதுதான் உண்மையான விளையாட்டு. அதுதான் வெற்றியின் விளையாட்டு. வெற்றிக்கான விளையாட்டு அல்ல. அந்த கதை மூலம் கிருஷ்ணன் நமக்கு சொல்ல வருவதும் இதுதான்.

சரி புரிந்துவிட்டது, இனிமேல் ஒன்றும் பிரச்சினை இல்லையா என்றால் அப்படிச் சொல்லிவிட முடியாது. ஒரு விஷயத்தை தெரிந்துகொள்வது வேறு. அதனைப் பின்பற்றுவது வேறு. 'ரோ' என்ற சொல்லிலிருந்தும் 'ஜா' என்ற சொல்லிலிருந்தும் ரோஜாவைப் பிரிக்க முடியுமா? முடியாது. அப்படியானால் அந்த மலரைப் பறிப்பது எப்படி என்பதைத் தெரிந்து கொள்ள வேண்டும். அந்த முறைப்படி ரிலாக்ஸ் பண்ணிக் கொள்ள வேண்டும். மனசே ரிலாக்ஸ் பிளீஸ் என்று மனசிடம் ஒரு பிச்சைக்காரனைப் போல கெஞ்சினாலெல்லாம் அது ரிலாக்ஸ் ஆகாது. இன்னும் கொஞ்சம் அதிகம் டென்ஷன் ஆகிவிடும்!

அப்படியென்றால், அது ரிலாக்ஸ்டாக, அல்லது ரிலாக்ஸ் பண்ண சிறந்த வழி, உடம்பை ரிலாக்ஸ் பண்ணுவதுதான். ஆம். உடம்பும் மனதும் ஒன்றோடொன்று பிரிக்க முடியாதபடி பின்னிப் பிணைந்துள்ளது. உடம்பை கண்ணுக்குத் தெரியும் மனசு என்றும் மனசை கண்ணுக்குத் தெரியாத உடம்பு என்றும் சொல்லலாம். ஆம். அது உண்மைதான். அப்படியெனில், உடம்பை ரிலாக்ஸ் பண்ணுவது எப்படி என்று தெரிந்து கொள்ள வேண்டும். அதாவது ரிலாக்ஸ்டாக உள்ள மனிதர்களைப் பார்த்து அவர்களைப் போல இருப்பது எப்படி என்று தெரிந்து கொள்ள வேண்டும்.

பிரச்சினை வரும்போது குருவை நினைத்துக்கொள்ள வேண்டும் என்று சொல்வார்கள். அது குரு மரியாதைக்காக அல்ல. பிரச்சினையை மறப்பதற்காகவோ அதிலிருந்து தப்பிப்பதற்காகவோ அல்ல.

பிரச்சினையைத் தீர்ப்பதற்காக. பிரச்சனையை குரு தீர்த்து வைப்பாரா என்றால் விஷயம் அதுவல்ல.

உண்மையான குரு என்பவர் ரிலாக்ஸேஷனின் மொத்த உருவம். அவரை முழுமனத்தோடு நினைக்கும்போது அந்த ரிலாக்ஸேஷன் நம்மையும் அதிர்வலைகளாக வந்தடையும். மனம் ரிலாக்ஸானவுடன் தெளிவு பிறக்கும். தெளிவு வந்தவுடன்(தான்) பிரச்சினையைத் தீர்ப்பதற்கான வழிகள் தெரியும். அடுத்த வேலை, அந்த வழிகளில் செயல்பட வேண்டியதுதான். நமது இந்திய கலாச்சார மரபில் இவ்வளவு உள்ளதா என்றால், இன்னும் எவ்வளவோ உள்ளது என்பதே சரியான பதிலாகும்.

சரி, ஒரு மனிதன் ரிலாக்ஸாகிவிட்டான் என்பதை எப்படித் தெரிந்து கொள்வது? இது ரொம்ப ஈஸி. ஒருவன் ரிலாக்ஸாகிவிட்டான் என்பதற்கான அடையாளங்கள் விஞ்ஞானப்பூர்வமாக நிரூபிக்கப்பட்டு விட்டன. அந்த அடையாளங்களைப் பின்பற்றினால் போதும். அதாவது, நாம் எந்த நிலையில் இருந்தாலும், ஒரு மனிதன் ரிலாக்ஸ் ஆகிவிட்டான் என்பதற்கான நிச்சயப்படுத்தப்பட்ட அடையாளங்களை வேண்டுமென்றே முயன்று நம்மில் உருவாக்கிக் கொண்டால் போதும். நாமும் ரிலாக்ஸ் ஆகிவிடுவோம். அதாவது வெற்றியின் கதவைத் திறப்பதற்கான சாவியைக் கையில் எடுத்துவிட்டோம் என்று பொருள். அந்த அடையாளங்கள்தான் என்ன? இதோ :

1. மூச்சோட்டம் ஆழமாகி இருக்கும். அதாவது சின்னச் சின்ன மூச்சுக்களை விட்டுக்கொண்டிருக்க மாட்டோம். நீண்ட, அவசர மில்லாத ஆழமான மூச்சோட்டம் இருக்கும்.

2. இதயத் துடிப்பின் விகிதாசாரம் குறைவாக இருக்கும்.

3. ரத்த அழுத்தம் குறைந்திருக்கும்.

4. மூளை ஏற்படுத்தும் அதிர்வலைகள் ஆல்ஃபா என்ற நிலையை அடைந்திருக்கும். அதாவது ஒரு விநாடிக்கு ஏழு முதல் பதினான்கு அதிர்வலைகளை மட்டுமே ஏற்படுத்தும்.

இதெல்லாம் விஞ்ஞானப்பூர்வமாக புரிந்துகொள்ளக் கூடியவை. இப்படிப்பட்டவனுடைய கண்பார்வையில் ஒரு தீட்சண்யம் இருக்கும். பேச்சில் ஒரு பிசிறு இருக்காது. தெளிவாக இருக்கும். இதெல்லாம் சரி. ஆனால் இதயம் துடிக்கின்ற விகிதத்தை கூட்டுவதோ அல்லது குறைப்பதோ ரத்த அழுத்தத்தை மாற்றுவதோ நம் கையில் இல்லை. அது தேவையும் இல்லை. ஆனாலும் 'லகான்' - இந்திப்படமல்ல - நம் கையில்தான் உள்ளது. அதுதான் மூச்சோட்டம். அந்த லகானைக்

கையில் பிடித்துவிட்டால் முழுக்குதிரையும் நமது கட்டுப்பாட்டுக்குள் வந்துவிடும்.

அதாவது ரிலாக்ஸாவதற்கு நாம் நமது மூச்சோட்டத்தை வேண்டுமென்றே ஆழப்படுத்த வேண்டும். அப்படிச் செய்தால், செய்த ஒரு சில நிமிடங்களிலேயே மாற்றத்தை உணரலாம். மூச்சை எப்படி கட்டுப் படுத்துவது அல்லது ஆழப்படுத்துவது என தனியாக ஓர் அத்தியாயத்தில் கூறப்பட்டுள்ளது. அதை நன்றாகப் படித்து பின்பற்றவும்.

மூச்சோட்டத்தை ஆழப்படுத்துவது மட்டும்தான் ரிலாக்ஸ் ஆவதற்குரிய வழியா என்றால் இல்லை. எத்தனையோ வழிகள் இருக்கத்தான் செய்கின்றன. உதாரணமாக differential relaxation என்று ஒன்று உள்ளது. அதாவது ஒரு வேலையை நாம் செய்து கொண்டிருக்கும்போது அந்த வேலையை செய்வதற்குத் தேவையான உடல் அங்கங்களை மட்டும் தேவையான அளவுக்குப் பயன்படுத்துவது. இதுவே ஒரு ரிலாக்ஸேஷன்தான்.

ஒரு புத்தகத்தைப் படிக்க வேண்டுமெனில் அதற்கு முக்கியமாக கண்தான் தேவை. கையால் புத்தகத்தை எடுத்து தேவையான பக்கத்தைத் திறந்து, கண்ணால் படிக்க வேண்டும். அவ்வளவே. வாயால் சப்தமிட்டு, சலூனில் தினந்தந்தி படிப்பது மாதிரி படிக்கவேண்டிய அவசியமில்லை. சிலருக்கு வாயால் படித்தால்தான் படிப்பு 'ஏறும்'. சரி, அந்த மாதிரி 'கேஸ்'கள் மட்டும் வாயைப் பயன்படுத்திக் கொள்ளட்டும். ஆனால் இதுவும் பத்தாது என்று தொடையை ஆட்டிக் கொண்டே படிப்பது, கைகளால் அபிநயம் பிடித்துக் கொண்டே படிப்பது இதெல்லாம் சக்திவிரயம்தான், டென்ஷன்தான்.

படிக்கும்போது படிப்பதற்குத் தேவையான அவயவங்களை மட்டும் பயன்படுத்துவதுதான் 'டிஃபெரென்ஷியல் ரிலாக்சேஷன்' என்பது. வேண்டுமானால் ஒரு கையெழுத்துப் போடுவதற்கு பேனாவை ஏதோ கொலைவாளினை எடுப்பது போல வேகமாக உருவி, வேகமாக அதன் தலையைத் திருகி, மூடியைக் கழற்றி, ஏதோ கொலை செய்வதுபோல ஒரு பத்து தடவை கையெழுத்து போட்டுப் பாருங்களேன். களைத்து விடுவீர்கள். அப்போதுதான் 'டிஃபெரென்ஷியல் ரிலாக்சேஷ'னின் அருமை புரியும்!

மூச்சோட்டத்தை ஆழப்படுத்துவது, ரிலாக்ஸ் பண்ண சிறந்த வழி. இன்னொரு சிறந்த எளிய வழி உள்ளது. அதுதான் குளிப்பது! ஆம், குளிப்பது ரிலாக்ஸ் செய்ய வைக்கின்ற மிகச்சிறந்த வழி. குளித்தவுடன் உடம்பில் ஒரு 'ஃப்ரெஷ்னெஸ்', ஒரு புத்துணர்ச்சியை உணருவோம். அப்போது ரொம்ப நன்றாக இருக்கும். இது எல்லோருக்குமே தெரியும்.

ஆனால் நடுராத்திரியில் டென்ஷனானால் எப்படிக் குளிப்பது என்கிறீர்களா? நியாயமான கேள்வி தான். டென்ஷனாவதற்குக் கால நேரமே கிடையாதா என்று உங்களைத் திருப்பிக்கேட்டால் உங்கள் டென்ஷன் அதிகமாகலாம். எனவே அது வேண்டாம். தண்ணீரின் பலவகையான உதவிகளில் ரிலாக்ஸ் ஆகவைப்பதும் ஒன்று என்ற உண்மையைச் சொல்லுகிறேன். அவ்வளவுதான். வேண்டுமானால் நீங்களே பரிசோதித்துப் பார்க்கலாம். அது நடுராத்திரியாக இருந்தாலும் சரி. குளிக்க முடியாவிட்டால் குறைந்தபட்சம் முகம், கை, கால்களையாவது கழுவிப் பாருங்கள், தெரியும் இந்த கூற்றில் உள்ள உண்மை.

இதனால்தானோ என்னவோ, இஸ்லாமியர்கள் தொழுகைக்கு முன் 'ஒளு' செய்து கொள்ளவேண்டும். அதாவது ஒரு குறிப்பிட்ட முறைப்படி, முகம், கை, கால் போன்ற பாகங்களைக் கழுவிக்கொள்ள வேண்டும். இந்த விதியைப் பின்பற்றாவிட்டால் தொழுகை செல்லாது என்று வைத்துள்ளார்கள்! அதாவது, மனம் இறைவனை நோக்கித் திருப்பப்படுவதற்குமுன், உடலாவது ரிலாக்ஸாகி இருக்க வேண்டும். எவ்வளவு அற்புதமான சிஸ்டம்!

முஸ்லிம்கள் அனைவரும் இதைத் தெரிந்து செய்தாலும் சரி,தெரியாமல் செய்தாலும் சரி, 'ஒளு' செய்த பிறகு தொழுதால் உடம்பும் மனமும் ரிலாக்ஸ் ஆன காரணத்தினால் கொஞ்சமாவது மனம் இறைவனிடம் ஒன்றத்தானே செய்யும்?! அப்போது செய்யப்படுகின்ற பிரார்த்தனைகளில் மனம் ரிலாக்ஸ் ஆன அளவுக்கு காரியங்கள் நடந்தேறத் தானே செய்யும்? டென்ஷனோடு வேண்டிக்கொண்டால் நிச்சயமாக அந்த பிரார்த்தனை நிறைவேறாது. காரணம் கடவுள் கோபித்துக் கொள்வார் என்பதல்ல. அவர் கொடுத்தாலும் அதை வாங்கிக் கொள்கின்ற கதவுகளை நமது டென்ஷன் பூட்டிவிடும்!

இரண்டாம் உலகப்போரில் ஹிட்லர் ஒவ்வொரு நாடாக தாக்கி, விழுங்கிக்கொண்டே வந்தான். சர்ச்சிலுக்கு கலக்கமாகிவிட்டது. அமெரிக்க ஜனாதிபதி ரூஸ்வெல்ட்டிடம் உதவி கோருவதற்காக வாஷிங்டனுக்கு விரைந்தார். அங்கே ரூஸ்வெல்ட்டோ தனது பேரக் குழந்தைகளுடன் சிரித்து விளையாடிக் கொண்டிருந்தாராம். அந்தச் சூழ்நிலையிலும் அவர் கலவரமடையாமல் அமைதியான மனநிலையைப் பெற்றிருந்ததனால்தான் சிந்தித்து அறிவார்ந்த முடிவுகளை எடுக்க முடிந்தது.

பிச்சைக்காரன் கோடீஸ்வரனாவது அவன் மனம் அமைதியாகும்போது தான், அதாவது ரிலாக்ஸ்டாகும்போதுதான் என்று குருநானக் கூறியதன் உள்ளர்த்தம் இப்போது புரிந்திருக்கும்.

பறக்கட்டும் உங்கள் பெகாசஸ்

ஒரு நாள் ஒரு தெருவில் இருந்த தேவாலயத்தின் சுவரில் மோசஸின் பத்து கற்பனைகள் என்ற தலைப்பில் பொய் சொல்லாதே, பிறன் மனை விழையாதே போன்ற நமக்கு மிகவும் தெரிந்த பத்து கட்டளைகள் எழுதப்பட்டிருந்தன. 'கற்பனை' என்ற சொல்லுக்கு 'கட்டளை' என்று ஒரு அர்த்தம் உள்ளது என்று அன்றுதான் எனக்குத் தெரிந்தது. ஆனால் நாம் பேசப்போகும் கற்பனை என்ற விஷயம் தீர்க்கதரிசி மோசஸ் தன் மக்களுக்குச் சொன்ன கற்பனைகள் அல்ல. ஒரு பொய்யை சிறப்பாகச் சொல்வதற்கு மனிதன் எந்த வகையான சிந்தனையைப் பயன்படுத்துகின்றானோ அந்த பிரத்தியேக தகுதியைப் பற்றிப் பேசப்போகிறோம். (ஆனால் பொய் பேசுவதற்காக அல்ல). சரியாக ஆரம்பித்தால் பாதி முடிந்தமாதிரி என்று சொல்வார்கள். சரியான ஆரம்பம் என்பது சரியாகப் புரிந்துகொள்வதுதான்.

ஒரு இன்டர்வியூ நடந்தது. அதில் கலந்துகொண்ட மூன்று பேரில் ஒருவன் இந்தியன். ஒரேயொரு கேள்வி மூன்று பேரிடமும் தனித்தனியாகக் கேட்கப்பட்டது. யேசுவைக் கொன்றது யார் என்பதுதான் அந்தக் கேள்வி. ''யூதர்கள்'' என்று ஒருவன் சொன்னான். ''ரோமானியர்கள்'' என்று இன்னொருவன் சொன்னான். இந்தியனிடம் கேட்டபோது ''எனக்குக் கொஞ்சம் அவகாசம் கொடுங்கள். யோசித்துச் சொல்கிறேன்'' என்றானாம். வீட்டுக்கு வந்த அவனிடம் அவன் மனைவி ''இன்டர்வியூவுக்குப் போனீர்களே என்னாச்சு?'' என்றாளாம். அதற்கு அந்த அறிவார்ந்த கணவன் ''கிட்டத்தட்ட வேலை கிடைத்துவிட்டமாதிரிதான். இப்போது நான் ஒரு கொலையை யார் செய்தார்கள் என்று துப்புத் துலக்கிக் கொண்டிருக்கிறேன்'' என்றானாம்! கற்பனையைப் பற்றி இப்படிப் புரிந்துகொண்டு நாம் தொடங்கினால் அந்த இயேசுவாலும் நமக்கு வெற்றியை வாங்கித் தரமுடியாது.

கற்பனை என்பது மனிதனுக்கு இறைவனால் வழங்கப்பட்ட பல அருட்கொடைகளில் ஒன்று. சாதனைகளுக்கான கருவிகளில் முக்கியமானது அதுதான். அதுவே வெற்றியின் அஸ்திவாரம். ஒரு மனிதனால் எதை கற்பனை செய்ய முடியவில்லையோ அதை அவனால் அடையவே முடியாது. பைபிளில்கூட இந்த உண்மை அழகாகச் சொல்லப்பட்டுள்ளது "ஒரு மனிதன் எதை எண்ணுகின்றானோ அதாகவே அவன் ஆகின்றான்" என்று. நவீன உளவியலாளர்களும் இதைத்தான் சொல்கிறார்கள். கொஞ்சம் வேறு பாஷையில். "மனிதன் எதைக் காட்சிரூபமாக சிந்திக்கிறானோ அதையே அவன் அடைகிறான்" என்கிறார்கள். இதையே வேறு கோணத்தில் சொன்னால் ஒரு மனிதன் எதை அடையவேண்டும் என்று நினைக்கிறானோ அதை முதலில் கற்பனையில் அடைய வேண்டும்.

இது மட்டுமல்ல. கற்பனை என்பது நமது ஆழ் மனத்திற்கு நாம் கொடுக்கும் உத்தரவு. ஏனெனில் எல்லா எண்ணமும் நமது மனத்திரையில் ஒரு காட்சியாகவே விரிகிறது. 'சிம்ரன்' என்று சொன்னால் மனதில் அந்த வார்த்தை வருவதில்லை. சிம்ரனே வருவார். அல்லது அவரிடம் நமக்கு மிகவும் பிடித்த விஷயங்கள், பகுதிகள் 'க்ளோசப்'பில் வரும். மனிதமனம் எண்ணுகின்ற முறையே இதுதான். காட்சிகளாகத்தான் மனம் நினைக்கிறது. அதாவது, எண்ணுவது என்கின்ற காரியத்தின் அர்த்தமே கற்பனை செய்வது என்பதுதான்.

மனத்தில் எண்ணி எண்ணி உருவாக்கப்படுகின்ற காட்சிகள்தான் நமது எதிர்காலத்தையே தீர்மானிக்கின்றன. அவைதான் நமக்குத் தேவையான வாய்ப்புகளையும், சூழ்நிலைகளையும் நம்மை நோக்கி இழுத்து வருகின்றன. ஆனால் கற்பனையை எந்த அளவுக்கு தீவிரமாகவும் அடிக்கடியும் செய்கிறீர்களோ அந்த விகிதாசாரத்துக்கு ஏற்றபடிதான் அது ஆழ் மனப்பதிவை ஏற்படுத்தி உங்களுக்கு வழி காட்டும்.

இப்படி வழிகாட்டப்படும்போது நாம் அதை ஏற்றுச் செயல்பட வேண்டும். செயல்படாதவனுக்கு வழிகாட்ட முடியாது. அல்லது வழிகாட்டுவது வீண். உங்கள் தீவிரமான கற்பனை உங்கள் குறிக்கோளை அடைவதற்கு உரிய வழியைக் காட்டும்போது அதற்கேற்ப செயல்பட்டு அதை நாம் அடையவேண்டும். கற்பனை என்பது அற்புதங்கள் நிகழ்வதற் காக காத்திருக்கின்ற காலகட்டம் அல்ல. கற்பனை என்பது சரியான வழியில் செயல்படுவதற்கு உரிய ஆழ் மன ஏற்பாடு.

"நம்பிக்கைதான் நிஜத்தை உருவாக்குகிறது" என்று ஹார்வர்ட் பல்கலைக்கழகத்தின் உளவியலாளர் வில்லியம் ஜேம்ஸ் சொல்கிறார். "எண்ணங்களே உலகை ஆளுகின்றன" என்று எமர்சன் கூறினார். எதை விதைக்கிறீர்களோ அதைத்தான் அறுவடை செய்ய முடியும். நெல்லை

விதைத்து கோதுமையை அறுவடை செய்ய முடியாது. ஜி.டி. நாயுடு வேண்டுமென்றால் மாமரத்தில் தேங்காயையும் தென்னை மரத்தில் மாங்காயையும் வளரவைக்க முடியும். அதற்குக்கூட தேவையான அடிப்படை வேலைகளைச் செய்தாக வேண்டும்.

இல்லாத ஒன்றை இருப்பதாகவே நினைப்பதுதான் கற்பனை. இருக்கின்ற ஒன்றை வைத்து அதில் இல்லாத ஒன்றை ஏற்றிப் பார்ப்பதும் கற்பனைதான். ஏனெனில் கற்பனை என்பது சும்மா மனத்தைப் போட்டுக் குழப்பிக் கொள்வதல்ல. அது சக்தியினுடைய பிழம்பு, வடிவம். கற்பனையை நாம் ஒரு குறிப்பிட்ட லட்சியத்தை நோக்கி செலுத்தும்போது, அது அந்த நோக்கத்தைப் பற்றி ஏற்கெனவே நினைத்த ஆயிரக்கணக்கான இதயங்களோடு தொடர்பு கொண்டு, அந்த வங்கியிலிருந்து நமக்கு எடுத்துக்கொடுக்க ஆரம்பிக்கும். நமது நோக்கத்தை அடைகின்ற பாதைகளை நமக்கு அது காட்டும்.

கற்பனையின் அழகே தனிதான். கம்பராமாயணத்தில் ஒரு காட்சி. பொதுவாக பெண்களுக்கு இடுப்பு மெலிதாக இருப்பது அழகு என்று நமது பாரம்பரியத்தில் ஒரு கருத்து உண்டு. இந்த கருத்தை வழிமொழி பவர்களில் நானும் ஒருவன். ஆனால் இந்தக் கருத்தில் தன் அபாரமான கற்பனையைக் கலந்து கம்பன் அற்புதமான காட்சியை தனது காவியத்தில் இணைக்கிறான்.

ராமன் அன் கோ காட்டில் இருக்கும்போது நடக்கிறது இது. ராமனின் அழகைப் பார்த்து ஆசைப்பட்டு சூர்ப்பனகை என்ற பெண்மணி - ராட்சசிதான் - ராமனைத் தொல்லை கொடுக்கிறாள். தன் காதலைச் சொல்வதன் மூலமாக. லட்சுமணன், ராமனைப்போல பொறுமைசாலி அல்ல. எடுத்தேன் கவிழ்த்தேன் பேர்வழி. அவளுடைய தொல்லை பொறுக்க முடியாமல் அந்த மங்கையுடைய கொங்கை ஒன்றையும் மூக்கையும் வெட்டிவிடுகிறான். முக்கியமான இடங்களில் மூளியாகிப் போனாலும் சூர்ப்பனகைக்கு ஆசை மட்டும் மூளியாகிவிடவில்லை. அந்த மூக்கோடு, அதாவது மூக்கில்லாமல், ராமனிடம் வந்து மறுபடியும் தன்னை மணந்து கொள்ளுமாறு வாதாடுகிறாள். அதுவும் ரொம்ப 'லாஜிக்'காக.

இங்குதான் கம்பனின் கற்பனை புகுந்து விளையாடுகிறது. அவள் ராமனிடம் சொல்கிறாள், மூக்கில்லாதவளோடு எப்படி வாழ்வது என்று யோசிக்கிறாயா, அப்படி யோசிப்பதற்கு உனக்குத் தகுதி இல்லை, ஏனெனில் ''மருங்கிலாதவளொடும் அன்றோ, நீ நெடுங்காலம் வாழ்ந்தாய்'' என்கிறாள். அதாவது இடுப்பே - மருங்கு - இல்லாத வளோடு நீ இவ்வளவு காலமாக வாழவில்லையா? மூக்கில்லாதவ ளோடு வாழக்கூடாதா? இதுதான் அவளது நியாயமான கேள்வி!

அடடா, ஒரு வெற்றிப்படத்தின் திரைக்கதையே உள்ளது இந்த காட்சியிலும் வசனத்திலும்! சூர்ப்பனகை, சீதையை இகழ்வதையே அவள் அழகுக்கான வர்ணனையாக ஆக்கிய கம்பனின் கற்பனைதான் என்னே! ஒரு பழைய கருத்தை இவ்வளவு அழகாக சொல்ல முடிந்திருக்கிறதென்றால் அது கற்பனையின் அழகால்தான்.

இந்திரன் பூனையானதும் அகலிகை கல்லானதும் கவிஞர்களின் கற்பனை. வெகுகாலமாக கல்லாக இருந்த அந்த அகலிகை மறுபடியும் உயிர் பெற்றுவிடும்போது முதன்முதலில் ''எனக்குப் பசிக்கிறது'' என்று சொல்லுவது புதுமைப்பித்தன் என்ற எழுத்தாளரின் அழகான கற்பனை.

மஜூசிகள் என்றும் நெருப்பை வணங்குபவர்கள் என்றும் சொல்லப் பட்ட ஜொராஷ்ட்ரிய மதத்தைச் சேர்ந்தவர்களுக்கு நிலம், நீர், நெருப்பு ஆகியவை புனிதமானவை. எனவே அவர்கள் இறந்த உடலைப் புதைப்பதையோ, எரிப்பதையோ, கங்கை போன்ற புனித நதிகளில் போடுவதையோ ஒத்துக்கொள்வதில்லை. கொள்கை ரீதியிலும். இப்படிச் செய்வதால் மூன்று பூதங்களின் புனிதம் கெடுவதாக அவர்கள் நம்பினர். பிறகு செத்துப்போனால் என்ன செய்வது?

இந்தப் பிரச்சினையை கற்பனைக்குள் போட்டு ஒரு முடிவு கண்டனர் அவர்கள். அது, இதுதான். அதாவது ''அமைதி கோபுரங்கள்'' என்ற பெயர் கொண்ட உயர்ந்த கோபுரங்களைக் கட்டி இறந்த உடல்களை கழுகுகளின் பொறுப்பில் விட்டுவிடுவது. கழுகு கொத்திய பிணங்களின் பகுதிகள் நிலத்திலோ, நீரிலோ விழாதா என்று கேட்கக் கூடாது. அவர்களைப் பொறுத்த அளவில் பிரச்சினையை சரிசெய்து விட்டனர். கழுகுகள் செய்யும் தவறுகளுக்கு அவர்களா பொறுப்பு?

ஹாரி பாட்டர் என்று ஒரு சமீபத்திய படம். இரண்டாம் பாகம். அதில் ஒரு காட்சி. சிறுவர் சிறுமியர் எல்லாம் மேஜிக் ஸ்கூலில் பயின்று கொண்டிருப்பார்கள். அப்போது அதில் ஒருவனுக்கு ஒரு கடிதம் வரும். அது அவன் அம்மா அனுப்பியது. அவள் இவன் மீது மிகவும் கோபமாக இருக்கிறாள். கடிதம் சிவப்பு வண்ணத்தில் அழகாக மேஜைக்கு பறந்து வரும். வந்து அந்த சிறுவன் முன்னே நின்று அந்தரத்தில் கூத்தாடும். ருத்ரதாண்டவம். கோபமாம். பின் கடிதம் தன்னைத் தானாகவே திறந்து அவன் அம்மாவுடைய குரலில் படிக்க ஆரம்பிக்கும். அதாவது அவனைத் திட்ட ஆரம்பிக்கும். திட்டி முடித்துவிட்டு தானாகவே தன்னை சுக்கு நூறாகக் கிழித்துப் போட்டுக் கொள்ளும்!

ஆரம்பமும் முடிவும் அற்ற இறைவனைக் குறிக்க கிரேக்கர்கள் ஒரு சிலை வைத்தார்கள். வேறொன்றுமில்லை. ஓர் உருண்டை. அதாவது

பூஜ்யத்தின் சிலை. அதுதான் கடவுளாம். காரணம் பூஜ்யமும் ஆரம்பமும் முடிவும் இல்லாதது(வரைந்த பின்னே).

முக்கோண வடிவத்தில் ஒரு கட்டடம் கட்டி அதனுள் இறந்த உடலை வைத்தால் அது ஆயிரக்கணக்கான ஆண்டுகளுக்கு கெட்டுப் போகாமல் அப்படியே இருக்கும் என்று கண்டுபிடித்தது எகிப்தியர் களுடைய பிரம்மாண்ட பிரமிடு கற்பனை.

கஜுராஹோ கோவிலில் ஆணும் பெண்ணும் கூடும் முறைகளை யெல்லாம் கல்லில் சிற்பமாக வடித்து வைத்திருக்கிறார்கள். சரி, 'வடித்து' வேண்டாம். செதுக்கி வைத்திருக்கிறார்கள். அதில் ஒன்றில் ஆணும் பெண்ணும் தலைகீழாக நின்றுகொண்டு உறவுகொள் வதைப்போல உள்ளது! 'நடைமுறைக்கு' சாத்தியமில்லாத இந்த கற்பனை அதீதமானது என்று சொல்லவும் வேண்டுமா?

சரி, இதெல்லாம் இருக்கட்டும். கற்பனை என்பது மனிதனுக்கு மட்டும்தான் உரியதா என்ன? அது நம்ம கடவுளர்களுக்கும் உரியது தான். உலகத்தை முதலில் சுற்றிவருபவருக்கே பழம் என்று சிவனும் பார்வதியும் சொல்லிவிட, உடனே மயிலேறி அவசரக்குடுக்கை முருகன் பறந்துவிட்டபோது, நம்ம கணபதி மட்டும் அம்மையப் பனையே சுற்றி வந்து அவர்கள்தான் உலகம் என்று சொல்லி பெற்றோரை மகிழ்வித்துப் பழம் பெற்றது அவரது கற்பனையே அன்றி வேறென்ன? அதாவது அந்த புராண நிகழ்ச்சி ஒரு கற்பனை என்று சொல்ல வரவில்லை. பெற்றோரே உலகம் என்ற கருத்தை, கற்பனையை அவர் சமயோசிதமாக வெளிப்படுத்தி 'பழம்பெரும்' வெற்றியைப் பெற்றார் என்று சொல்ல வருகிறேன். 'கற்பனை கணபதி' என்று அவருக்கு பட்டமே கொடுக்கலாம்.

குழந்தையைத் தாய் தாலாட்டித் தூங்கவைப்பதை பற்றி நம் ஓஷோ ஒரு புதுமையான விளக்கம் கொடுக்கிறார். அதாவது, குழந்தை நினைக்கிறதாம், 'என்ன இந்த அம்மா, சொன்னதையே திரும்பத்திரும்ப - தாலாட்டைத்தான் - சொல்லிக்கொண்டிருக்கிறாள்?' என்று எரிச்சல் பட்டு அந்த பாட்டின் கொடுமையிலிருந்து தப்பிப்பதற்காக தூங்கி விடுகிறதாம் ! நல்ல கற்பனை!

இன்றைக்கு நாம் அனுபவித்துக் கொண்டிருக்கிற விஞ்ஞானக் கண்டு பிடிப்புகள் அனைத்துமே ஒரு காலத்தில் மனிதனின் கற்பனையாக இருந்தது தான். இன்றைய மின்சார விளக்கு எடிசனின் கற்பனை. தொலைபேசி கிரஹாம் பெல்லின் கற்பனை. டி.வி., சினிமா, ஏசி, கார், விமானம் எல்லாமே, இன்றைய நிஜங்கள் எல்லாமே அன்றைய கற்பனைகள்தான்.

தாகத்துக்கு தண்ணீர் கிடைக்காமல் மரப்பிசினை வாயில் வைத்து மென்றவனுக்கு சூயிங்கம் பற்றிய கற்பனை பிறந்தது. சிலந்தி வலையைப் பார்த்த கேப்டன் ப்ரௌனுக்கு தொங்கு பாலம் அமைப்பது பற்றிய கற்பனை பிறந்தது. மரத்தை ஒரு புழு குடைந்து சென்றதைப் பார்த்ததும் இசாம்பர்ட் ப்ரூனஸ் என்பவனுக்கு தேம்ஸ் நதியின் கீழே பாதை அமைக்க வேண்டும் என்ற கற்பனை பிறந்தது. ஷைலக் என்ற கந்துவட்டிக்காரனின் கதை ஏற்கெனவே பிரபலமாக இருந்தாலும் ஷேக்ஸ்பியரின் கற்பனைதான் 'மெர்சென்ட் ஆஃப் வெனிஸ்' நாடகத்தின் மூலம் அவனுக்கு மறு உயிர் கொடுத்தது.

இதிலிருந்து ஒரு விஷயம் நமக்குத் தெளிவாக வேண்டும். அதாவது கற்பனையின் சக்திக்கு அளவே இல்லை. கற்பனை என்பது எதிர்காலத்தை நிகழ்காலத்திலேயே உருவாக்குகின்ற ஒரு செயல் பாடாக உள்ளது.

வான்கோ என்று ஓர் ஓவியர் இருந்தார். ஹாலந்து நாட்டுக்காரர். ரொம்ப அற்புதமான ஓவியர். அவரை மேதை என்றுதான் சொல்லவேண்டும். ரொம்ப வறுமையில் வாடினார். அவருடைய நண்பர் ஒருவாரத்திற்கு சாப்பாட்டுக்கு வேண்டிய காசு கொடுத்தால் அதில் அவர் நான்கு நாட்கள்தான் சாப்பிடுவார். மீதி மூன்று நாட்களுக்குப் பட்டினிதான். காரணம் அந்த காசைக்கொண்டு ஓவியம் வரைவதற்கு வேண்டிய வற்றை வாங்குவார். அவர் இறந்த பிறகு அவருடைய ஓவியங்கள் மில்லியன் டாலர் கணக்கில் விலைபோயின என்பது வேறுவிஷயம்.

அவர் தனது ஓவியங்களில் நட்சத்திரங்களை வரைந்த போதெல்லாம் அவற்றை ஸ்பைரல்களாகவே வரைந்தார். ஸ்பைரல் என்றால் ஒரு புள்ளியை மையமாக வைத்து வளைந்து வளைந்து மேலே மேலே செல்லுகின்ற ஓர் அமைப்பு. அதைப் பார்த்த அவர் காலத்து ஓவியர்கள் அவரிடம் வந்து ''பைத்தியக்காரத்தனமாக வரையாதே, நட்சத்திரங்கள் ஸ்பைரல் அல்ல'' என்று உபதேசித்தனர். ஆனால் வான்கோ ''என்ன செய்வது எனக்கு அப்படித்தான் தெரிகின்றன'' என்று சொன்னார். அவரைப் பைத்தியம் என்று அவர்கள் சொன்னது மட்டுமல்ல. உண்மையிலேயே மனநோய் மருத்துவமனையில் வான்கோ கொஞ்ச காலம் இருந்தார். அங்கிருந்து வெளிவந்தவுடன் அவர் தற்கொலையும் செய்து கொண்டார்.

இங்கே முக்கியமான விஷயம் அவர் மனநோய் மருத்துவமனையில் இருந்ததோ, தற்கொலை செய்துகொண்டதோ அல்ல. அவருடைய கற்பனையில் அவர் நட்சத்திரங்களை ஸ்பைரல்களாகப் பார்த்ததுதான்.

ஆம். அவர் இறந்து ஒரு நூற்றாண்டுக்குப் பின்னர் இன்று மார்கன் போன்ற வானவியல் மற்றும் இயற்பியல் விஞ்ஞானிகள் பல நுட்பமான

கருவிகளை வைத்து பல ஆண்டுகளாக ஆராய்ச்சி செய்த பிறகு நட்சத்திரங்கள் ஸ்பைரல்களாக உள்ளன என்ற முடிவுக்கு வந்திருக்கிறார்கள்! விஞ்ஞானத்தின் அதிநவீன தொழில்நுட்பக் கண்களுக்கு இன்றைக்குத் தெரிகின்ற உண்மை ஒரு நூற்றாண்டுக்கு முன்பே வான்கோவின் கற்பனையின் கண்களுக்குத் தெரிந்து விட்டது. இதுதான் இங்கே கவனிக்கவேண்டிய விஷயம்.

கற்பனையில் அவசியமானது - கவைக்குதவாதது என்று இரண்டுமே உண்டு. ஒரு நாணயத்தின் இரண்டு பக்கங்களைப் போல. 'தவப்புதல்வன்' என்று ஒரு தமிழ்ப்படம். அதில் சிவாஜிதான் ஹீரோ. அதில் அவருக்கு ஒரு நோயிருக்கும். அதாவது கற்பனை நோய். டி.வி.யில் கிரிக்கெட் மாட்ச் பார்த்துக் கொண்டிருந்தால் அதில் இந்தியா தோற்பதுபோல் சூழ்நிலை ஏற்பட்டால் உடனே அவருடைய கற்பனையில் அவர் இந்தியாவுக்காக விளையாடி சிக்ஸராக அடித்து வெற்றி வாங்கித் தருவார். இப்படியே அவர் வாழ்வில் சந்திக்கும் ஒவ்வொரு கட்டத்திலும் கற்பனை செய்து கொண்டே போவார்.

இது ஆக்கபூர்வமான கற்பனை அல்ல. இப்படிப்பட்ட கற்பனை, கற்பனைதான் என்றாலும் இது ஒரு நோய். காரணம் இந்த கற்பனை அந்த குறிப்பிட்ட மனிதனுடைய வாழ்வின் லட்சியத்தோடு - லட்சியமிருந்தால் - சம்பந்தப்படாத கற்பனை. குறிக்கோளுக்குத் தொடர்பில்லாத கற்பனை யாவும் எவ்வளவு அழகானதாக இருந்தாலும் அது பயனில்லாதது மட்டுமல்ல, நமக்குத் தீங்கு விளைவிப்பதுமாகும்.

நன்மைக்கு மட்டுமல்ல, எல்லாவிதமான தீமைக்கும் கற்பனைதான் காரணம். நம்முடைய வாழ்வில் நாம் சந்திக்கும் எல்லா வெற்றிக்கும் தோல்விக்கும் நோய்களுக்கும் கஷ்டங்களுக்கும் பிரச்சினைகளுக்கும் தெரிந்தோ தெரியாமலோ நாம் கற்பனை செய்வதுதான் காரணம். யூதர்களெல்லாம் உயிர் வாழ்வதற்கே லாயக்கில்லாதவர்கள் என்பது ஹிட்லரின் கற்பனை. பாப்ரி மஸ்ஜித் வளாகத்தில்தான் ராமர் பிறந்தார் என்பது ஒரு சமூகத்தாருடைய கற்பனை. ஈராக்கில் பேரழிவு ஆயுதங்கள் வைத்திருக்கிறார்கள் என்பது அமெரிக்காவின் கற்பனை. இந்த கற்பனையின் விளைவாக மூன்றாம் உலக யுத்தமே மூண்டாலும் ஆச்சரியப்படுவதற்கில்லை.

இந்த உலகப் பிரச்சினைகளை விட்டுவிட்டு நம்முடைய சொந்தப் பிரச்சினைகளுக்கு வந்தாலும் இதே கதைதான். ஒரு விஷயத்தைப்பற்றி நாம் எதிர்மறையாக நினைப்பதால்தான் அது எதிர்மறையாக ஆகிவிடுகிறது. உதாரணமாக நம்முடைய பயங்களைச் சொல்லலாம். சொல்ல வேண்டும். நம்முடைய பயங்கள் பெரும்பாலானவை கற்பனைக் குப்பைகளே. அவை கற்பனையாக இருப்பதனால் அதற்குச்

சக்தி பிறந்து அது வேலைசெய்ய ஆரம்பித்துவிடுகிறது. அதாவது திரும்பத்திரும்ப அதையே நினைப்பதால்.

ஒரு காய்ச்சல், ஒரு வயிற்றுவலி, ஒரு தலைவலி வந்தால் உடனே நாம் இது அதுவாக இருக்குமோ அது இதுவாக இருக்குமோ என்று கற்பனை செய்ய ஆரம்பித்து விடுகிறோம். திரும்பத் திரும்பத் தொடர்ந்து அந்த கற்பனையை நாம் விடாமல் செய்தால் அதில் உணர்ச்சி கலந்து அது உண்மையாகிவிடுகிறது.

அமெரிக்க மருத்துவர்கள் ஒன்று சொல்கிறார்கள். அதாவது, மனிதனுக்கு வருகின்ற நோய்களில் தொண்ணூறு சதவிகிதம் psychosomatic என்று. Psycho என்பது மனம். Soma என்பது உடல். சோமபானம் அல்ல. அதாவது நோய் முதலில் மனத்தில் ஆரம்பித்து அது பிறகு உடம்பில் தன்னை வெளிப்படுத்திக் கொள்கிறது என்று சொல்கிறார்கள். மனத்தில் ஆரம்பிக்கிறது என்றால் என்ன? அதாவது, கற்பனையில் தொடங்குகிறது என்று அர்த்தம். அதாவது ஒரு மனநிலை நோயாகவும் இன்னொன்று ஆரோக்கியமாகவும் இருக்கிறது என்று அர்த்தம்.

"அல்சர் என்பது நீங்கள் சாப்பிடுவதனால் உருவாவது இல்லை. உங்களை எது சாப்பிட்டுக் கொண்டுள்ளதோ அதனால் உருவாவது" என்று ஒரு மருத்துவமொழி உள்ளது. அதாவது கவலைதான். டென்ஷன்தான் அல்சரை உருவாக்குகிறது என்ற அர்த்தத்தில் சொல்லப் பட்ட உண்மை அது. இன்றைய கேன்சரில் இருந்து பி.பி., கொலஸ்ட்ரால், சுகர் வரை எல்லாமே கற்பனையின் தீவிரத்தால் கூடவோ, குறையவோ, நீங்கவோ செய்கின்றன என்று அர்த்தம்.

இந்த இடத்தில் எனக்கு தீவிரமான எதிர்ப்பை தெரிவிப்பீர்கள் என்று தெரியும். பி.பி., சுகர் எல்லாம் கற்பனையா? உங்களுக்கு வந்தால்தான் தெரியும் என்று பாசத்தோடு சொல்வீர்கள் என்றும் தெரியும். இப்போது தான் நாம் கற்பனை பற்றிய ஒரு முக்கியமான கட்டத்திற்கு வந்திருக்கிறோம். கற்பனை என்பது உண்மையா, பொய்யா என்பதுதான் இப்போது நம்மிடையே இருக்கும் முக்கியமான அடுத்த கேள்வி. இதன் சரியான பதில் கற்பனைகள் பொய்யாகத் தொடங்கி உண்மையாக முடிகின்றன என்பதுதான். வெறும் கற்பனையால் ஒரு நோயைக் குணப்படுத்த முடியாது என்பது உங்கள் உறுதியான எதிர்மறைக் கற்பனையாக இருப்பதற்கு நான் எப்படிப் பொறுப்பாக முடியும்?

கற்பனையினால் இல்லாத ஒரு பிரச்சினையை உருவாக்கலாம். இருக்கின்ற ஒரு பிரச்சினையைத் தீர்க்கவும் செய்யலாம். ஒரு பாலத்துக்கு அடியில் ஒரு லாரி தன் மண்டை திறந்த 'லோடு' சாமான்களோடு மாட்டிக்கொண்டதாம். எவ்வளவோ முயன்றும் லாரியை ஒரு

இன்ச் கூட நகர்த்த முடியவில்லையாம். மீறி நகர்த்தினால் லாரிக்கோ அல்லது பாலத்துக்கோ அடிபடும். நசுங்கும். உடையும் என்ற சூழ்நிலை. என்ன செய்வதென்று யாருக்கும் தெரியவில்லை. ஆனால் ஒரு பள்ளிக்கூட மாணவன் சொன்னானாம், லாரியின் நான்கு சக்கரங் களில் இருந்தும் காற்றைத் தேவையான அளவு எடுத்துவிடுங்கள், லாரியை நகர்த்தலாம் என்று! அற்புதமான யோசனை. பிரச்சினையைத் தீர்த்த யோசனை. இந்தத் தீர்வில் பயன்பட்டது அவனுடைய கற்பனை.

இமாம் அபூஹனீஃபா என்று ஒரு இஸ்லாமிய சட்ட நிபுணர் இருந்தார். அவர் காலத்தில் ஒரு பிரச்சினை வந்தது அவரிடத்திலே. ஒரு கணவனும் மனைவியும் இருந்தார்கள். பிரச்சினை இதுவல்ல. மனைவியின் தந்தை இறந்துவிட்டார். தந்தையை கடைசி முறையாகப் பார்த்துவிட வேண்டும் என்று மகள் தவிக்கிறாள். இயற்கைதானே? ஆனால் கணவனோ ''நீ உன் தகப்பன் வீட்டுக்குப் போனால் நான் உன்னை விவாகரத்து செய்துவிடுவேன்'' என்று மிரட்டினானாம். மாமனாரின் மரணம்கூட விவாகரத்து செய்வதற்கு போதுமான காரணமாக அவனுக்கு இருந்துள்ளது. ரொம்ப கற்பனை வளமுள்ளவன்தான்!

இந்த பிரச்சினையை எப்படித் தீர்ப்பதென்று சட்ட வல்லுநர்கள் பலருக்குத் தெரியவில்லை. கணவனைத் தாஜா செய்வது வழியல்ல. கடைசியில் இமாம் அபூஹனிஃபாவிடம் இந்த பிரச்சினை வருகிறது. அவர் தனது தீர்ப்பை சொல்கிறார் கேளுங்கள்: '' நீ உன் தகப்பனாரின் உடலை சென்று பார்க்கலாம். அதனால் உன் கணவன் உன்னை விவாகரத்து செய்ய முடியாது. உன் தகப்பனாரின் வீட்டுக்கு நீ போனால் தானே உன்னை மணவிலக்கு செய்வேன் என்று உன் கணவன் சொன்னார்? எப்போது தந்தை இறந்துவிட்டாரோ அப்போதே அவருடைய சொத் தெல்லாம் அவருடைய பிள்ளைகளுக்கு சட்டப்படி வந்துவிடுகிறது. இப்போது சட்டப்படி உன் தகப்பனாரின் உடல் கிடத்தப்பட்டுள்ள வீடு உன் வீடு. உன் வீட்டுக்கு நீ போவதில் உனக்கு எந்தத் தடையும் இல்லையே?'' என்றாராம் பிரச்சினைக்கு முற்றுப்புள்ளி வைத்து.

ஒரு மரணத்தையும் வாரிசு உரிமைச் சட்டத்தையும் இணைத்துப் பார்த்தது அவர் கற்பனை. கற்பனை தவிர வேறு வழியில் இந்த பிரச்சினையைத் தீர்த்திருக்க முடியுமா என்று யோசித்துப் பாருங்களேன்.

கற்பனை என்பது திரைபோடப்பட்ட உண்மை. அதைப் புரிந்துகொண்டு திரையை விலக்கிவிடுவதுதான் நாம் செய்ய வேண்டிய வேலை.

ஏகலைவனுக்கு துரோணாச்சாரியார் குருவாக இருக்க மறுத்துவிட்டார் என்பது எவ்வளவு உண்மையோ அவ்வளவு உண்மை ,அவர்தான்

அவனுக்கு குருவாக இருந்தார் என்பதும்! ஆமாம். தன் கற்பனையில் அவரையே அவன் குருவாக வைத்துக்கொண்டான். அந்த மானசீகக் குரு சொல்லிக் கொடுத்ததன் அடிப்படையில்தான் தன் தீவிரமான பயிற்சி களை அவன் வைத்துக் கொண்டான். நிஜமான பயிற்சியில் ஈடுபட்ட அர்ஜுனனுக்கு இணையான வீரனாக, ஏன் அவனையும் மிஞ்சியவனாக கற்பனையில் பயின்ற ஏகலைவன் திகழ்ந்தான் என்பது சொல்லித்தெரிய வேண்டியதில்லை. அவனைப் பொறுத்தவரை அது கற்பனையல்ல. நிஜம். அதனால்தான் குரு, காணிக்கையாக தன் கட்டை விரலைக் கொடுக்க அவன் முன் வந்தான். இந்த மகாபாரதக் கதையின் செய்தியே கற்பனையின் வலிமையைப் புரிந்துகொள்வதுதான்.

நம்முன்னே இருக்கின்ற அடுத்த கேள்வி, இந்தத் திரையை எப்படி விலக்குவது என்பதுதான். அதற்குத்தான் உளவியலாளர்கள் கூறுகிறார்கள் Visualize செய்யவேண்டும் என்று. அதாவது எதை நாம் அடைய வேண்டுமோ அதை அடைந்துவிட்ட மாதிரி கற்பனை செய்ய வேண்டும். லட்ச ரூபாய் - வேண்டாம், இப்போதெல்லாம் கோன் பனேகா குரோர்பதிதானே - ஒரு கோடி ரூபாய் வேண்டுமெனில் அவ்வளவு ரூபாயும் வந்துவிட்டதாகவே எண்ண வேண்டும். கற்பனையின் கண்ணால் அதைப்பார்க்க வேண்டும். சரியாக இருக்கிறதா என்று எண்ணிப்பார்க்க வேண்டும். எத்தனை நூறு ரூபாய் கட்டுகள், எத்தனை ஐநூறு ரூபாய் கட்டுகள், எத்தனை ஆயிரம் ரூபாய் கட்டுகள் என்று சரிபார்க்க வேண்டும். இதைவிட சிறந்த வழி அந்தப் பணத்தை வைத்து என்னென்ன செய்வீர்களோ அதையெல்லாம் செய்வதாக கற்பனை செய்ய வேண்டும்.

ஒரு கார் வாங்க வேண்டும் என்று ஆசையிருந்தால், கற்பனையில் அந்த காரை வாங்கிவிட வேண்டும். அதை ஓட்டிப்பார்க்க வேண்டும். டிரைவிங் கற்றுக் கொள்ளாவிட்டால் டிரைவரை ஓட்டச் சொல்லி பின் சீட்டில் தெனாவெட்டாக அமர்ந்துகொண்டு போகவேண்டும். காருக்குள் 'ஏசி'யைப் போட்டுவிட்டு வெயில் தெரியாமல் நீண்டதூரம் போய் அனுபவிக்க வேண்டும். காரில் பொருத்தப்பட்ட கென்வுட் அல்லது ஜெவிசி சி.டி. பிளேயரில் ஒரு கஜல் அல்லது சிவகுமார் ஷர்மாவின் சந்தூர் அல்லது காதல் பிசாசு என்று பிடித்த எதையாவது போட்டு ரசிக்க வேண்டும். நமது பக்கத்தில் நமக்குப் பிரியமானவளை அமர்த்திக்கொள்ள வேண்டும். (இது மட்டும் நான் சொல்லாமலே செய்துவிடுவீர்கள்).

இவ்வளவையும் கற்பனையில் செய்ய வேண்டும். தினமும் செய்ய வேண்டும். உணர்ச்சியோடு செய்ய வேண்டும். ஒரு பழக்கமாகவே செய்ய வேண்டும். சும்மா ஒரே ஒரு காட்சியை ஒருநாள் மட்டும்

நினைத்துவிட்டு இருந்து விடக்கூடாது. ஒரு திரைப்படமே ஓட்ட வேண்டும். இது நமது சொந்த திரைப்படம். இது தோல்வியே அடையாத படம். இதன் திரைக்கதை, வசனம், இயக்கம் எல்லாம் நாம்தான். Visualize பண்ணுவது என்றால் இதுதான். திரையை விலக்குவது என்பது இதுதான். அதாவது இல்லாத ஒரு பொருளைப் பற்றி கற்பனை செய்யும்போது அது இருப்பதாகவே செய்ய வேண்டும்.

இப்படி கற்பனை பண்ணும்போது அதில் துளிகூட எதிர்மறை எண்ணங்கள் கலக்கக்கூடாது. 'பாசிடிவ்'வான பகுதிகளைப் பற்றி மட்டும்தான் நினைக்கவேண்டும். வராத பொருளை வரவழைப்பதும், வருகிற பொருளைத் தடுப்பதும் நம் கற்பனையின் தரத்தையும் திறத்தையும் பொறுத்ததுதான். நம்முடைய கற்பனை உறுதியானதாக இருந்தால் நம்முடைய நோயை என்ன, அடுத்தவருடைய நோயையும் குணப்படுத்தலாம். ஃபிலிப்பைன்ஸ் நாட்டில் Faith Healers என்று சொல்லப் படும் ஆன்மிக மருத்துவர்கள் கத்தியின்றி ரத்தமின்றி காந்திய முறையில் அறுவை சிகிச்சை செய்கின்ற அற்புதமெல்லாம் அவர்கள் கற்பனா சக்தியின் உறுதியின் விளைவுதான்.

மனிதன் தொண்ணூறு நாட்களுக்கு உணவில்லாமல் வாழலாமாம். ஆனால் கற்பனை இல்லாமல் வாழ முடியாதாம். ''உணவைக்கொண்டு மட்டும் மனிதன் வாழமுடியாது'' என்று இயேசு கிறிஸ்து சொல்வதன் அர்த்தமும் இதுதான். கற்பனை அவ்வளவு சக்திவாய்ந்ததா, முக்கிய மானதா என்றால் ஆமாம். இந்த பிரபஞ்சமே இறைவனுடைய கற்பனைதான்.

ஒரு ஜென் துறவி ஒரு கனவு கண்டாராம். அதாவது அவர் ஒரு பட்டாம் பூச்சியாகி விட்ட மாதிரி. இதில் என்ன உள்ளது என்று அவருடைய சிஷ்யர்கள் கேட்டார்களாம். இப்போது பிரச்சினை அதுவல்ல. நான் பட்டாம்பூச்சியாக ஆகிவிட்டதாக கனவு கண்டேனா அல்லது ஒரு பட்டாம்பூச்சி நானாகி விட்டதாக கனவு கண்டதா என்று எனக்கு இப்போது தெரியவில்லையே என்றாராம்! கற்பனை என்பது என்ன என்று அவர் சூசகமாக விளக்குகிறார் ஒரு கற்பனையான கனவின் மூலம்.

ஹிப்னாடிசம் என்ற கலை அல்லது விஞ்ஞானத்துக்கும் கற்பனையே அடிப்படையாக உள்ளது. சொல்லப்போனால் கற்பனையைக் கூராக்குவதுதான் ஹிப்னாடிசம் செய்பவர்கள், செய்யப்பட்டவர்கள் எல்லோரும் செய்வது. அங்கே வேலை செய்வது கற்பனைதான். ஆப்பிளைக் கொடுத்து இது வெங்காயம் சாப்பிடு என்று சொன்ன பிறகு சாப்பிடுபவருக்கு கண்ணீராக - 'வெங்காயம்' சாப்பிட்டதன் விளைவாக -கொட்டுவதன் மர்மம் கற்பனையைத் தவிர வேறென்ன? அடுத்தவர்

பேச்சுக்கு நம்மை மறந்து சிரிப்பதுகூட ஒருவிதமான ஹிப்னாடிசத் தாக்கம்தான்.

நமது கடந்த காலத்தில் நாம் தவறு செய்திருந்தால் அதை கற்பனையின் மூலமாக மாற்றலாம்! ஆமாம். ஓர் ஆளிடம் ஒரு சொல்லக்கூடாத வார்த்தையை சொல்லிவிட்டோம். அதை மாற்ற முடியாது. ஆனால் கற்பனையில் மாற்றலாமில்லையா? மறுபடியும் அதை நினைத்துப் பார்த்து, அந்த குறிப்பிட்ட வார்த்தையை மட்டும் 'எடிட்' செய்துவிட்டு அந்த இடத்தில் சரியான வார்த்தையைப் போட்டுவிடலாம். இதுதான் கடந்த காலத்தை மறுபடியும் வாழ்வது என்பது. இதனால் என்ன நன்மை என்கிறீர்களா?

மூன்று நன்மைகள். ஒன்று, குற்ற உணர்ச்சியிலிருந்து விடுபடுகிறோம். இரண்டாவது கற்பனை என்ற சக்தியை வளர்க்கிறோம். மூன்று, தவறாக வாழ்ந்துவிட்ட கடந்த காலத்தை கற்பனையில் மறுபடி சரியாக வாழ்வதன் மூலமாக, நிகழ்காலத்துக்கு வெளிச்சம் காட்டுவதாக கடந்த காலத்தை அமைக்கிறோம். இப்படிச் செய்யும்போது கண்களை மூடிக்கொள்ள வேண்டும். இப்படிச் செய்வதன் மூலமாக கடந்த காலத்தில் உள்ள எதிர்மறை உணர்ச்சிகள், அனுபவங்கள் எல்லா வற்றையும் இது நாமல்ல என்று அழித்துவிட முடியும்.

காயமே இது பொய்யடா என்று பாடுவதும், இந்த உலகம் ஒரு மாயை என்று சொல்வதும் கற்பனையின் உண்மையைப் புரிந்துகொண்டவர் களின் கூற்றாகவே உள்ளது. இலக்கியம், கலை, ஓவியம், இசை, விஞ்ஞானம் எல்லாவற்றிலுமே வெற்றி என்பது கற்பனையின் அளவைப் பொறுத்தே அமைகிறது. கற்பனை இல்லாமல் வெற்றி ஏது? கற்பனை இல்லாதவன் நம்பிக்கை இல்லாதவன். அதாவது எந்த காரியத்தை ஒட்டி நமக்கு நம்பிக்கை குறையுமோ அந்த காரியத்தில் கற்பனை வராது.

ஆனால் கற்பனையில்தான் எல்லாமே உள்ளது. கற்பனை செய்வதால் நம் நினைவாற்றலும் அதிகரிக்கும். கனவுகள் பிளஸ் கற்பனைகள் இஸ் ஈக்வல்டு காகிதங்களாக மீராவுக்கு வேண்டுமானால் இருக்கலாம். ஆனால் நம்மைப் பொறுத்தவரை கனவுகள் பிளஸ் கற்பனைகள் இஸ் ஈக்வல் டு வெற்றிகள். ஞாபகம் இருக்கட்டும்.

மதில் மேல் பூனை

கீர்க்கெகார்ட் என்று ஒரு தத்துவவாதி இருந்தார். அவர் Either - Or அதாவது "இதுவா அதுவா" என்று ஒரு புத்தகம் எழுதினார். அதுமட்டுமல்ல. அவரது வாழ்க்கை முழுவதுமே இதுவா அதுவா என்ற ஊசலாட்டத்தில் இதுவுமில்லாமல் அதுவுமில்லாமல் கழிந்தது. மக்கள் அவரை கோபன்ஹேகன் நகரின் தெருக்களில் பார்த்தபோ தெல்லாம், "இதோ போகிறார் 'இதுவா அதுவா'" என்றுதான் கிண்டல் செய்தனர். அதற்குக் காரணம் இல்லாமலும் இல்லை. காரணம் அவர் அந்தத் தலைப்பில் ஒரு புத்தகம் எழுதியது மட்டுமல்ல. இரண்டாகப் பிரிகின்ற தெருவின் முனையில் வந்து நின்றுகொண்டு வலது பக்கம் போவதா இடதுபக்கம் போவதா என்று மணிக்கணக்கில் யோசிப்பாராம்!

அவர் ரெஜினா என்ற ஒரு பெண்ணை விரும்பினார். அவளும் அவரை விரும்பினாள். தன்னைத் திருமணம் செய்துகொள்ளச் சொல்லி அவளே அவரை கேட்டும் விட்டாள். ஆனால் அவர் அவளைத் திருமணம் செய்து கொள்ளவில்லை. காரணம், அவளுடைய விருப்பத்தை ஏற்றுக் கொள்வதா, வேண்டாமா என்று எந்த முடிவுக்கும் அவரால் வரமுடிய வில்லை! அவரிடமிருந்து தப்பித்துவிட்ட ரெஜினாவை வாழ்த்து வோம். நாமும் அவரைப்போல முடிவெடுக்க முடியாத 'கிறுக்கு கார்டு' களாக இருக்கும் வரையில் வெற்றியைப் பற்றி நினைப்பதே பாவம்.

முடிவெடுக்க முடியாத தீர்மானமற்ற சூழ்நிலை என்பது நம்மை துண்டுதுண்டாக ஆக்கிவிடுகிறது. இதனால் குழப்பம்தான் உண்டாகும். வாழ்வில் வெற்றி பெற்ற அனைவரிடமுமே சில பொதுவான குணங்கள் இருந்தன. அவற்றில் ஒன்று விரைந்து முடிவெடுக்கும் தன்மை. மரத்தின்மேல் அமர்ந்திருக்கும் ஒரு பறவை, பறக்க நினைக்கும்போது, உடனே தன் சிறகுகளை விரித்துக் கிளம்பி விடுகிறது, காற்றை நம்பி, பறப்பதா வேண்டாமா என்று அது

யோசித்துக்கொண்டு உட்கார்ந்திருப்பதில்லை. தண்ணீருக்குள் போட்ட உடனேயே மீன் குஞ்சுகள் நீந்தத் தொடங்கி விடுகின்றன. அவை அதுபற்றி சிந்தித்துக் கொண்டிருப்பதில்லை. மனிதன் மட்டும்தான் எல்லாவற்றுக்கும் யோசித்துக் கொண்டிருக்கிறான்.

யோசிப்பது தவறல்ல. யோசிக்கத்தான் வேண்டும். ஆனால் முடிவெடுக்க வேண்டிய தருணம் வந்தபிறகும் யோசிப்பதென்பது முட்டாள்தனமானது. தோல்விதரக் கூடியது. நம்முடைய முடிவு தவறாக அமைந்துவிடுமோ என்ற பயம் விரைந்து முடிவெடுப்பதைத் தடுக்கலாம். ஆனால் வெற்றி பெற விரும்புபவர்கள் மதில்மேல் பூனையாக உட்காருவதே இல்லை.

கப்பலோ , படகோ இல்லாத ஒரு தருணத்தில் கரையைக் கடந்தாக வேண்டிய சூழ்நிலை ஒருமுறை அலெக்சாண்டருக்கு ஏற்பட்டது. அவர் உடனே முடிவெடுத்தார். ஆற்றில் குதித்துவிட்டார். அலெக்சாண்டர் குதித்தது என்ன பிரமாதம், நம்ம குற்றாலீஸ்வரன் கூடத்தான் கடலிலேயே குதித்து நீந்தி வருகிறான் என்கிறீர்களா? சரிதான், ஆனால் அலெக்சாண்டர் குதித்தபோது அவருக்கு நீச்சல் தெரியாது! ஆமாம். ஆனால் குதித்து கஷ்டப்பட்டு நீச்சலும் கற்றுக் கொண்டார், தூரத்தையும் கடந்துவிட்டார்!

சரி, ஒருவேளை எடுக்கின்ற முடிவு தவறாக அமைந்துவிட்டால்? இந்த பயம்தான் விரைந்து முடிவெடுப்பதில் இருந்து மனிதனைத் தடுக்கிறது. ஆனால் இந்தப் பயம் அர்த்தமற்றது. ஏனெனில் விரைந்து எடுக்கப்படும் முடிவுகள் தவறாகவே போனாலும் அது சரிதான் என்கிறார்கள் வெற்றி யாளர்கள்! ஆமாம். ஜெயகாந்தன்கூட ஒருதடவை எழுதினார். தான் தவறு செய்வதற்காக பெருமைப்படுவதாக! அதற்கு அவர் சொன்ன காரணம் என்ன தெரியுமா? அவர் சொன்னார்: ''அவை என்னுடைய தவறுகள்''. இங்கேதான் விஷயமே உள்ளது.

ஹென்றி ஃபோர்டு ஒரு முடிவை ரொம்ப விரைவாக எடுப்பார். எடுத்த பிறகு யார் சொல்வதற்காகவும் அதை மாற்றிக்கொள்ள மாட்டாராம். மாடல்-டி என்ற காரை அவர் வடிவமைத்ததுதான் உங்களுக்குத் தெரியுமே. அந்த மாடலை மாற்றச்சொல்லி நிபுணர்களும் கார் வாங்குபவர்களுமாக பலர் சொல்லியும் அவர் கேட்கவில்லை. இவ்வளவுக்கும் அந்த மாடல்-டி கார் பார்க்க கண்றாவியான ஒரு தார்க்கலர் கார். ஆனால் அதுதான் கோடிகோடியாக விற்றுத் தீர்ந்தது.

விரைந்து முடிவெடுப்பதில் அபாயங்கள் இல்லாமலில்லை. ஆபிரஹாம் லிங்கன் ஒரு முடிவெடுத்தார். அடிமைகளாக இருந்த அமெரிக்க கருப்பர்களுக்கெல்லாம் சுதந்தரம் வழங்குகின்ற முடிவு அது. Emancipation Proclamation என்று அறியப்பட்ட அவருடைய அந்த

சுதந்தரப் பிரகடனம் எத்தகைய அரசியல் ரீதியான விளைவுகளை உருவாக்கும் என்று அவர் சிந்திக்காமலில்லை. அதன் விளைவாக அவர் கொலையும் செய்யப்பட்டார் என்பது வரலாறு.

உண்மையைச் சொன்னதிலிருந்து பின்வாங்குவதைவிட விஷம் குடித்து உயிரை விடுவதே மேல் என்று சாக்ரடீஸ் முடிவெடுத்தார். உலகம் சூரியனைச் சுற்றி வருகிறது என்று சொன்ன உண்மையில் பிடிவாதமாக இருந்து கஷ்டப்படுவதைவிட சொன்னதை வாபஸ் பெற்றுக்கொள்வது உத்தமம் என்று கலிலியோ முடிவெடுத்தார்.

தேவதூதர்கள் வந்து சொன்னதால்தான் பிரான்ஸ் நாட்டைக் காப்பாற்ற தான் புறப்பட்டதாகச் சொன்ன உண்மையை வாபஸ் பெற மறுத்து உயிர்ப்பிச்சை பெறுவதைவிட உயிரோடு எரிக்கப்படுவதே மேல் என்று ஜோன் ஆஃப் ஆர்க் முடிவெடுத்து உயிர் துறந்தார். அந்த முடிவுகளின் காரணமாகவே அவர்களெல்லாம் இன்றும் உயிர் வாழ்ந்து கொண்டிருக்கிறார்கள்.

முகமது நபியுடைய வாழ்க்கை வரலாற்றில் அவர் ஒருகட்டத்தில் ஒரு முடிவு எடுக்கிறார். அந்த முடிவை தவறான முடிவு என்று பலர் நினைக்கின்றனர். முஸ்லிம்களுக்கும் எதிரிகளுக்கும் ஹுதைபயா என்ற இடத்தில் ஏற்பட்ட உடன்படிக்கை முடிவு. அந்த உடன்படிக்கையின் ஷரத்துகள் எல்லாம் எதிரிகளுக்கே சாதகமானதாக இருந்தன. ஆனால் முகமது நபி அதில் கையெழுத்திட்டார். (தனது பெயர் எங்கே இருக்கிறது என்று கேட்டுத்தான்). ஆனால் பிற்பாடு அதுவே முஸ்லிம்களுக்கு வெற்றி தந்த உடன்படிக்கையாக ஆனது. காரணம் அது ஒரு தீர்க்கதரிசி, தீர்க்க தரிசனத்தோடு எடுத்த முடிவு. எந்த முடிவும் எடுப்பதில்லை என்று ஒரு முடிவு எடுப்பதைவிட தவறானதொரு முடிவை முதலில் நாம் எடுத்துவிட்டாலும் பரவாயில்லை. ஹிட்லர் தற்கொலை செய்துகொண்ட மாதிரி. ஹிட்லர் இரண்டுமுறை தற்கொலை செய்து கொண்டானாம். விமர்சகர்கள் சொல்கிறார்கள். அதாவது தற்கொலை செய்துகொள்வதற்கு முதல்நாள்தான் அவன் திருமணம் செய்து கொண்டான்! அதனால் இரண்டாவது தற்கொலையில் அவனுக்கு வேதனை இருந்திருக்க வாய்ப்பில்லையாம்!

ஆனால் ஹிட்லர் தற்கொலை செய்துகொண்டதை தவறான முடிவு என்று நான் சொல்ல மாட்டேன். எனினும் இப்படிப்பட்ட தவறான முடிவுகளாலும் - இப்போது நான் ஹிட்லரைச் சொல்லவில்லை - நன்மை இருக்கத்தான் செய்கிறது. ஏனெனில் ஒரு முடிவு தவறான முடிவு என்று எப்படித் தெரியும்? தவறான விளைவுகளை உருவாக்குவதன் மூலம்தானே? அதை அனுபவித்த பிறகு அதேமாதிரி சூழ்நிலை மறுபடி வரும்போது அதையொத்த முடிவுகளை எடுக்க

மாட்டோமல்லவா? அதுமட்டுமல்ல. முடிவு எடுக்கின்ற பழக்கம் வந்துவிடும். அதன் காரணமாகவே நமது ஆழ் மனம் நமக்கு உதவி செய்ய ஆரம்பித்துவிடும். அதன் பிறகு எடுக்கின்ற முடிவுகள் எல்லாமே சரியானதாகவே அமையும். தவறாகப் போய்விடுமோ என்ற அச்சத்திலேயே முடிவு எடுக்காமல் விட்டால், கீர்க்கெகார்ட் போல, முடிவு எடுப்பது என்ற தகுதியே வராமல் போய்விடும்.

சரி, இப்படி முடிவு எடுக்கத் தயங்குவதற்கும் ஒத்திப்போடுவதற்கும் என்ன காரணம்? சட்டென்று பதில் சொல்லிவிட முடியாத கேள்வி இது. அப்பாவித்தனமாகத் தோன்றுகின்ற இந்த கேள்வியின் பின்னால் பல பதில்கள் ஒளிந்துள்ளன. ஒரு நிதானமான ஆராய்ச்சியே இங்கு தேவைப் படுகிறது.

விரைந்து முடிவு எடுக்க முடியாததும் ஒத்திப்போடுதலும் கிட்டத்தட்ட ஒன்றுதான். அல்லது குறைந்த பட்சம் மிக நெருங்கிய தொடர்பு கொண்டவை. இரண்டுக்கும் இடையே உள்ள பிரிக்கின்ற கோடு மிகவும் மெல்லியது. இரண்டுக்குமே உள்ள ஒற்றுமை, இரண்டிலுமே செயல்பாடு என்பது இல்லாமலிருப்பதுதான். எனவே ஒன்றைப்பற்றிச் சொல்வது இன்னொன்றுக்கும் உதவும். இரட்டையர்கள் மாதிரி என்று வைத்துக் கொள்ளுங்களேன்.

சரி. ஒத்திப்போடுதல் என்றால் என்ன? இதை முதலில் சரியாகப் புரிந்து கொள்ள வேண்டும் ஒத்திப்போடாமல். ஒன்றுமில்லை. இன்றைக்கு செய்ய வேண்டிய காரியத்தை நாளைக்குச் செய்து கொள்ளலாம் என்று தள்ளி வைப்பதுதான் ஒத்திப்போடுவது. ஆனால் அந்த 'நாளை' வரப்போவதில்லை என்று நன்றாகவே தெரிந்திருந்தும் செய்வதுதான் இதில் விசேஷம்! நாளை மற்றுமொரு நாளே என்று ஜி.நாகராஜன் ஒரு நாவலே எழுதினார். இதையே வேறுமாதிரியாகச் சொன்னால் ஒத்திப்போடுதல் என்பது இன்றைய, இந்தக் கணத்தை மறுப்பது. ''ஒத்திப்போடுதல் என்பது நேற்றோடு நேசம் வைக்கின்ற கலை'' என்று டொனால்டு மார்க்விஸ் என்ற பெரியவர் சொன்னார். இன்றைய வேலைகளில் இருந்து தப்பித்துக்கொள்வதற்கு ஒத்திப்போடுதலை ஒரு கருவியாக, உத்தியாக நாம் பயன்படுத்திக் கொண்டிருக்கிறோம்.

ஏன்? சோம்பேறித்தனம்தான் காரணம் என்று முடிந்த முடிவாக ஒரேயடியாகச் சொல்லிவிட முடியாது. ஒரு கணவன் டாக்டரிடம் வந்து தன் மணவாழ்க்கை முப்பது வருஷமாக மகிழ்ச்சியாகவே இல்லை என்று சொன்னானாம். காரணம் கேட்டதற்கு ''ஆரம்பத்திலிருந்தே இப்படித் தான் உள்ளது'' என்றானாம். கடைசியில் பார்த்தால் அவனுக்கு ஆண்மைக் குறைவு இருந்துள்ளது. அதைச் சரிசெய்ய அவன் எந்த

முயற்சியும் எடுத்துக் கொள்ளவில்லை. ''எல்லாம் காலப்போக்கில் சரியாகிவிடும்'' என்று இருந்துவிட்டானாம்!

காலப்போக்கு என்பது அவனைப் பொறுத்தவரையில் முப்பது வருஷங்கள் அல்ல முன்னூறு வருஷங்களானாலும் முடிவுக்கு வரப்போவதில்லை. ஆண்மையைத் திரும்பப் பெறுவதை - மருத்துவ உதவியின் மூலம் - அவன் ஒத்திப்போட்டதற்குக் காரணம் நிச்சயம் சோம்பேறித்தனம் கிடையாது. பயம், தாழ்வு மனப்பான்மை, அவமான உணர்ச்சி போன்றவைதான் என்பது வெளிப்படை.

இங்கே நாம் கவனிக்க வேண்டியது ஒத்திப்போடுதல் என்பது அடுத்தவர் ஒரு காரியம் செய்யச் சொன்னார் என்பதற்காக அல்ல. நாமே, செய்ய வேண்டும் என்று நமக்கே நன்றாகத் தெரிந்த காரியங்களைத்தான் ஒத்திப்போடுகிறோம். இங்கே வற்புறுத்தல், மன வன்முறை ஏதும் இல்லை. ஆனால் ஒன்றை நாம் தெளிவாகப் புரிந்துகொள்ள வேண்டும். அதாவது நமது வாழ்க்கை நாமே நினைத்துப் பார்த்து மெச்சும் அளவுக்கு சிறப்பாக ஆகியுள்ளது என்றால் அதற்குக் காரணம் அப்படி இந்த வாழ்க்கையை ஆக்குவதற்காக நாம் ஏதேதோ ஆக்கபூர்வமாக செய்திருக்கிறோம் என்பதுதானே தவிர ஒன்றும் செயல்படாமல் சும்மா இருந்ததனால் அல்ல.

எனவே ஒருவன் ஒத்திப்போடுவதற்கு பல காரணங்கள். அதில் ஒன்று, போரடிக்கிறது என்பது. 'போர்' அடிப்பது என்றால் என்ன? நரகம் என்று கேள்விப்பட்டிருக்கிறோம் அல்லவா அது வேறு ஒன்றுமில்லை. போரடிப்பது தான் அது. அந்த நரகத்தில் நம்மை நாமே ஏன் வீழ்த்திக் கொள்கிறோம்? ஒரு லிஸ்ட் தருகிறேன். நீங்கள் அதில் எதில் வருகிறீர்கள் என்று கண்டுபிடியுங்கள்:

1. மனதுக்குப் பிடிக்காத வேலையில் வேறு வழியில்லாமல் ஒட்டிக் கொண்டிருப்பது.

சிலர் தான் பார்க்கும் வேலையைப் பற்றிப் பேசும்போதெல்லாம் பெருமையாக இப்படிச் சொல்வார்கள்: ''அங்கேதான் பத்து வருஷமா குப்பெ கொட்னேன்''. இந்த குப்பை கொட்டுகின்ற காரியத்தைச் செய்பவர் முனிசிபாலிட்டியில் வேலை செய்பவர் மட்டுமல்ல. அவர் ஒரு பேராசிரியராக, டாக்டராக, என்ஜினியராக, கம்ப்யூட்டர் வல்லுநராக யாராக வேண்டுமானாலும் இருக்கலாம். செய்யும் தொழிலை குப்பை என்று ஏன் நினைக்கத் தோன்றுகிறது? ஒரு சிறுகதை எழுத்தாளனுக்கு அவன் எழுதும் கதை குப்பை என்று நிச்சயமாகத் தோன்றாது. அதை அவன் கொட்டுமிடம் முனிசிபாலிடி சோவெனீராக இருந்தாலும். ஆனால் கதையைப் படிக்கும் வாசகர்கள் வேண்டுமானால் அதை குப்பை என்று சொல்லலாம். அது வேறு விஷயம்.

2. கசப்பான உறவுகளோடு அல்லது உறவு இல்லாத சூழ்நிலைகளோடு ஒட்டிக்கொண்டிருப்பது.

உதாரணமாக திருமண உறவுகள் அல்லது பிரம்மச்சரியம். ''ஆண்கள் களைப்புற்ற பிறகு திருமணம் செய்து கொள்கிறார்கள். பெண்கள் ஆர்வம் உள்ளபோது செய்து கொள்கிறார்கள். இரண்டு பேருமே ஏமாற்றமடைகிறார்கள்'' என்று ஆஸ்கார் வொய்ல்டு சொன்னதுபோல உங்கள் மணவாழ்வு இருக்குமானால் கடமைகளை நீங்கள் ஒத்திப் போடத்தான் செய்வீர்கள்.

3. சிகரெட், குடி போன்ற விஷயங்களை விடவேண்டும் என்று நினைத்துக்கொண்டே இருப்பது.

''நாளைமுதல் குடிக்க மாட்டேன் சத்தியமடி தங்கம்'' என்ற பாட்டு உங்களுக்குத் தெரியும்தானே? இப்படிப்பட்ட விஷயங்களை விட்டு விடுவதை ஒத்திப்போடுவதன் காரணம் என்ன என்று நான் சொல்ல வேண்டியதே இல்லை. உங்களுக்கே தெரியும். தெரியாவிட்டால் அமெரிக்க எழுத்தாளர் மார்க் ட்வைனை கேட்டுப் பாருங்கள். அவர் வழி சொல்லுவார்: ''புகைப்பதை விடுவது ரொம்ப ஈசி. நான் எத்தனையோ முறை விட்டிருக்கிறேன்''.

4. உடல் உழைப்பு சம்பந்தப்பட்ட வேலைகளை ஒத்திப்போடுவது.

ஒரு சிலர் இந்தமாதிரி வேலைகளை மட்டும் ஒத்திப் போடுவதே இல்லை. இந்த வேலைக்காக மற்ற வேலைகளை ஒத்திப்போடு வார்கள். நான் 'அதை'ச் சொல்லவில்லை. டூவீலர் துடைப்பது, பாத்ரூம் சுத்தம் செய்வது, புத்தகங்களையெல்லாம் அடுக்கி வைப்பது, வந்த கடிதத்துக்கு பதில் போடுவது, பதில் எழுதிய கடிதத்தை போஸ்ட் பண்ணுவது இத்யாதி இத்யாதி. இதெல்லாம் செய்ய வேண்டும் என்று நினைத்துக்கொண்டே அல்லது சொல்லிக் கொண்டோ இருப்போம். மாசக்கணக்கில். ஆனால் ஏன் செய்வதில்லை என்று நமக்கே தெரியும். இதன் முக்கியமான காரணம் சோம்பேறித்தனம்தான்.

5. பிரியமானவர்களுடன் பொழுதைக் கழிப்பது என்ற முடிவை செயல்படுத்தாமல் இருப்பது.

ஒரு நாளைக்கு மனைவி, மக்களை - குழந்தைகளைத்தான் - அழைத்துக் கொண்டு ஜாலியாக எங்காவது பீச், சினிமா என்று போகவேண்டும் என்று நினைத்துக் கொண்டே இருப்பது. இதையும் செய்ய மாட்டோம். இதற்குக் காரணம் இந்த மனைவியை அழைத்துக் கொண்டுபோனது தெரிந்துவிட்டால் அந்த மனைவி கோபித்துக் கொள்வாள் என்பதல்ல. அவளையும் இன்னொரு நாளைக்கு அழைத்துப் போகலாமே.

அதுவல்ல. ஒரு மனைவியே இருந்தாலும் போகமாட்டோம். ஞாயிற்றுக்கிழமை போகலாம் என்று சொல்லுவோம். ஆனால் அந்த வாரத்தில் ஞாயிற்றுக்கிழமையே வராது. அந்த வாரத்தில் மட்டுமல்ல. எப்போதுமே வரவே வராது. ஏனெனில் மற்ற கிழமைகளின் வேலைப்பளு உங்களை மூழ்கடித்துவிடுகிறதாம்.

6. தூக்கம் வருகிறது அல்லது ரொம்ப களைப்பாக இருக்கிறது என்று சொல்லி ஒரு வேலையைத் தள்ளிப்போடுவது.

''ஒடம்பெல்லாம் அடிச்சுப் போட்ட மாதிரி இருக்கு'' என்பது அடிக்கடி நீங்கள் கேட்ட வசனமாக அல்லது நீங்களே சொல்லும் வசனமாக இருக்கலாம். ஆனால் இது உண்மையல்ல. அப்படி நீங்கள் 'ஃபீல்' பண்ணும்போது திடீரென்று உங்கள் வீடு தீப்பிடித்துக் கொண்டால் தூக்கம் வருது என்று சொல்லி உங்களால் படுக்க முடியுமா?

7. நேரமே இல்லை என்று சொல்லி ஒரு வேலையை செய்யாமலிருப்பது. இதைப்பற்றி ஏன் என்று கொஞ்சம் விளக்கலாம்தான். ஆனால் மன்னிக்க வேண்டும். எனக்கு நேரமில்லை.

இந்த ஏழு மட்டுமல்ல. இன்னும் நிறைய 'சிச்சுவேஷன்'கள் உள்ளன. இந்த ஏழும் இப்போதைக்குப் போதுமானது. நீங்கள் இந்த ஏழில் எதில் வருகிறீர்கள் என்று பார்த்துக்கொள்ளுங்கள். அல்லது என்னைப்போல ஏழிலுமே வரலாம்! ஆனால் என்ன ஒன்று, நான் இந்த முட்டாள் தனங்களில் இருந்து மீண்டு வந்துவிட்டேன். நீங்கள்?

ஒரு காரியத்தை எப்படிச் செய்வது என்று தெரியாததால்கூட ஒருவன் ஒத்திப்போடுவான். ஒரு கணக்கை எப்படிப்போடுவது என்று வழி தெரியாத மாணவன் அதை கடைசிவரை போடாமல் வாத்தியாரிடம் அடிவாங்குவது மாதிரி. அதிகமான மகிழ்ச்சி காரணமாகவும் நம்மால் முடியவில்லையே என்பதாலும் ஒரு காரியத்தை செய்யாமல் ஒரு மனிதன் ஒத்திப்போடுவான்.

பரமஹம்சரிடம் ஒருவன் வருடாவருடம் வந்து ஆடுகளை வெட்டி காளிக்கு பலி கொடுப்பானாம். நூற்றுக்கணக்கான ஆடுகள். பரமஹம்சர் எவ்வளவோ எடுத்துச் சொல்லியும் அவன் அந்தப் பழக்கத்தை நிறுத்தவில்லை. பின் ஒரு வருடம் அவன் காவு கொடுக்கவில்லை. ''நான் சொன்ன போதெல்லாம் கேட்கவில்லை. இப்போது நீயாக நிறுத்திவிட்டாயே என்ன விஷயம்'' என்று பரமஹம்சர் கேட்க, ''என் பல்லெல்லாம் போய்விட்டது சாமி, இப்போது என்னால் கறி சாப்பிட முடியாது. அதுதான் நிறுத்திவிட்டேன்'' என்றானாம்! அதாவது பல்செட் வைக்கின்ற வாய்ப்பு பற்றி தெரியும்வரை காவு கொடுப்பது ஒத்திவைக்கப்பட்டது!

தாழ்வு மனப்பான்மை, நம்பிக்கையின்மை, பயம் காரணமாகவும் ஒரு காரியத்தில் முடிவெடுக்க முடியாமல் ஒருவன் ஒத்திப்போடுவான். ஆனால் இந்த எல்லா காரணங்களும் ஒன்றோடொன்று தொடர் புடையவைதான்.

என் நண்பர் ஒருவர் இருந்தார். அவர் ரொம்ப பயந்தாங்கொள்ளி. சிதம்பரத்திற்கு பக்கத்தில் இருந்த அவர் ஊருக்கு எப்போதாவது விடுமுறையின்போது போக ஆசைப்படுவார். ஆனால் ஊருக்குப் போவதாக முடிவு செய்வதற்குமுன் அந்தப்பக்கம் ஏதாவது கலவரம், கலாட்டா நடக்கிறதா என்று உன்னிப்பாக பேப்பரையும் டி.வி.யையும் பார்ப்பார். அவர் பயப்படும் மாதிரியே ஏதாவது இருக்கும். போக மாட்டார். தள்ளிப்போடுவார்.

சரி, ஒரு பிரச்சினையும் இல்லையென்றாலாவது ஊருக்குப் போவாரா என்றால் அதுதான் கிடையாது. அவருடைய பயத்தைத் தெரிந்து கொண்டு சில வாண்டுப்பயல்கள் "மாமா உங்க ஊர் பக்கம் கலாட்டாவாம், எங்கப்பா சொன்னார்" என்று ஒரு பச்சைப்பொய்யை அவிழ்த்துவிட்டுப் போய் விடுவார்கள். அவ்வளவுதான். போக மாட்டார். இப்படியே அவர் பயந்து பயந்து கிட்டத்தட்ட ஒரு வருடம் ஊருக்கே போகாமல் இருந்திருக்கிறார் எனக்குத் தெரிந்து!

ஒருவன் நீச்சல் கற்றுக்கொள்ள ஆசைப்பட்டு ஆசிரியருடன் ஆற்றுக்குச் சென்றானாம். ஆற்றின் வெள்ளத்தையும் வேகத்தையும் பார்த்துவிட்டு ஆற்றில் இறங்காமலே ஓடினானாம். என்னப்பா ஓடுகிறாய், நீச்சல் கற்றுக்கொள்ளவில்லையா என்று ஆசிரியர் கேட்டதற்கு எனக்கு எப்போது எந்த அபாயமும் இல்லை என்று நிச்சயமாகத் தெரிகிறதோ அப்போது வந்து கற்றுக்கொள்கிறேன் என்றானாம். அந்த நம்பிக்கை உனக்கு எப்போது எப்படி வரும் என்று கேட்டதற்கு, முதலில் நான் வீட்டில் என் கட்டிலில் போய் படுத்து கற்றுக்கொள்கிறேன். அதில் நல்ல நம்பிக்கை வந்த பிறகு ஆற்றுக்கு வருகிறேன் என்றானாம்!

ஒரு காரியத்தை ஒரு மனிதன் ஒத்திப்போடுவதற்கு இன்னொரு விநோதமான காரணம் உள்ளது. அது இதுதான். ஒரு காரியத்தை எப்படிச் செய்வது என்று தெள்ளத்தெளிவாகத் தெரிந்தாலும், அதுதான் தெரிந்துவிட்டதே, எப்போது வேண்டுமானாலும் செய்துகொள்ளலாம் என்று ஒத்திப்போடுவான்! இது சோம்பேறித்தனத்தின் சிகரத்தில் கொண்டுபோய் விட்டுவிடும். ரொம்ப நாளாகத் தயார் செய்து ஒத்திகை பார்த்த சொற்பொழிவை கடைசியில் பேசாமலே போவதுபோல. ஸ்பெஷல் கிளாஸுக்கு ஏன் வரவில்லை என்று வராத மாணவனைப் பார்த்து கேட்டால் அநேகமாக அவன் சொல்கின்ற பதில், "எனக்கு அந்தப் பாடம் தெரியும் சார்" என்பதாகத்தான் இருக்கும்.

ஒரு குழந்தைக்கு அதன் அம்மா ஒரு நீண்ட பிரார்த்தனையை சொல்லிக் கொடுத்தாளாம். ஒவ்வொரு நாள் இரவும் அந்த பிரார்த்தனையை படுக்கையில் தூங்கப்போவதற்கு முன் சொல்லவேண்டும் என்பது அம்மாவின் உத்தரவு. குழந்தை சரியாகச் சொல்கிறாளா என்று அம்மா சில நாள்கள் 'செக்' பண்ணினாளாம். திருப்தி அடைந்த பிறகு 'செக்' பண்ணுவதை விட்டு விட்டாள். ஒரு நாள் எதேச்சையாக கவனித்தாளாம். குழந்தை படுக்கையில் உட்கார்ந்து ஏதோ ஒரு வார்த்தையை மட்டும் சொல்லிவிட்டு படுத்துவிட்டாளாம். அம்மா அவளிடம் வந்து, ''என்ன சொன்னாய்? இந்தப் பிரார்த்தனை நீளமானதாயிற்றே, எப்படி இவ்வளவு சீக்கிரம் முடியும்?'' என்று கேட்டாளாம். அதற்கு குழந்தை,'' தெரியும். கடவுளுக்குத் தெரியாதா என்ன? அதனால் நான் ஒவ்வொரு நாளும் முழு பிரார்த்தனையையும் சொல்லி நேரத்தை வீணாக்குவதில்லை. டிட்டோ என்று சொல்லுவேன். கடவுள் புரிந்துகொள்வார் என்று நம்புகிறேன்'' என்றாளாம்!

ஒரு மனிதன் எந்தக் காரியத்தை ஒத்திப்போடுகிறானோ அந்த காரியத்தில்தான் வெற்றியே இருக்கிறது என்று அர்த்தம். அதாவது எந்தக் காரியத்தைச் செய்வதால் ஒருவனுக்கு வெற்றி கிடைக்குமோ அந்தக் காரியத்தைத்தான் மனிதன் ஒத்திப்போடுகிறான். ஒத்திப்போடுவது சின்னக் காரியமாக இருக்கலாம். ஆனால் ஒத்திப்போடுகிற பழக்கத்தை அது ஏற்படுத்துகிறது. அந்தப் பழக்கம், அவனுக்கு வெற்றி கிடைப்பதிலிருந்து அவனைத் தடுக்கிறது.

ஒத்திப்போடுதல் பற்றி இவ்வளவும் சொன்னாலும் இன்னும் ஒரு விஷயம் பாக்கியிருக்கிறது. அதுதான் ஒத்திப்போடுதலின் இன்னொரு பக்கம். எல்லா நாணயத்துக்கும் இரண்டு பக்கங்கள் அல்லவா? ஒத்திப்போடுதல் பொதுவாக எதிர்மறையானதுதான் என்றாலும் ஒரு சில கட்டங்களில் அது நல்லதாகவும் மாறிவிடுகிறது. ஆமாம். அது எப்போது? வேண்டுமென்றே விழிப்புணர்வுடன் ஒத்திப்போடும் போது. அதாவது ஒரு காரியத்தை வேண்டுமென்றே இப்போது செய்ய வேண்டாம் என்று அதைச் செய்வதற்காக வேறு ஒரு நாளை அல்லது நேரத்தைக் குறித்துவிட்டு அந்த குறித்த நாளில், நேரத்தில் அதைச் செய்து முடிப்பதாக இருந்தால் ஒத்திப்போடலாம். இங்கே முக்கியமாகக் கவனிக்க வேண்டியது இப்படி ஒத்திப்போடும்போது உறுத்தல், வருத்தம் எதுவும் இருக்காது.

ஒரு முக்கியமான கடிதத்தை எதிர்பார்த்துக் கொண்டிருக்கிறீர்கள். சாப்பிட்டுக் கொண்டிருக்கும்போது அந்த கடிதம் வந்துவிடுகிறது. என்ன செய்வீர்கள்? பொதுவாக உடனே அந்தக் கடிதத்தை இடது கையால் பிரித்து படித்துக்கொண்டே சாப்பிடுவோம். அல்லது ரொம்ப

பர்சனலாக இல்லாவிட்டால் யாரையாவது பிரித்துப் படிக்கவும் சொல்லலாம். இந்த இடத்தில், சாப்பிட்டு முடித்துவிட்டு கைகழுவி விட்டுப் படிக்கலாம் என்று முடிவெடுப்பது வேண்டுமென்றே ஒத்திவைப்பதுதானே?

ஆனால் இப்படிச் செய்வதால் இரண்டுவிதமான நன்மைகள் கிடைக்கின்றன. ஒன்று, நீங்கள் செய்துகொண்டிருந்த வேலையை - சாப்பிடுவதைத்தான் - கலைக்க ஒரு கடிதத்தை நீங்கள் அனுமதிக்கவில்லை. அதாவது கடிதத்தை விட நீங்கள்தான் முக்கியம் என்பதாக. இரண்டாவது, ஒத்திவைத்து அந்தக் காரியத்தைச் செய்துவிட்டதால், முடிவு செய்ததை, நினைத்ததை நிறைவேற்றுகின்ற தகுதியை வளர்த்துக்கொள்கின்ற காரியத்தையும் செய்துவிட்டீர்கள்.

எனவே ஒத்திப்போட வேண்டுமெனில் அதற்கு இப்படிப்பட்ட நியாயமான காரணங்கள் இருக்க வேண்டும். ஆனால் பொதுவாக ஒத்திப்போடுவது ஒரு எதிர்மறைக்குணம். ஒத்திப்போடத்தான் வேண்டுமெனில் கோபத்தை, காமத்தை, வெறுப்பை, பேராசையை ஒத்திப்போடுங்கள். இந்த ஒத்திப்போடுதல் வெற்றியைத் தரும்.

சின்ன விஷயம் பெரிய விஷயம்

விவேகானந்தர் அமெரிக்காவுக்குக் கிளம்பிக் கொண்டிருந்தார். அதற்கு முன் தன் குருவுடைய மனைவியான அன்னை சாரதா தேவியிடம் ஆசிவாங்கிக் கொள்ள ஆசைப்பட்டார். அன்னையிடம் சென்று விஷயத்தைச் சொன்னார். ''நீ அமெரிக்காவில் போய் என்ன செய்யப்போகிறாய்?'' என்று அன்னை கேட்க, ''நான் நமது தர்மத்தின் செய்தியை அந்த நாட்டில் பரப்பப் போகிறேன்'' என்றார் விவேகானந்தர். சமையல் கட்டில் இருந்த அன்னை, ''அந்தக் கத்தியை எடுத்துக் கொடு'' என்று காய்கறி நறுக்கும் கத்தியை எடுத்துக் கேட்க, கத்தியை எடுத்து விவேகானந்தர் கொடுக்கிறார். கத்தியை வாங்கிக் கொண்ட அன்னை ''என் ஆசிகள் உனக்கு உண்டு'' என்கிறார்.

ஆனால் விவேகானந்தருக்கு ஒரு சந்தேகம் வந்துவிடுகிறது. தான் கத்தியை கொடுத்ததற்கும் அன்னை அதன்பிறகு ஆசி வழங்கியதற்கும் ஏதாவது சம்பந்தம் உள்ளதா என்று அறிய விரும்பினார். அன்னை சொன்னார்: ''ஆமாம், நீ கத்தியை எப்படி, எந்த முறையில் எடுத்துக் கொடுக்கிறாய் என்று பார்த்தேன். நீ சரியாகத்தான் எடுத்துக் கொடுத்தாய். தர்மத்தின் செய்தியை அமெரிக்காவில் சொல்ல நீ சரியானவன்தான் என்று முடிவுக்கு வந்த பிறகே ஆசி வழங்கினேன்'' என்றார்.

இந்த நிகழ்ச்சியிலே ஒரு மிகப்பெரிய விஷயம் அடங்கியுள்ளது. அது வாழ்வில் வெற்றி பெற விரும்புபவர்களுக்கு ரொம்ப அத்தியாவசிய மானது. பொதுவாக கத்தியை அல்லது எந்தக் கூர்மையான பொருளையும் நாம் எடுத்து ஒருவருக்குக் கொடுத்தோமென்றால், பிடியை நம் கையில் பிடித்து கூர்மையான பக்கம் அடுத்தவரை நோக்கி இருக்குமாறுதான் கொடுப்போம். இது தவறு என்று சொல்ல

வரவில்லை. ஆனால் விஷயம் அதுவல்ல. விவேகானந்தர் அப்படிக் கொடுக்கவில்லை. அன்னை கேட்டவுடன் கத்தியை எடுத்த அவர், கூர்மையான பகுதியை தன் பக்கம் வைத்துக்கொண்டு அதன் பிடியின் பக்கம் அன்னையிடம் கொடுத்தார். ஒருவேளை கத்தி குத்த நேர்ந்தால் அது கொடுப்பவரைத்தான் குத்தும், வாங்குபவரை அல்ல. இதுதான் தர்மம். இதுதான் அஹிம்சை. தான் வேதனைப்பட்டாலும் அடுத்தவர் நன்றாக இருக்கவேண்டும் என்ற மன நிலையின் வெளிப்பாடு. அதோடு கூர்மையான எந்தப் பொருளையும் இந்த முறையில் நாம் கொடுப்போமென்றால் அது வாங்குபவரை மரியாதைப்படுத்துவதாகும்.

ஆனால் விவேகானந்தர் இந்த 'டெஸ்டை' எதிர்பார்க்கவில்லை. அதனால் அதற்காகத் தயாராகவும் இருந்திருக்க முடியாது. ஆனால் அவருடைய குணாதிசயமே அப்படிப்பட்டதாக இருந்தது. அதாவது அவர் எந்த நேரமும் எல்லாவகையான பரிசோதனைகளுக்கும் தயாராகவே இருந்தார். அதைத்தான் இந்த கத்தி நிகழ்ச்சி வெளிப் படுத்தியது. கத்தியை எடுத்துக் கொடுப்பது ஒரு சின்ன விஷயம்தான். ஆனால் தர்மத்தை ஒரு நாட்டுக்கே எடுத்துச் சொல்லப் போகின்றவனின் மனநிலையை விளக்கிய ஒரு பெரியவிஷயமாக அது இருந்தது. அதனால்தான் அன்னை ஆசி வழங்கினார்கள்.

இதை - கத்தியை எடுத்து மரியாதையாகக் கொடுப்பதை அல்ல - ஆங்கிலத்தில் similarity science என்கிறார்கள். இதுவும் தமிழில் மொழிபெயர்க்க முடியாத ஒரு பிரயோகம். இப்போது இதை தமிழில் எப்படிச் சொல்வது என்பதல்ல நமது பிரச்சினை. இது என்ன என்று புரிந்துகொள்வதுதான் முக்கியம். ஒரு மனிதன் பெரிய பெரிய விஷயங்களில், பிரச்சினைகளில் எப்படி நடந்து கொள்வான் என்பதை வெளிப்படுத்துகின்ற சின்னச்சின்ன விஷயங்கள் அவனிடம் இருக்கும். அதாவது அந்த பெரிய விஷயங்களுக்கு இணையான சின்ன விஷயங்கள். ஒரு புள்ளி போட்டால் கோலமே போட்டு விடுவேன் என்றோ, கோடு போட்டால் ரோடு போட்டுவிடுவேன் என்றெல்லாம் வசனம் பேசுகிறோமல்லவா? அந்த புள்ளி அல்லது கோடுதான் similarity science என்பது. ஒரு சின்ன அசைவு. அது நம்மைக் காட்டிக்கொடுப்பதாகவோ அல்லது யாரென்று நிரூபிப்பதாகவோ அமைந்துவிடும்.

ஒரு காதல் ஜோடி திருமணம் செய்து கொள்வதற்காக ரிஜிஸ்தர் ஆபீஸுக்கு சென்றதாம். பெண் தனக்கான அப்ளிகேஷன் ஃபாரத்தை நிரப்பி முடித்து கையெழுத்தும் போட்டுவிட்டாள். பின் காதலன் அவனுக்கான ஃபாரத்தில் செய்ய வேண்டியதையெல்லாம் செய்துவிட்டு கையெழுத்துப் போட்டான். அதைப்பார்த்த உடனே அந்தப் பெண் கத்தினாளாம். ''நான் இவனை உடனே விவாகரத்து செய்ய

விரும்புகிறேன்''. என்ன விஷயம், இன்னும் கல்யாணமே ஆகவில்லை அதற்குள் என்ன விவாகரத்து என்று கேட்டதற்கு, ''அவன் கையெழுத்தைப் பாருங்கள். சாதாரணமாக சின்ன எழுத்தில்தான் போடுவான். ஆனால் இப்போது பெரிய எழுத்தில் போட்டிருக்கிறான். அவனுக்கு 'ஈகோ' வந்துவிட்டது. என்னைவிட அவன் முக்கியமானவன் என்ற நினைப்பு வந்துவிட்டது. நான் சின்ன எழுத்தில் கையெழுத்துப் போடுவதைப் பார்த்துக் கொண்டேதான் இருந்தான். பிறகும் இப்படிப் போடுகிறான் என்றால் எதிர்காலத்தில் என்னிடம் எப்படி நடந்து கொள்வான் என்பதற்கு அத்தாட்சி இது. எனக்கு இவன் வேண்டாம்'' என்றாளாம்! ஒரு சின்ன கையெழுத்து. ஆனால் அவனைப் பற்றிய ஒரு பெரிய உண்மையை அவளுக்குச் சொல்லிவிட்டது.

இதுதான் சிமிலாரிட்டி. இது நமக்கு மிகவும் முக்கியமானது. இதைச் சரியாகப் புரிந்துகொள்வதிலேயே வெற்றி அடங்கியுள்ளது என்று சொன்னால்கூடத் தவறில்லை. (எத்தனை விஷயங்களில்தான் இந்த 'வெற்றி' இருப்பதாக சொல்வீர்கள்? என்று நீங்கள் கேட்பது என் காதில் விழாமல் இல்லை. சும்மா ஒரு நடை அழகுக்காக இந்த மாதிரிச் சொல்லவில்லை. இந்த புத்தகத்தில் விளக்கப்படும் ஒவ்வொரு விஷயமும் வெற்றியின் பரிமாணம்தான். வெற்றிக்கு பல பக்கங்கள் உண்டு. எல்லா பக்கங்களையும் பட்டை தீட்ட வேண்டாமா?)

இந்த மாதிரி சின்னச் சின்ன விஷயங்களினாலேதான், அவற்றைப் பற்றித் தெரிந்து கொள்ளாததினாலேதான், அவற்றை மாற்றிக் கொள்ளாததினாலே தான், இப்படி எத்தனையோ சின்னச் சின்ன 'ஆலேதான்' களினாலே தான் நாம் நமக்கு வரவேண்டிய வெற்றியை வராமல் தடுத்துக் கொண்டிருக்கிறோம்.

ஒரு சின்னக் குழந்தைக்கு ஏதாவது வாங்கித் தருவதாகச் சொல்லியிருந்தால் அதைக் கண்டிப்பாக வாங்கிக் கொடுத்துவிடுங்கள், குழந்தைதானே என்று சொன்னபடி வாங்கித் தராமல் விட்டுவிட்டீர்கள் என்றால் கொடுத்த வாக்கைக் காப்பாற்றாத குற்றத்துக்கு ஆளாவதோடு நம்பகத் தன்மையற்ற ஒரு நபராகவும் ஆகிவிடுவீர்கள் என்று சமுதாயத் தினருக்கு முகமது நபி எச்சரித்தார்கள். வாக்குறுதி கொடுக்கப்பட்டவர் குழந்தையா, பெரிய ஆளா என்பது முக்கியமல்ல. வாக்குறுதி கொடுக்கிறோம் என்பதே முக்கியம். அதனால் அதை நிறைவேற்ற வேண்டியது அதைவிட முக்கியம்.

அமெரிக்க ஜனாதிபதி பதவிக்கு நிக்சனும் கென்னடியும் போட்டி போட்டபோது கென்னடியையே மக்கள் அதிகமாக விரும்பினார்களாம். காரணம் கென்னடி ரொம்ப நல்லவர், வல்லவர், திறமையானவர் என்பதனால் அல்ல. டி.வி.யில் கென்னடிதான் ரொம்ப கவர்ச்சிகரமாக

இருந்தாராம்! ரொம்ப சின்ன விஷயங்கள். அது அவர் அணிந்த உடையாகவோ, அணிந்த முறையாகவோ, பேசிய வார்த்தைகளோ, பேசிய முறையோ எதுவாக வேண்டுமானாலும் இருந்திருக்கலாம். ஆனால் மிகப்பெரிய பதவியைத் தீர்மானித்த சின்ன விஷயங்கள். அவருடைய ‘கேரக்ட’ரை மறைமுகமாக மக்களுக்குப் பிடிக்க வைத்த சின்ன விஷயங்கள். இதுதான் இங்கே புரிந்து கொள்ள வேண்டிய விஷயம்.

ஒருவன் எவ்வளவு பணம் வந்தாலும் செல்வு செய்து கொண்டே இருப்பான். ஊதாரித்தனமாக. அவனிடத்தில் காசு சேரவே சேராது. இது ஒரு பெரியகுறை. ஆனால் அவனிடம் இது பற்றி சீரியஸாக விளக்கி அல்லது உபதேசம் செய்து அவனுடைய குணத்தை மாற்ற முடியாது. இப்படியெல்லாம் செய்தால் எதிரான விளைவுகள்தான் ஏற்படும்.

இந்த பெரியகுறையைப் போன்ற சின்னகுறை ஒன்று நிச்சயமாக அவனிடம் இருக்கும். அதற்கும் அந்த பெரியகுறைக்கும் சம்பந்தம் இருப்பதாகவே தெரியாது. ஆனால் அதே குறைதான். வேறு வடிவத்தில் அது வெளிப்பட்டுக் கொண்டிருக்கும். அந்த வாமன அவதாரத்தை விஷ்ணுதான் என்று அடையாளம் காண்பதில்தான் வெற்றியே இருக்கிறது. உதாரணமாக மேற்கூறிய உதாரணத்தில் பணத்தை தண்ணி மாதிரி செலவு - மட்டும் - செய்கிற ஆள் நிச்சயமாக தேவையில்லாமல் வளவளவென்று பேசிக்கொண்டே இருப்பான். இதுதான் சிமிலாரிட்டி. அவனுடைய பேச்சுதான் அவனுடைய பணம். அவனுடைய வாய்வழிச் செலவு. வீண்பேச்சைக் குறைத்தால் பணம் வீணாகச் செலவாவது தானாகவே குறையும்.

பேய் பிடித்தவர்களிடம், பேய் என்பதெல்லாம் கற்பனை, இதெல்லாம் ஒருவகையான extroversion, அதாவது ஒரு மனிதன் தன்னை இன்னொருவனாக எண்ணிக்கொள்வது என்றெல்லாம் விளக்கிவிடுவதால் பேயை நிச்சயமாக ஓட்டமுடியாது. அவனுக்கான ஒரே மருந்து, தாயத்து கட்டிவிடுவது தான். இதை நான் சொல்லவில்லை. உளவியலாளர் யங் தான் சொல்லுகிறார். இந்த மாதிரி சிமிலாரிட்டியைக் கண்டுபிடித்து பெரிய குறைகளை ஓட்டிவிட்டால் அது தாயத்து கட்டி பேயை ஓட்டுவது மாதிரி.

ஒரு கடிதம் எழுதிக்கொண்டிருக்கிறீர்கள். அப்போது ஒரு தூசி, ஒரு பேப்பர் துண்டு பறந்து வந்து மேஜை மேல் விழுகிறது. அதை எடுத்துப் போடவேண்டும் என்று ஒருகணம் நினைக்கிறீர்கள். பின் ஏனோ அதை எடுத்துப் போடவில்லை. இது ஒரு சின்ன விஷயம். இது தப்பா என்றால் குற்றம் என்றே சொல்லலாம். நீங்கள் சொல்லலாம், பேப்பர் துண்டு முக்கியமானதல்ல என்று. இப்படிச் சொல்வது இன்னும் தப்பு. ஒரு

தப்பு செய்துவிட்டு அதற்கு காரணம் காட்டுவது, அதாவது நியாயப் படுத்துவது தப்பைவிட பெரிய தப்பு. தன் வீட்டு வாசலில் முல்லா உப்பைத் தூவிக்கொண்டிருந்தாராம். எதற்கென்று கேட்டதற்கு சிங்கம், புலியை எல்லாம் விரட்டுகிறேன் என்றாராம். இங்கேதான் சிங்கம், புலி எதுவுமே இல்லையே என்றதற்கு, ''பார்த்தீர்களா, உப்பு தூவியதன் மகிமையை'' என்றாராம்! இதுதான் நியாயப்படுத்துவது.

பேப்பர் முக்கியமா, இல்லையா என்பதல்ல இங்கே பிரச்சினை. நீங்கள் ஒரு முடிவு எடுத்தீர்கள். பேப்பரைத் தூக்கிக் குப்பைக்கூடையில் போடவேண்டும் என்று. நீங்கள் முடிவு செய்த காரியத்தை நீங்களே நிறைவேற்றவில்லை, மதிக்கவில்லை. அப்படியானால், ஒரு நிகழ்காலச் செயலில், சோம்பேறித் தனம், எடுத்தமுடிவை நிறை வேற்ற முடியாமை, அது சரிதான் என்று நியாயப்படுத்துதல் போன்ற மூன்று முக்கியமான தவறுகளைச் செய்து அதுதான் உங்களைப்பற்றிய 'ரிகார்ட்' என்பதாக ஆக்குகிறீர்கள்.

அதாவது நீங்கள் உங்கள் செயல்களினால் உருவாக்குகின்ற நிகழ்காலம் இதுதான். இதுதான் உங்களுக்குப் பழக்கமாகப் போகிறது. இதுதான் உங்களுடைய எதிர்காலமாகப் பரிணமிக்கப் போகிறது. ஏனெனில் நேற்றுவரை நீங்கள் எதுவாகவெல்லாம் இருந்தீர்களோ அதன் கூட்டுத்தொகை தான் இன்று நீங்கள். இன்று நீங்கள் எதுவோ, அதுதான் நாளை நீங்கள். நினைத்ததை முடிக்கமுடியாத ஒரு மனிதனாக இந்தக் காரியத்தின் மூலம் உங்களை நீங்களே ஆக்கிக்கொள்கிறீர்கள். ஒரு சின்ன விஷயத்தின் மூலம் ஒரு failure record - ஐ நீங்கள் உருவாக்கிக் கொள்கிறீர்கள். இதுதான் நாளையும் தொடரும். எனவே உங்கள் பெரிய விஷயங்கள் முக்கியமல்ல. சின்ன விஷயங்கள்தான் முக்கியம். ஏனெனில் பெரியவிஷயங்களை அவைதான் தீர்மானிக்கின்றன.

எதிலுமே நல்லது-கெட்டது இரண்டுமே உள்ளனபோல் இதிலும் நல்ல சிமிலாரிட்டி உள்ளது. ஒருவன் எப்போதும் சுத்தமாக இருக்கிறான். அவனுடைய சட்டையின் எல்லா பித்தான்களையும் போடுவான் என்றால் அவன் ஓர் ஒழுங்குவிரும்பி என்று அர்த்தம். தர்மத்தைப் போதிக்கச் செல்பவர் ஒரு சின்னக் கத்தியைக் கொடுக்கும்போதே குத்துவது மாதிரி கொடுத்தால் தர்மத்தைப் போதிக்கின்ற தகுதி உள்ளவர் என்று அவரைச் சொல்ல முடியாதல்லவா? அதைப்போலவே பெரிய விஷயங்களைத் தீர்மானிக்கிற சின்னவிஷயங்களில் நாம் கவனம் செலுத்த வேண்டியது வெற்றிக்கு மிகமிக அவசியம்.

நல்ல விஷயங்கள், வெற்றிக் குணாதிசயங்கள் நம்மிடம் இருப்பதற் கான அறிகுறிகளாக உள்ள சிமிலாரிட்டியைப் பற்றி நாம் கவலைப்பட வேண்டியதில்லை. சொல்லப்போனால் அவற்றைப் பற்றி

பெருமைதான் பட வேண்டும். ஆனால் வெற்றியைக் கெடுக்கின்ற சிமிலாரிட்டி என்னென்ன இருக்கின்றன என்று கண்டுபிடித்து அவற்றைப் போக்குவதுதான் சிரமமான காரியம். முதலில் அப்படி ஓர் 'ஏரியா' இருப்பது தெரிந்தால்தானே அதில் கவனம் செலுத்த முடியும்? அதற்காகத்தான் இவ்வளவும் சொல்ல வேண்டியுள்ளது.

தொலைபேசி ஒலித்தால் உடனே செய்துகொண்டிருக்கும் வேலையை போட்டுவிட்டு ஓடிச்சென்று எடுக்க வேண்டிய அவசியமில்லை. அது தவறும்கூட. நம்முடைய முக்கியத்துவத்தை நாமே குறைத்துக் கொள்கின்ற காரியமாகும் அது. கொஞ்ச நேரம் ஒலிக்கட்டும் என்று விட்டுவிட வேண்டும். காரணம் அதன் அழைப்பு முக்கியமல்ல. அழைக்கப்படுபவர்தான் முக்கியம். இது உண்மையெனில் நாம் எடுக் காமல் போனாலும் அழைப்பு மறுபடி வரும். எனவே நம்முடைய முக்கியத்துவத்தை நாமே அறிந்து கொள்ள வாய்ப்பாக வேண்டு மென்றே தொலைபேசி ஒலிக்கும்போது உடனே எடுக்கக்கூடாது. திரும்பிக்கூடப் பார்க்கக்கூடாது. அதாவது நமக்கு வெளியே ஏற்படுகின்ற எந்த ஒரு விஷயமும் நம்மிடம் பாதிப்பை ஏற்படுத்த விடக்கூடாது. இதற்கு சிமிலாரிட்டியாக தொலைபேசி அழைப்பை பயன்படுத்த வேண்டும்.

குழந்தை இல்லாத சிலர் பூனைக்குட்டி, நாய்க்குட்டிகளை வளர்ப்பார்கள். குழந்தை இல்லை என்ற காரணத்துக்காக இந்த மாதிரி செல்லப்பிராணிகள் வளர்க்கிற வரை, அவர்களுக்கு குழந்தை பிறப்பதற்கு வாய்ப்பே இல்லை. இது சாபமல்ல. உண்மை. காரணம் குழந்தைக்குப் பதிலாகத்தான் அவர்களுக்கு செல்லப்பிராணிகள் இருக்கின்றனவே? அந்த உளரீதியான மாற்றுகள், அதில் ஏற்படுகின்ற திருப்தி - substitute satisfaction - போனால்தான் குழந்தை பிறப்பதற்கான வாய்ப்பின் கதவே திறக்கும். உடல்ரீதியாக அவர்களுக்கு கோளாறுகள் இல்லாவிட்டாலும் இந்த சப்ஸ்டிடியூட்டுகள் உள்ள வரையில் கர்ப்பத்திற்கான வாய்ப்பை உளரீதியாக அவை தடுத்துக் கொண்டிருக்கும்.

இதேபோல ஓசியில் டி.வி. பார்த்து திருப்தி அடைபவர்களால் சொந்த மாக டி.வி. வாங்க முடியாமலே போய்விடும், ஓசியில் பார்க்கின்ற திருப்தி உள்ளவரை. ஏனெனில் இவையெல்லாம் சிமிலாரிட்டிகள். அதாவது உங்கள் வாழ்க்கையில் பெரிய பெரிய விஷயங்கள் வரவேண்டுமா கூடாதா என்று தீர்மானிக்கின்ற சின்னச் சின்ன விஷயங்கள்.

ஒருவர் ஒரு பொருளைக் கொடுப்பதற்குமுன் கையை நீங்கள் நீட்டிக் கொண்டே இருந்தால், எப்போதுமே அடுத்தவரை எதிர்பார்ப்பவராக

நீங்கள் இருப்பீர்கள். அதேமாதிரி கொடுக்கும்போது உடனே வாங்கி விட வேண்டும் (பிடுங்குவது மாதிரி அல்ல). இல்லையெனில், வாய்ப்புக் கிடைக்கும்போது பயன்படுத்தத் தெரியாமல் காத்துக் கொண்டே இருப்பீர்கள் என்று அர்த்தம்.

ஒருவர் பணம் எண்ணும்போது அதையே பார்க்கின்ற ஆளாக நீங்கள் இருந்தால் அதற்கு அர்த்தம் என்ன தெரியுமா? நீங்கள் ஒரு பிச்சைக்காரர் என்று அர்த்தம். பணம் எண்ணும்போது அதைப்பார்ப்பது ஒரு அழகான பெண்ணைப் பார்ப்பதைப் போன்றது. நமக்குக் கிடைக்காது, அல்லது நம்மிடம் இதுபோல இல்லை என்ற ஓர் ஏக்கத்தை அது உருவாக்கும். அந்த ஏக்கமே உங்கள் ஆழ் மனத்தில் இறங்கி வேலைசெய்து பணத்தைப் பொறுத்தவரை ஒரு தோல்வியாக உங்களை ஆக்கிவிடும்.

சாய்ந்துகொண்டு தான் நீங்கள் எப்போதும் உட்காருவீர்கள் என்றால் அதன் அர்த்தம் அடுத்தவரைச் சார்ந்துதான் உங்கள் வாழ்வு இருக்கும் என்று அர்த்தம்.

மாணவர்களிடையே ஒரு பழக்கம் உண்டு. ஏதாவது கேள்வி கேட்டால் -ஆசிரியர்தான் - பதில் தெரியாமல் விழிப்பார்கள். இது ஒருவகை. இன்னொரு வகை உண்டு. ஒருத்தனைக் கேள்வி கேட்டால் இன்னொருத்தன் பதில் சொல்வான். அதற்கு இரண்டு காரணங்கள். ஒன்று அவனுக்கு பதில் தெரியும். அந்த அறிவை வைத்துக் காப்பாற்றுகின்ற பொறுமை இல்லை. இன்னொன்று, 'அவனைக் கேட்காதீர்கள் சார், அவன் மடையன், நான் அறிவாளி, எனக்குத் தெரியும், என்னைக் கேளுங்கள்' என்று அர்த்தம்.

இப்படிப்பட்டவர்கள், வெற்றி அடையும் வாய்ப்பு குறைவு. ஏனெனில், கேட்கப்படாத கேள்விக்கு பதிலைச் சொல்பவன், தேவைப்படாத போது தன்னிடமுள்ள அறிவை வெளிப்படுத்துபவன் ஒரு சிமிலாரிட்டியில் மாட்டிக் கொண்டவன். பணத்தை, செல்வாக்கை, ஆரோக்கியத்தை இப்படி எல்லாவற்றையும் அநாவசியமாகச் செலவு செய்துவிடுவான்.

இவ்வளவு உதாரணங்கள் போதுமென்று நினைக்கிறேன். சிமிலாரிட்டி என்றால் என்ன என்று தெளிவாகப் புரிந்திருக்கும் என்று நம்புகிறேன். இன்னும் புரியவில்லையெனில் அது எதற்கு சிமிலாரிட்டி என்று நீங்களே புரிந்துகொள்ளுங்கள்! ஆக, பெரிய விஷயங்கள் மட்டும் பெரிய விஷயங்களல்ல. அவற்றைத் தீர்மானிக்கிற சின்ன விஷயங்களும் பெரிய விஷயங்களே.

நமது சிறைகள்

குற்றம் செய்தவர்களும் சில அப்பாவிகளும் அரசியல்வாதிகளும்தான் சிறைகளுக்குள் இருக்கிறார்கள் என்று நீங்கள் நினைப்பீர்களேயானால் உண்மையின் ஒரு பகுதியை மட்டுமே நீங்கள் புரிந்து வைத்திருக்கிறீர்கள் என்று அர்த்தம். சிறை என்பது தடா, பொடாவில் உள்ளே போவது மட்டுமல்ல. அது சுவர்களாலும் இரும்புக் கம்பிகளாலும் மட்டும் ஆனதல்ல. அது வெளியில்தான் இருக்கவேண்டும் என்ற அவசியமும் இல்லை. அங்கே அடைபட்டிருப்பவர்கள் எல்லாம் கம்பி எண்ணிக் கொண்டிருக்கத்தான் வேண்டும் என்றும் எந்த விதியும் கிடையாது. இந்திரா காந்தியின் அப்பா அஹமத் நகர் சிறைக்குள்ளே அடைக்கப்பட்டிருந்த போதுதான் The Discovery of India என்ற புகழ் பெற்ற நூலை எழுதினார். ஜான் பன்யன் வாங்கிய கடனைத் திருப்பிக் கொடுக்க முடியாமல் அதற்காக சிறையில் அடைக்கப்பட்ட போதுதான் உலகப்புகழ் பெற்ற அவருடைய The Pilgrim's Progress என்ற நாவலை எழுதினார்.

இதெல்லாம் சொல்வது என்ன? சிறைக்குள்ளே இருந்தாலும் சிறைக்குள் அவர்கள் இல்லை. அவர்கள் மனத்தளவில் அந்த சிறைகள் எந்த கட்டுப்பாட்டையும் அவர்களுக்கு ஏற்படுத்தவில்லை. இதையே தலைகீழாகப் பாருங்கள். நான் சொல்ல வரும் உண்மை புரியும். அதாவது, நம்மை எதுவெல்லாம் கட்டுப்படுத்துகின்றதோ அதெல்லாம் நமது சிறைகள்தானே? அப்படியெனில் நாம் பலவிதமான உணர்ச்சிகளின் சிறைகளில் ஆயுள் கைதிகளாகத்தான் இருக்கிறோம். அதிலிருந்து விடுதலை அடைவதுதானே வெற்றி? அதற்காகத்தான், அப்படிப்பட்ட சில முக்கியமான உணர்ச்சிகள் பழக்கங்கள் இவற்றைப் பற்றித்தான் இப்போது பார்க்கப் போகிறோம்.

பயம்!

பயம் என்பது நம்ம தெனாலிக்கு மட்டும் உரியதல்ல. எல்லாருக்கும் உள்ளதுதான். பயத்தை மரண பயம், வறுமை பயம் என்றெல்லாம்

வகைப்படுத்துகின்றார்கள். அப்படியெல்லாம் விலாவாரியாக பார்க்க வேண்டுமென்றால் தனியாக ஒரு பய அகராதியே போடவேண்டி வரும். இங்கே நமது நோக்கம் பயம் பற்றிய சில அடிப்படை உண்மைகளை பயப்படாமல் புரிந்துகொள்வதுதான்.

செக்ஸ் போல பயமும் ஒரு இயற்கையான உணர்ச்சிதான். இயற்கையான எந்த உணர்ச்சியையும் அழிக்க முடியாது. கட்டுப் படுத்தலாம். திசை திருப்பலாம். ஆனால் இயற்கையான எந்த உணர்ச்சிக்கும் ஒரு வடிகால் தேவை. பயப்பட வேண்டுமா என்றால், ஆமாம்... பயப்படத்தான் வேண்டும். யாருக்கு? யாருக்கும் அல்ல. எதற்கும் அல்ல. பயம் வைப்பதிலேயே சிறந்த இடம் மேலிடம்தான். அதாவது இறைவனைத்தான் சொல்கிறேன். அதனால்தான் இறைவனுக்கு பயப்படுபவர்கள் யாருக்கும் எதற்கும் பயப்பட வேண்டியதில்லை என்று சொல்கிறார்கள். இறை நம்பிக்கை இல்லா விட்டால் என்ன செய்வது? மனசாட்சிக்காவது பயப்படுங்கள். அது போதும்.

பயம் என்பது நம்முடைய ஆழ்மனத்தில் பதிந்தது. யார் பதித்தது என்றால் எல்லாம் நம்மை நேசித்தவர்கள் செய்ததுதான். நம் அம்மா, அப்பா, பாட்டி இப்படி யாராவது பூச்சாண்டி காட்டி பதிய வைத்தது. நெப்போலியன் வாழ்வில் ஒரு முக்கியமான சம்பவம் நடந்தது. அதற்குக் காரணம் அவருடைய ஆழ் மனதுதான். ஆனால் அது அவருக்குத் தெரியாது பாவம். அதன் காரணமாக அவர் தன் வாழ்வில் முதன் முதலாகவும் கடைசி கடைசியாகவும் தோற்றார். நெல்சனோடு நடந்த போரில். விஷயம் இதுதான்.

அவர் ஆறுமாதக் குழந்தையாக இருந்தபோது ஒரு பூனை அவர்மீது பாய்ந்துவிட்டதாம். குழந்தைக்கு அந்த வயதில் பூனை, சிங்கமாட்டம் இருந்திருக்க வேண்டும். பூனை பயம் அப்போது ஒட்டிக்கொண்டது அவர் ஆழ்மனத்தில். இதை எப்படியோ தெரிந்துகொண்ட நெல்சன் ஒரு படையுடன் நெப்போலியனைத் தாக்க வந்து இறங்கியபோது படைவீரர்களை மட்டும் கூட்டி வரவில்லை. கூடவே எழுபது பூனை களையும் கூட்டிவந்தானாம். அதைப் பார்த்ததும் நெப்போலியனுக்கு உதறல் எடுத்து போர் சம்பந்தப்பட்ட விஷயங்களையெல்லாம் தன் தளபதியிடம் ஒப்படைத்துவிட்டு போரில் கலந்து கொள்ளாமல் சென்றுவிட்டாராம்.

ஒரு பூனைதான் அல்லது எழுபது பூனைகள்தான் அவர் தோற்பதற்கு ஒரே காரணம் என்று சொல்ல வரவில்லை. ஆனால் நிச்சயம் பூனை அவரை பயமுறுத்தியிருக்கிறது. அதன் காரணம் அவர் ஆழ்மனத்தில் அவருக்கே தெரியாமல் பதிந்த பூனை பயம்தான்.

பயம் என்பது ஆழ்மன விவகாரம் என்பதால் அதற்கு அபார சக்தி உண்டு. சைக்கிள் ஓட்டக் கற்றுக்கொள்ளும்போது எதிரில் வரும் தயிர்க்காரியின் மீது மோதக்கூடாது என்று எவ்வளவு உஷாராக ஓட்டினாலும் மிகச்சரியாக ஏகலைவனின் அம்பு மாதிரி அவள் மீதுதான் மோதி நிற்போம். காரணம் அவள் இளமையானவள் என்பதனால் அல்ல. அவள் கிழவியாக இருந்தாலும் இதுதான் நடக்கும். மோதக் கூடாது என்பது வெளி மன ஆசை. ஆனால் மோதிவிடுவோமோ என்பது ஆழ்மன பயம். எது ஜெயிக்கும்? எப்போதுமே ஆழ் மனம்தான். அது போடும் உத்தரவுகளுக்கு ஏற்ப உங்கள் உடல் உங்களை அறியாமல் வேலை செய்து கொண்டுபோய் மோத வைத்துவிடும்.

பயம் என்பது தனிப்பட்ட மனிதனுக்கு மட்டுமல்ல. ஒரு நாட்டுக்கும் உண்டு. நாம் அஹிம்சை என்ற பேச்சின் பின்னால் நம்முடைய கோழைத்தனம் ஒளிந்து கொண்டுள்ளதா என்று நாம் பார்க்க வேண்டும். அடுத்தவனை நீங்கள் அடிக்கும்போது அதற்குப் பொறுப்பாளி ஆகிறீர்கள் என்பது எவ்வளவு உண்மையோ அதைப்போல அடுத்தவன் உங்களை அடிக்கும்போதும் அதற்கும் பொறுப்பு நீங்கள்தான், அதாவது அவனைத் தடுக்க முடியாத உங்கள் பயந்தாங்கொள்ளித் தனம்தான்.

நாம் எதைக்கண்டு பயப்படுகிறோமோ அதைவிட்டு ஓட முயற்சி செய்வதால் ஒரு பயனுமில்லை. மாறாக எதைக்கண்டு பயப்படு கிறோமோ அதையே செய்வதுதான் பயத்தைப் போக்கும் வழி. நாம் வேகமாக ஓட ஓட, நமது நிழல் நம்மைவிட வேகமாக ஓடி நம்மை பின்தொடர்ந்து வந்துகொண்டிருக்கும். பெர்னார்ட் ஷா நண்பனோடு பேசுவதற்கே கூச்சப்படுவாராம். எனவே அவர் இந்த பயத்தைப் போக்க முடிவு செய்தார். என்ன செய்தார் தெரியுமா? ஒருவரிடம் பேசத்தானே கூச்சமாக உள்ளது, ஆயிரம் பேரிடம் ஒரே நேரத்தில் பேசிவிடுவோம் என்று முடிவெடுத்து, அதற்காக முயன்று மேடைப் பேச்சாளரானார்!

வின்ஸ்டன் சர்ச்சிலிடம் நீங்கள் முதன்முதலில் மேடைப்பேச்சு செய்த போது நடுக்கமாக இருந்ததா என்று கேட்டதற்கு முதன்முதலில் என்ன இப்போதும் கூடத்தான் நடுக்கமாக உள்ளது என்றாராம். அப்போ எப்படி ஒரு வெற்றிகரமான பேச்சாளராக இருக்க முடிகிறது என்று கேட்டதற்கு, ''அது ஒன்றும் பெரிய விஷயமில்லை. மேடையில் ஏறிய உடனேயே எதிரில் இருப்பவர்கள் எல்லாம் முட்டாள்கள் என்று நினைத்துக்கொள்வேன். ஏனென்றால் அதுதான் உண்மை. இல்லை யெனில் என்னுடைய பேச்சை கேட்க அவர்கள் ஏன் வருகிறார்கள்?'' என்றாராம்! பயத்தை வெல்வதற்கு அடுத்தவனை முட்டாளாக்குவது தான் வழி என்று சொல்ல வரவில்லை. சர்ச்சிலுக்கும் பயம்

இருந்திருக்கிறது அவரும் அதை முயன்று வென்றிருக்கிறார் என்பது தான் இங்கே முக்கியம்.

பயத்தை வெல்வதே ஒரு வெற்றி எனில் பயத்தை வென்றதன் காரணமாகவே மேலும் பல வெற்றிகளை அடையலாம் என்பதைச் சொல்லவும் வேண்டுமா?

அடுத்தவர் மீது பழி போடுதல்!

எல்லா மனிதர்களுக்கும் ஒரு பொதுவான குணம் உள்ளது. ''மனுஷன் மாதிரியே வேலை செய்கின்ற ஒரு கம்ப்யூட்டரை வடிவமைத் திருக்கிறேன்'' என்றானாம் ஒரு இன்ஜினியர். ''என்ன புது ரோபோவா?'' என்றானாம் நண்பன். ''இல்லை, இது பார்ப்பதற்கு சாதாரண கம்ப்யூட்டர் மாதிரிதான் இருக்கும். ஆனால் ஏதாவது தவறு செய்துவிட்டால் மட்டும், 'நான் செய்யவில்லை, அந்த கம்ப்யூட்டர் தான் செய்தது' என்று மற்ற கம்ப்யூட்டர்களை பழிசொல்லும்'' என்றானாம். இந்த, பொதுவான அடுத்தவர் மீது பழி போடும் குணம் தப்பித்துக் கொள்வதற்கான வழி மட்டுமல்ல. வெற்றி அடையாமல் இருப்பதற்கான வழிகளில் இதுவும் ஒன்று.

ரயில் பயணமே சென்றிராத இரண்டு வயதானவர்களை முதல் முறையாக ரயிலில் ஏற்றிவிட்டார்களாம் ஊர் மக்கள். அவர்கள் கையில் குடிக்க பெப்ஸி பாட்டில்களும் கொடுக்கப்பட்டதாம். ஒரு பெரியவர் தமது பெப்ஸி பாட்டிலை ஒரு வாய் குடித்தாராம். அதே நேரத்தில் ரயில் ஒரு 'டன'லுக்குள் நுழைந்ததாம். ஒரே இருட்டாகிவிட்டதாம். பெப்ஸி பெரியவருக்கு இதெல்லாம் விளங்கவில்லை. தமது பார்வை போய் விட்டதாக அவர் நினைத்தார். உடனே தமது நண்பருக்கு எச்சரிக்கை கொடுத்தார். 'ஏய், அந்த பாட்டிலில் உள்ளதைக் குடிக்காதே. ஏதோ விபரீதமானது அதில் உள்ளது. நான் ஒரு வாய்தான் குடித்தேன். என் கண் பொட்டையாகிவிட்டது' என்றாராம்! நமது கஷ்டங்களுக்கும் நஷ்டங் களுக்கும் அடுத்தவர் மீது பழி போடுகின்ற நமது குணமும் இதைப் போன்றதுதான். அதாவது முட்டாள்தனமானது!

வகுப்புக்கு தாமதமாக வரும் மாணவனைக் காரணம் கேட்டால் பொதுவாக எல்லோருமே பஸ் லேட் சார், அம்மா சமைக்க லேட்டாகிவிட்டது போன்ற புளித்துப்போன - அம்மா சமைத்தது அல்ல - காரணங்களை பல நூற்றாண்டு களாகச் சொல்லிக் கொண்டுள்ளார்கள். கற்பனை வளம் கொஞ்சம்கூட இல்லாத பழிபோடும் படலம்.

அவர்கள் சொன்னது உண்மையாக இருக்கலாமல்லவா என்று ஒரு கேள்வி வரலாம். இருக்கலாம். இருந்தாலும் அந்தப் பதில் வெற்றி

மனப்பான்மை கொண்டவனின் பதிலல்ல. பொறுப்பை யார் தன்மீது போட்டுக் கொள்கிறானோ அவனே வெற்றியாளன். ''சாரி சார், இன்று லேட்டாயிடுச்சு, இனிமே லேட்டாகாம வர ட்ரை பண்றேன்'' என்று எந்த மாணவனாவது எந்த ஆசிரியரிடமாவது சொன்னதாக வரலாறு உள்ளதா? பழியைத் தூக்கி அம்மா மீது, பஸ்ஸின் மீது, பாலத்தின் மீது என்று எதன் மீதாவது போடுவது எளிது. ஆனால் தப்பிக்கின்ற மனப்பான்மையை வளர்ப்பது எப்படி வெற்றிக்கு வழிவகுக்கும்?

நியாயப்படுத்துதல்!

நாம் செய்த, செய்கின்ற காரியம் தவறு என்று நிரூபிக்கப்பட்டால் அதை ஏற்றுக்கொள்கின்ற மனப்பக்குவம் வேண்டும். மாறாக அது சரிதான் என்று நிரூபிக்க முயன்றால் தோல்விதான் வரும். ஆனால் நியாயப்படுத்துகின்ற காரியத்தைத்தான் நிறைய பேர் செய்கிறார்கள். கூடப்பிறந்ததைப்போல இந்த தோல்விக்குணம் மனிதனிடம் ஒட்டிக் கொண்டுள்ளது.

ஒருவன் நடுரோட்டில் படகு ஓட்டுவது போல கைகளால் துடுப்புப் போட்டுக்கொண்டிருந்தானாம். என்ன செய்கிறாய் என்று கேட்டதற்கு ''தெரியவில்லையா, தண்ணீரின் வேகம் அதிகமாக உள்ளது. வேகமாக படகைச் செலுத்திக் கொண்டிருக்கிறேன்'' என்றானாம். ''இங்கே ஒன்றும் படகே இல்லையே'' என்றதற்கு உடனே அவன், ''அப்படியா, வா! வெள்ளம் வருவதற்குள் நீந்திப் போய்விடலாம்'' என்று சொல்லி விட்டு ரோட்டிலேயே நீச்சலடிக்க ஆரம்பித்தானாம்.

நம்முடைய நியாயப்படுத்துதல்களும் இந்தப் பைத்தியக்காரத்தனத்தை விட எந்த விதத்திலும் குறைந்தது அல்ல. நியாயப்படுத்துவது விளக்கம் கொடுப்பது எல்லாம் எதைக்காட்டுகிறது என்றால் நாம் மாற விரும்ப வில்லை என்பதையே. நாம் மாறாமல் பழைய மாதிரியே இருப்பதற்கு ஒரு கேடயம்போல இந்த நியாயப்படுத்துதலை நாம் பயன் படுத்துகிறோம்.

கோபம்!

இந்தக் கோபத்தைப் பற்றி பல விஷயங்களைச் சொல்ல வேண்டியுள்ளது. கொஞ்சம் அமைதியாகக் கேட்பது நல்லது. ஏனெனில் கோபம் என்ற உணர்ச்சி பல சமயங்களில் எதிர்மறையானதாகவும் ஒரு சில சமயங்களில் மட்டும் நல்ல விளைவை ஏற்படுத்தக்கூடியதாகவும் உள்ளது.

கோபத்திற்கென்று சில உடல் அமைப்பு உள்ளது. பயத்தைப் போலவே. கோபமாக இருக்கும்போது உங்கள் உடம்பை நீங்கள் கவனித்திருக் கிறீர்களா? அது எப்படி முடியும் என்று கேட்கிறீர்களா? சரிதான், ஆனால்

அடுத்தவர் கோபமாக இருக்கும்போது அதைக் கவனிக்க முடியுமல்லவா, அவரை நீங்களே கோபப்படுத்தி இருந்தாலும்? அப்போது பார்த்தால் ஒரு உண்மை தெரியும். அதாவது கோபத்தில் கைகளை விரித்துக் கொண்டிருக்க முடியாது. கைகளை இறுக்கமாக - குத்துவது போல - மூடிக்கொண்டிருப்பார்கள். எத்தனையோ திரைப்படங்களில் பார்த்திருக் கலாம். கோபப்படுத்தப்படும் ஹீரோவின் முகத்தைக் காட்ட மாட்டார்கள். அவன் கைகளை 'க்ளோசப்'பில் காட்டுவார்கள். அது விரிந்த நிலையிலிருந்து மூடி குத்துவதற்குத் தயாராகும், பின்னணி இசையோடு.

அதுமட்டுமல்ல, கோபத்தில் புன்னகை செய்ய முடியாது. கோபத்தில் ஒருவர் பல்லைக்காட்டுவதை புன்னகை என்று எண்ணமாட்டீர்கள் என்று நம்புகிறேன். ஆனால் ஒருவருடைய கோபம் இன்னொருவருக்கு வேண்டுமானால் புன்னகையை வரவழைக்கலாம். அது வேறுவிஷயம். ஆனால் கோபப்படுபவர் புன்னகை செய்ய முடியாது. சிவாஜிகணேசன் மாதிரி மறுகணமே புன்னகைக்க முடிந்தாலும் மறுகணமே கோபம் மாறி விடுவதாகத்தான் அர்த்தம்.

அதாவது, ஒவ்வொரு உணர்ச்சிக்கும் நம்முடைய உடல் ஒவ்வொரு வடிவமெடுக்கிறது. எந்த உணர்ச்சியால் நாம் ஆட்கொள்ளப் படுகிறோமோ அந்த உணர்ச்சிக்குத் தகுந்த மாதிரி, அதை வெளிப் படுத்தும்படியாக உடல் ஒரு குறிப்பிட்ட நிலையை அடைகிறது. உதாரணமாக, கோபத்தில் நம்முடைய உடல் முன்னோக்கித்தான் செல்வதாக உள்ளது. உட்கார்ந்திருக்கும்போது கோபம் வந்தால் எழுந்து கொள்வோம். நிற்கும்போது கோபம் வந்தால் ஓடுவோம். கோபம் ஏற்படுத்தியவனைத் தாக்க. இப்படி.

கோபத்தின் உடல்மொழியை அறிந்த முகமது நபி கோபத்தை அடக்குவது பற்றி ஒரு அருமையான உபாயம் சொல்கிறார்கள். அதாவது, நிற்கும்போது கோபம் வந்தால் உட்கார்ந்து கொள்ளுங்கள். உட்கார்ந்திருக்கும்போது கோபம் வந்தால் படுத்துக்கொள்ளுங்கள் என்று. அதாவது முன்னோக்கிப்பாயும் உணர்ச்சியை பின்னோக்கிச் செலுத்தி மாற்றுவதன் மூலம் அதாவது வேண்டுமென்றே உடல் நிலையில் மாற்றத்தை ஏற்படுத்துவதன் மூலம் கோபத்தை அடக்கலாம் என்பதாக. தூக்கம் வராவிட்டால் ரிலாக்சேஷன் டெக்னிக் ஒன்று சொல்வார்கள். அதாவது முப்பதிலிருந்து ஒன்று வரை பின்னோக்கி எண்ண வேண்டும் என்று. காரணம் முன்னோக்கிச் செல்வது டென்ஷன். பின்னோக்கிச் செல்வது ரிலாக்சேஷன்.

கோபத்தை அடக்க நபிகள் நாயகம் சொன்ன உபாயம், இந்த உண்மையைப் புரிந்துகொண்டதால் வந்தது. உடலுக்கும் மனதுக்கும்

உள்ள தொடர்பை புரிந்துகொண்ட உண்மை. ஏற்கெனவே சொல்லியுள்ளேன். உடல் என்பது கண்ணுக்குத் தெரிகிற மனது. மனம் என்பது கண்ணுக்குத் தெரியாத உடல். இதை மறந்திருக்க மாட்டீர்கள். இப்போது ஞாபகப்படுத்திப் பொருத்திப் பார்க்கவும்.

முகமது நபிகூட எத்தனையோ முறை கோபத்தைக் காட்டியிருக் கிறார்கள். இங்கே ஒரு விஷயத்தை நாம் தெளிவாகப் புரிந்துகொள்ள வேண்டும். அதாவது, கோபத்தைக் காட்டுவது வேறு, கோபப்படுவது வேறு. ஆம். முன்னதில் நீங்கள் ஒரு குறிப்பிட்ட உணர்ச்சியை வேண்டு மென்றே வெளிப்படுத்தி மற்றவருக்கு எதையோ புரியவைக்க முயலுகிறீர்கள். அடுத்ததில் நீங்கள் உங்களை இழந்து ஒரு உணர்ச்சிக்கு அடிமையாகி விடுகிறீர்கள். எந்த உணர்ச்சியாக இருந்தாலும் அதன்மீது ஏறி நாம்தான் சவாரிசெய்ய வேண்டும். அப்போதுதான் நாம் வெற்றியாளர். குதிரை நம்மை சவாரிசெய்தால் என்ன அர்த்தம் என்று சொல்ல வேண்டியதில்லை.

ஒருவர் நம்மை கோபப்படுத்தும்போது, அவமானப்படுத்தும்போது நாம் கோபமடைந்தால் நாம் தோல்வியை ஒப்புக்கொள்வதாக அர்த்தம். நம்மை கோபப்படுத்த வேண்டும் என்பதுதானே அவனுடைய நோக்கம்? அது நிறைவேறிவிடுகிறதல்லவா? பயங்கரமாக சப்தம் போட்டு லூட்டியடித்துக் கொண்டிருக்கும் ஒரு குழந்தையை நாம் கோபமாகக் கத்தி அடக்க நினைக்கிறோம் என்றால் ஒரு குழந்தையிடம் தோற்றுவிட்டோம் என்று அர்த்தம். இயற்கையான உணர்ச்சிகளை அழிக்கமுடியாது. ஆனால் அடக்கமுடியாது என்று நினைப்பது தவறுமட்டுமல்ல, தேவைப்படும்போது நமது கட்டுப்பாட்டுக்குள் வைக்க முடியாமல் போவது வெற்றியாளனின் பழக்கமல்ல.

எந்த உணர்ச்சி வேண்டுமானாலும் நமக்கு வரலாம். அதை திசைதிருப்ப நமக்குத் தெரிந்திருக்க வேண்டும். பிகாசோவுக்கு போரின் அழிவுகளை நினைத்து, இரக்கம், அன்பு போன்ற உன்னத மானிடகுணங்கள் விஞ்ஞானம், தொழில் நுட்பம் என்ற பெயர்களில் அழிந்து போனதை நினைத்து பயங்கரக் கோபம் வந்தது. கொர்னிகா என்ற நகரம் ஸ்பானிஷ் உள்நாட்டுப்போரில் 'பாம்'வைத்து அழிக்கப்பட்டபோது அவன் என்ன செய்தான்? தன் கோபத்தை ஒரு ஓவியமாக தீட்டினான். அதுதான் கொர்னிகா என்ற புகழ்பெற்ற ஓவியம்! இதுதான் கோபத்தைக் காட்டவேண்டிய சரியான வழி. ஓவியம் வரைவதைச் சொல்ல வில்லை. உணர்ச்சிகளின் திசையைத் திருப்புவது பற்றிச் சொல்கிறேன்.

புத்தர் ஒரு ஊர் வழியாகப் போய்க்கொண்டிருக்கும்போது யாரோ அவரைத் தகாத வார்த்தைகள் சொல்லித் திட்டினானாம். கூட இருந்த ஆனந்தன் என்ற தலைமை சிஷ்யர் வாளை உருவிவிட்டாராம். புத்தர்

அமைதியாக இருந்தது மட்டுமல்லாமல் ஆனந்தனையும் அமைதிப் படுத்தினாராம். ஏன் இப்படிச் செய்தீர்கள் என்று ஆனந்தன் பிற்பாடு - கொஞ்ச நேரம் கழித்து என்று வைத்துக்கொள்ளுங்களேன் - கேட்டபோது புத்தர், ''அவன் சொன்னது உண்மையல்ல. உண்மையல்லாத ஒன்றுக்காக நாம் ஏன் கோபப்பட வேண்டும்? ஒருகால், உண்மையாக இருக்கும் பட்சத்தில், அவன் உண்மையைத் தானே சொன்னான்? உண்மையைச் சொன்னதற்காக நாம் ஏன் கோபப்பட வேண்டும்?'' என்றாராம்.

அதாவது நம்மை அவமானப்படுத்துபவன் சொன்னது உண்மை யானாலும் சரி பொய்யானாலும் சரி, நாம் கோபப்படக்கூடாது என்று அர்த்தம். இங்கே உண்மையோ பொய்யோ சும்மா ஒரு 'லாஜிக்'தான். விஷயம் அதுவல்ல. கோபத்தைக் கட்டுப்படுத்தப் பழகவேண்டும் என்பதுதான் விஷயம். அதுதான் அவரின் செய்தி. புத்தர், ஆனந்தன் போன்றவர்கள் ஏற்கெனவே ராஜாவாக, அதாவது யுத்தம், போர் செய்வதையே தங்கள் வாழ்க்கையாகக் கொண்டிருந்த சத்திரியர்கள் என்பது கவனிக்க வேண்டியது. அதாவது கோபப்படுவதையே தங்கள் தொழிலாக, அடையாளமாகக் கொண்டவர்கள். அவர்களே கோபப் படக்கூடாது என்று சொன்னால், மற்றவர்களுக்கான செய்தி என்ன என்று யூகித்துக்கொள்ளலாம்.

ஒருமுறை போர்க்களத்தில், முகமது நபியின் மருமகன் அலி போரிட்டுக் கொண்டிருந்தார். அலி, உமர், ஹம்சா போன்றவர்களின் வீரம் இஸ்லாமிய வரலாற்றில் காவியத்தன்மை கொண்டது. அலி தன் எதிரியை கீழேதள்ளி அவன் நெஞ்சின்மீது ஏறி அமர்ந்து வாளையும் உருவிவிட்டார். அடுத்த கணம் ஒரு வித்தியாசமான எதிர்பாராத சம்பவம் நடந்தது. ஒன்று அல்ல. இரண்டு சம்பவம். என்ன நினைத் தானோ, கீழே கிடந்தவன் அலியின் முகத்தில் காறி உமிழ்ந்துவிட்டான். அவ்வளவுதான். அலியின் முகத்தில் ஒரு மாற்றம் தெரிந்தது. உடனே அவனைக் கொல்லாமல் எழுந்துவிட்டார். அவனுக்கோ ஒரே ஆச்சர்யம். எப்படியும் சாகத்தான் போகிறோம். எதிரியை அவமானப் படுத்திவிட்டு சாகலாம் என்று அவன் எடுத்த முடிவு இப்படி ஒரு விளைவை ஏற்படுத்தும் என்று அவன் எதிர்பார்க்கவில்லை.

அலி அவனை மன்னித்து போ என்றார். அவன் தப்பித்தோம் பிழைத்தோம் என்று போய்விடாமல் ஆச்சரியம் தாளாமல் அலியின் செயலுக்கு விளக்கம் கேட்டான். அலி சொன்னார், ''இந்தப் போர் உனக்கும் எனக்கும் உள்ள தனிப்பட்ட பகையினால் நடக்கவில்லை. இது இறைவனுக்காக நடத்தும் தர்மயுத்தம். நீங்கள் தேவையில்லாமல் எங்களைத் தாக்க வந்ததனால் உருவான யுத்தம். இதில் திடீரென்று நீ என்னைக் காறி உமிழ்ந்துவிட்டதனால் எனக்குக் கோபம் வந்துவிட்டது. இப்போது நான் உன்னைக் கொன்றால் என் கோபத்தின் காரணமாக கொலை செய்ததாக

ஆகிவிடும்'' என்றாராம். அக்கணமே அவன் மனம் மாறி அவரோடு நட்புக்கரம் பிடித்தானாம்.

இந்த வரலாற்று நிகழ்ச்சி ரொம்ப சுவையானது மட்டுமல்ல, ரொம்ப முக்கியமானதும் கூட. புத்தரைப் பற்றிய நிகழ்ச்சியில்கூட அது ஒரு செய்தியைச் சொல்லவரும் கதையாக இருக்கும் வாய்ப்புண்டு. காரணம் புத்தரை ஒருவன் ஏன் தகாத வார்த்தை சொல்லித் திட்டவேண்டும் என்ற கேள்விக்கு அதில் பதிலில்லை. ஆனால் இந்த நிகழ்ச்சியில் போர்க் களத்திலேயே ஒரு மனிதன் தன் கோபத்தைக் கட்டுப்படுத்தி, தன்னை வெல்பவனே உண்மையான வீரன் என்பதைத் தெளிவுபடுத்தியிருக்கிறார்.

நமது எதிரியை எந்த விதத்திலும் ஜெயிக்கவிடக்கூடாது. அதுதான் முக்கியம். அதாவது கோபப்படும்போதெல்லாம் நம் எதிரி வெற்றி பெறுகிறான். நினைவு கொள்ளுங்கள். ''கோபம் என்பது முட்டாள் தனத்தில் தொடங்கி, வருத்தப்படுவதில் முடிகிறது'' என்று பிதாகொரஸ் தெரியாமலா சொன்னார்?

கோபம் ஒரு முட்டாள்தனமான விஷயம் என்பது ரொம்ப உண்மை தான். ஒரு சிஷ்யன் கோபமாக உள்ளே நுழைந்தானாம். கதவை கோபமாக உதைத்துக்கொண்டே. அவன் குரு அவனை அழைத்து திரும்பிப்போய் அந்த கதவிடம் மன்னிப்புக் கேட்டுவரும்படி சொன்னாராம். அவனுக்கு ஒரே ஆச்சரியம். ஒரு கதவிடம் ஒரு மனிதன் மன்னிப்புக் கேட்பதா? அபத்தம் என்று அவன் எண்ணினான். அவன் எண்ணத்தைப் புரிந்துகொண்ட குரு சொன்னாராம், ''ஒரு கதவை கோபமாக உதைப்பதைவிட மன்னிப்பு கேட்பது ஒன்றும் அபத்தமான தல்ல''. அவன் புரிந்து கொண்டு போய் மன்னிப்புக் கேட்டானாம். அப்படிச் செய்யும்போதுதான் கதவை கோபத்தில் உதைத்தது எவ்வளவு முட்டாள்தனமானது என்று புரிந்ததாம்!

கோபத்தைப் பற்றி சமூக விஞ்ஞானிகள் ஒரு கருத்தைச் சொல்கின்றார்கள். அதாவது பணக்காரர்களைவிட ஏழைகளுக்குத்தான் கோபம் அதிகமாம். அதனால்தான் புரட்சியைத் தூண்டுவதற்கு புரட்சிக் காரர்கள் ஏழை மக்களைத் தூண்டிவிடுகிறார்களாம். ஏனென்றால் பணக்காரர்களைக் கொண்டு ரஷ்யாவில் நடந்ததைப் போன்ற ஒரு சமுதாயப் புரட்சியை நிகழ்த்துவது சாத்தியமில்லை என்கிறார்கள். வரலாற்றில் நடந்த எத்தனையோ யுத்தங்கள் இதை நிரூபிப்பதாக உள்ளன.

வியட்நாம் போரில் அமெரிக்கா தோற்கவில்லையா? ஏன், இந்தியா வளம்மிக்க செல்வம் கொழிக்கும் நாடாக இருந்த காலத்தில் எத்தனை போர்களைச் சந்தித்திருக்கிறது! எத்தனை நூற்றாண்டுகள் அடிமைத் தளையில் கிடந்தது! காரணம், வளமும் கோபமின்மையும்தான் என்கிறார்கள் இந்த ஆய்வாளர்கள்.

சரி, இதற்கும் நாம் வெற்றியடைவதற்கும் என்ன தொடர்பு என்றுதானே யோசிக்கிறீர்கள்? இந்த ஆய்வையே தலைகீழாகப் பார்த்தால் ஒரு உண்மை புரியும். அதாவது கோபம் தவிர்ப்பது செல்வத்தைக் கொண்டு வரும் என்பதுதான் அது. இதனால்தானோ என்னவோ நம் முன்னோர்கள் எல்லாருமே கோபத்துக்கு எதிராகவே பேசியிருக்கிறார்கள். கோபப் படாமல்தான். கோபத்தை அடக்கியவனே உண்மையான வீரன் என்றெல்லாம் சொல்லியிருக்கிறார்கள். கோபம் என்னும் தோல்வியை ஒப்புக்கொள்ளும் மனப்பண்பை, தோல்வியை பத்திரிகை வைத்து அழைப்பு விடுக்கும் மனப்பண்பை விட்டொழித்து வெற்றியை நோக்கிச் செல்லவேண்டும் என்பதற்காகத்தான் சொன்னேன்.

பேச்சு!

எல்லா வெற்றிக்கும் எல்லா தோல்விக்கும் காரணமாக பேச்சு உள்ளது. "உங்களுக்குத் தருவதற்கு என்னிடம் ரத்தம், வியர்வை, கடின உழைப்பு, கண்ணீர் இவை தவிர ஏதுமில்லை" என்று இரண்டாம் உலகப்போரின் போது பேசிய சர்ச்சிலின் பேச்சு போரில் வெற்றிவாகை சூட உதவியது.

கெட்டிஸ்பர்க் என்ற யுத்தகளத்தில் இறந்தவர்களுக்காக அர்ப்பணம் செய்யப்பட்ட ஒரு இடுகாட்டில் நடந்த கூட்டத்தில் இரண்டே நிமிடம் ஆபிரஹாம் லிங்கன் பேச அனுமதிக்கப்பட்டார். ஆனால், "மக்களுக்காக மக்களால் மக்களைக் கொண்டு நடத்தப்படும் அரசு இந்த பூமியில் என்றுமே அழிவதில்லை" என்று அவர் சொன்ன வார்த்தைகள் இந்த இரண்டாயிரத்து மூன்றிலும் உயிர் வாழ்ந்து கொண்டிருக்கிறது. ஆனால் நாம் பேசுகின்ற பேச்செல்லாம் மேலே சொன்னதைப் போன்றதா? நமக்கே தெரியும். அதெல்லாம் வெற்றிப்பேச்சு.

நாம் அதைப்பற்றி பேச வரவில்லை. நம்முடைய பேச்சைப் பற்றி நாம் பேச வருகிறோம். அது வெற்றிப்பேச்சாக இல்லை. பொதுவாக மனிதனுக்கு இருக்கின்ற முக்கியமான குறைகளில் ஒன்றாகவே நமது பேச்சு உள்ளது. வாழ்க்கையில் வெற்றியடைய விரும்புபவன் வழவழவென பேசுபவனாக நிச்சயம் இருக்கமாட்டான். குறிக்கோள் இல்லாதவன், செய்ய வேண்டிய காரியங்கள் சோம்பேறித்தனத்தின் காரணமாக ஒத்திப்போட விரும்புபவன் மற்றவர்களுடைய தாக்கத்துக்கு உட்படுபவர்கள் இப்படிப்பட்டவர்கள்தான் பேசிக்கொண்டே இருப்பார்கள். பேச்சையே வாழ்க்கையாக வைத்திருக்கும் பேச்சாளர் களை நான் இங்கு குறிப்பிடவில்லை. சாதாரண மனிதர்களான நம்மைத்தான் சொல்கிறேன்.

தேவையில்லாமல் பேசுவதனால் வரவேண்டிய வெற்றி கெட்டுப் போகிறது. "என்ன இந்தியா ரொம்ப மட்டமாக ஆடியதே" என்று சொன்னதும் நீங்கள் உடனே தூண்டப்படுவீர்கள். உடனே இந்தியாவின்

சார்பாக வாயாலேயே ஆட ஆரம்பித்துவிடுவீர்கள். இது ஒரு பலவீனம். பேச்சு மனிதனின் முக்கியமான பலவீனமாகவும் பலமாகவும் உள்ளது.

எனவே, ஒருவன் என்ன பேசுகிறான் என்பதைவிட ஏன் பேசுகிறான் என்பதே முக்கியம். மனிதனால் பேசாமல் இருக்க முடிவதில்லை என்பது தான் உண்மை. பேசிப்பேசியே அவன் பழகிவிட்டான். அதாவது வெற்றிக்கு எதிரான காரியத்தைப் பண்ணிப் பண்ணியே அவன் பழகிவிட்டான். ஆனால் அவன் பேசிக்கொண்டே இருப்பதுதான் அவன் விழிப்பு வாழ்க்கையின் முக்கியப் பகுதியை ஆக்கிரமித்துக் கொள்கிறது. அதனால் செயல்படு வதற்குரிய வாய்ப்புகள் குறைந்து விடுகின்றன. அல்லது, அறவே இல்லாமல் போய்விடுகின்றன என்பதை அவன் அறிவதில்லை.

பேச்சில் ஏற்படும் மகிழ்ச்சி முன்னேற்றப் பாதையில் நமக்கு நாமே எழுப்பிக் கொள்ளும் சுவராகும். பேச்சில் ஏற்படும் ஒரு திருப்தி நம்முடைய தாழ்வு மனப்பான்மையின் வெளிப்பாடாக உள்ளது. மற்ற விஷயங்களில் நாம் வளரவில்லை என்பதால் பேச்சு ஒரு compensation ஆக செயல்படுகிறது. அந்தத் திருப்தியே நமக்குப் போதுமானதாக இருக்கும் வரையில் நம்முடைய வாழ்வில் வெற்றி வர வாய்ப்பே இல்லை.

பேசுவதனால் நம்முடைய அறியாமை வெளிப்படுகிறது (நிறைய). பேசுவதனால் நம்முடைய அறிவு வெளிப்படுகிறது (எப்போதாவது கொஞ்சமாக). பேசுவதனால் நம்முடைய நோக்கமின்மை வெளிப்படுகிறது. பேசுவதனால் நம்முடைய உயர்வு மனப்பான்மை வெளிப்படுகிறது. பேசுவதனால் நம்முடைய தாழ்வு மனப்பான்மை வெளிப்படுகிறது. பேசுவதனால் நம்முடைய சக்தி விரயமாகிறது. சுருக்கமாகச் சொன்னால் உருப்படுவதற்கு பேச்சு முதல் எதிரியாக இருக்கிறது. கண்ணையும் காதையும் திறந்துகொள், வாயை மூடிக்கொள் என்பது வெற்றியாளர்களின் விதியாக உள்ளது.

இதனால்தானோ என்னவோ எல்லா நாட்டைச் சேர்ந்த அறிஞர்களும் மேதைகளும் மௌனத்தின் சிறப்பைப் பற்றி சொல்லியிருக்கிறார்கள். ''உனக்குத் தெரியாத எதையும் பேசாதே. அதேசமயம் தெரியும் என்பதாலேயே எல்லாவற்றையும் பேசிவிடாதே'' என்று அலி(ரலி) அறிவுரை கூறுகிறார். சும்மா இரு என்று சிவன் சொன்னதாக அருணகிரி நாதர் கூறுகிறார். ''இறைவணக்கம் என்பது பத்து பகுதிகள் கொண்டது. அதில் ஒன்பது பகுதிகள் மௌனமாக இருத்தலாகும்'' என்று நபிகள் நாயகம் கூறுகின்றார்கள்.

இவ்வளவு முக்கியத்துவம் வாய்ந்த இந்த மௌனத்தின் எதிரியான பேச்சைப்பற்றியும் சில உண்மைகளை நாம் புரிந்துகொள்ள வேண்டியுள்ளது. நம்மிடம் உள்ள சக்தி எப்படியாவது வெளியே வரத் துடித்துக்கொண்டே இருக்கும். எப்போதுமே. ஏதாவதொரு வழியில்.

அது உடல் அசைவாக இருக்கலாம். பேச்சாக இருக்கலாம். பேசுவதால் அந்த சக்தி வெளிப்பட்டு விடுகிறது.

அதனால்தான் ஒரு திட்டத்தைப் பற்றி அதைச் செயல்படுத்துவதற்கு முன் பீற்றிக்கொண்டோமென்றால் அந்தக் காரியம் முடியாமலே போய்விடுகிறது. இந்த அனுபவம் எல்லோருக்குமே ஏற்பட்டிருக்கும். ஆனால் பேசியதனால் தான் காரியம் நடக்காமல் போனது என்பதை எத்தனை பேர் புரிந்து கொள்கிறார்கள்?

வெளியே சொல்ல முடியாத சிரமங்கள் வரும்போது வெளியே சொல்லாமலிருந்தால்தான் ஓர் உண்மை தெரியும். அதாவது சொல்ல வேண்டிய அவசியமே இல்லை என்று. ஒருவரிடம் நம்முடைய கஷ்டங்களைச் சொல்லிப் புலம்புவதால் ஒரு பயனும் இல்லை. அவர் இரக்கப்பட்டால் நமது மனம் சந்தோஷமடையும். இப்படி சந்தோஷ மடைந்த உணர்ச்சி காரணமாக பிரச்சினையைத் தீர்ப்பதற்கு உரிய சக்தியை வீண் செலவு செய்தவர் களாகிறோம். பிரச்சனையை வெளியே சொல்லாமலிருந்தால் அது உள்ளேயே நெருப்பாகக் கனன்று கொண்டிருக்கும். அப்போதுதான் தீர்வு பிறக்கும். வாயைத்திறந்து ரிலாக்ஸ் ஆகிவிட்டால் திருப்தி ஆகிவிடுகிறது. திருப்தி ஏற்பட்ட பிறகு ஏது முன்னேற்றம்?

ரிலாக்ஸ் ஆவதனால்தான் வெற்றி வருகிறது என்று சொன்னோமே என்ற நியாயமான கேள்வி இப்போது வரும். எல்லாவற்றிலுமே பாசிடிவ்-நெகடிவ் உள்ளது. முயற்சி செய்து முடியாமல் போகும்போது மனம் அதை மறந்து ரிலாக்ஸ் ஆவது வேறு, புலம்புவதன் மூலம் ரிலாக்ஸ் ஆவது வேறு. புலம்புவது என்பது அதாவது பேச்சு என்பது வெற்றிக்கு மாற்றாக ரிலாக்ஸ் ஆவது. மௌனமாக ரிலாக்ஸ் ஆவது என்பது பிரச்சினையைத் தீர்ப்பதற்காகக் காத்திருப்பது. முன்னது நெகடிவ். இப்போது புரிந்திருக்கும் என்று எண்ணுகிறேன். இல்லையெனில் ரிலாக்சேஷன் பற்றிய அத்தியாயத்தை மீண்டும் படிக்கவும்.

சமுதாய வாழ்வுக்கு முதுகெலும்பு போன்றதுதான் பேச்சு. எப்போது இது சரியாக வரவில்லையோ, அப்போது வெற்றி வரக்கூடிய வாய்ப்பை நாமே கெடுக்கிறோம் என்று பொருள். தங்கு தடையில்லாமல், தெளிவாகவும் சுருக்கமாகவும் பிசிறில்லாமலும் பேசுவது ஒரு சக்திதான்.

அதாவது, வெற்றி அடைவதற்கு, அதற்குமுன் பேசாமல் இருக்கவும் வேண்டியுள்ளது. அதே சமயம் அதாவது சிலசமயம், வெற்றி ஏற்படுவதற்காக பேசவும் வேண்டியுள்ளது! அதாவது சொல்லித்தான் ஆகவேண்டும் என்ற விஷயங்களைச் சொல்ல வேண்டிய முறைப்படி சொல்லிவிட வேண்டும். இந்த அவசியமில்லாதபோது வாயை மூடிக் கொண்டிருப்பதுதான் உத்தமம்.

திராட்சை இனிப்பாக இருக்கிறது

ஒரு ஜென் குருவைப்பற்றி ஒரு கதை உண்டு. உண்மையில் அவர் ஜென் குருதானா என்று எனக்கு நிச்சயமாகத் தெரியாது. ஆனால் ஜென் பற்றி பேசாமலே இருந்துவிட்டால் ஒரு புத்தகத்துக்கு உரிய மரியாதையல்ல என்று விவரம் தெரிந்த என் நண்பர்கள் - அவர்கள் கார்கள்கூட ஜென்தான் - அடித்துச் சொல்லியதால் வேறுவழியில்லாமல் அவரை ஜென் புத்தமதத்தில் சேர்க்க வேண்டியதாகிவிட்டது. மன்னித்துக் கொள்ளவும். அதோடு கதையில் வரும் குருவின் பாத்திரத்தை ஆராய்ந்து பார்க்கும்போது அவர் ஜென்குருவாக இருப்பாரோ என்ற சந்தேகம் எனக்கே வருகிறது.

கதையையே இன்னும் ஆரம்பிக்கவில்லை. அதற்குள் இவ்வளவு கூத்தா என்று கேட்பதில் நியாயம் உள்ளதுதான். என்ன செய்வது, ஜென் என்ற ஒரு விஷயத்துக்கும் நம்முடைய வெற்றிக்கும் அவ்வளவு நெருங்கிய சம்பந்தம் இருப்பதால்தான் இவ்வளவு பேசவேண்டியுள்ளது. ஆக, இதுவரை ஒரு விஷயம் தெளிவாகி இருக்க வேண்டும். அதாவது ஜென் என்பதைப் புரிந்துகொண்டாலே வெற்றியையும் புரிந்துகொண்ட மாதிரி. இப்போது கதை.

அந்த ஜென் குருவானவர் இறந்து போகிற சமயம் வந்ததாம். என்னடா கதையின் ஆரம்பமே முடிவா என்று தோன்றலாம். ஆனால் முடிவுகள் எல்லாமே முடிவுகள் அல்ல. இதுகூட ஜென்தான். சரி கதைக்கு வருவோம். இறந்துபோய்க்கொண்டிருந்தாரா? அவர் ரொம்ப பிரசித்தி பெற்ற குரு என்பதால் நிறைய சிஷ்யர்கள் அவருக்கு இருந்தனர். இந்த இடத்தில் அவர் ஏன் அவ்வளவு பிரசித்தி பெற்றார் என்பதைப் பற்றியும் சொல்லிவிடுதல் நல்லது. அதற்கு ஒரு கதை உள்ளது. அந்தக் கதை அவர் வாழ்க்கைப் பாதையில் வெற்றிபெற விரும்பும் தன் மாணாக்கர் களை எப்படி பரிசோதிப்பார் என்று சொல்கிறது. முதலில் அந்தக் கதையைச் சொல்லிவிடுகிறேன்.

அதாவது ஒரு பத்து வருடப் பயிற்சியின் முடிவில் ஒரு இறுதிப் பரீட்சை வைப்பாராம். அதில் தோற்றுவிட்டால் பத்துவருடமும் வீண்தான். திரும்ப முதலில் இருந்து தொடங்க வேண்டுமாம். எனவே மாணாக்கர்கள் எல்லாம் ரொம்பத் தீவிரமாக கற்றுக்கொடுத்த எல்லாவற்றையும் படி படி என்று படித்து விரல் நுனிகளில் எல்லா அறிவையும் வைத்துக்கொண்டுதான் போவார்களாம். அப்படி ஒரு மாணவனுக்கு அன்று இறுதித் தேர்வாம். அவனும் விரல் நுனியில் எல்லா விவரங்களையும் வைத்துக் கொண்டு நம்பிக்கையோடு உள்ளே நுழைந்தானாம். அவனுக்கு லேசான ஈகோ இருந்ததாம். இருக்காதா பின்னே? ஈக்குக்கூட 'ஈகோ' இருக்கும்போது அவனுக்கு இருக்காதா?

சரி உள்ளே சென்றானா? அவனிடம் குரு தன் முதல் கேள்வியைக் கேட்டார் : "நீ உள்ளே வரும்போது உன் குடையை எந்தப்பக்கமாக வைத்துவிட்டு வந்தாய்?" இதை அவன் எதிர்பார்க்கவே இல்லை. ரொம்ப கஷ்டமான கேள்விகளையே அவன் எதிர்பார்த்து வந்தான். ஆனால் இவரோ ஒரு மிகச்சுலபமான கேள்வியைக் கேட்டு அதன் மூலமாக ஒரு சூழ்நிலையை உருவாக்கிவிட்டார்.

சனியன் பிடித்த குடையை எங்கே வைத்தால் என்ன? அதை யார் கவனித்தது? அதுவா முக்கியம்? படித்த பாடங்கள் அல்லவா முக்கியம்? இறைவன், ஆன்மா, சொர்க்கம், நரகம் எல்லாவற்றையும் கரைத்துக் குடித்திருந்தான் அந்த மாணவன். ஆனால் இவரோ குடையை எந்தப் பக்கம் வைத்தாய் என்று கேட்கிறார்? அவனால் பதில் சொல்ல முடியவில்லை. மறுபடியும் பத்து வருஷம் படி என்று சொல்லிவிட்டார்.

அந்த குருதான் இப்போது இறந்து கொண்டிருந்தார். சுற்றிலும் சிஷ்யர்கள் ஆர்வமுடன் நின்றுகொண்டிருந்தனர். அவர் சாவதற்காக அல்ல. கடைசி நேரத்தில் முக்கியமான செய்தி ஏதாவது சொல்ல மாட்டாரா என்றுதான். அவர் ஒன்றும் சொல்லவில்லை. நேரம் சென்று கொண்டிருந்தது. ஆனால் உயிர் பிரியவில்லை. வெளியூர் சென்றிருந்த ஒரு பிரிய மாணவன் தன் குருவின் உயிர் பிரிந்துகொண்டிருந்ததை ஞானதிருஷ்டியால் அறிந்துகொண்டு உடனே அவருக்கு மிகவும் பிடித்த ஒரு வகையான பழத்தை - திராட்சை என்று வைத்துக் கொள்ளுங்களேன், அதுவா முக்கியம்? - வாங்கிக்கொண்டு விரைந்து வந்தானாம்.

வந்து தன் குருவை வணங்கிவிட்டு அவருக்கு அந்த பழத்தைக் கொடுத்தானாம். குரு அவனைப் பார்த்து புன்னகைத்துவிட்டு - அதன் அர்த்தம் அவனுக்கு மட்டும்தான் புரியும் - அதை வாங்கிச் சுவைத்துச் சாப்பிட ஆரம்பித்தாராம். குழுமியிருந்த சிஷ்யர்களுக்கு

பொறுமையில்லை. அவர்களுக்கும் பழம் வேண்டும் என்பதல்ல. குரு கடைசியாக செய்தி ஏதும் சொல்லாமல் போய்விடுவாரோ என்றுதான். ஒருவன் தைரியத்தை வரவழைத்துக்கொண்டு கேட்டேவிட்டானாம்.

''குருவே, கடைசியாக நீங்கள் எங்களுக்கு ஏதேனும் சொல்வீர்களாக.''

குரு சொன்னாராம்: '' திராட்சை இனிப்பாக இருக்கிறது.''

இதுதான் கதை. முழுக்கதையும் சொல்லிவிட்டேன். இது என்ன கதை? கிளைமாக்ஸே புரியவில்லை என்கிறீர்களா? சரி, சொல்லிவிடுகிறேன். அதற்குமுன் உங்களைப் பற்றிய சில கேள்விகளுக்கு நீங்கள் பதில் சொல்ல வேண்டும். அப்போதுதான் நான் சொல்லவரும் விளக்கம் புரியும். பிறகு, ஜென் என்றால் சும்மாவா? சரி, கேள்விகள்:

நீங்கள் யார்? அதாவது உங்களைப் பற்றி நீங்கள் என்ன நினைத்துக் கொண்டிருக்கிறீர்கள்? உதாரணமாக நீங்கள் ரொம்ப நல்லவர், வல்லவர், அழகானவர், அன்பானவர், பாரி வள்ளல் இப்படி ஏதாவது எண்ணம் வைத்திருப்பீர்களல்லாவா? அதைப்பற்றித்தான் கேட்கிறேன். இப்போது சொன்ன உதாரணங்கள் எல்லாம் உங்களைப் பற்றிய உயர்வான எண்ணங்கள். அதையெல்லாம் நான் விட்டுவிடுகிறேன். காரணம் அவை உண்மையல்ல என்பதால் அல்ல. அவை உண்மை என்பதால்தான்.

எதிர்மறையாக உங்களைப் பற்றி நீங்கள் பல விஷயங்களில் நினைத்துக் கொண்டிருப்பீர்கள் அல்லவா? அதைப்பற்றி கேட்கிறேன். உதாரண மாக, எனக்கு ஞாபகமே வராது, நான் ஒரு உருப்படாதவன், என்னிடம் அழகில்லை, நான் தொட்டதெல்லாம் வீணாகும், நான் ஒரு தண்டச் சோறு, எனக்கு எந்தத் திறமையும் இல்லை, எனக்கு கணக்கு வராது, நான் ரொம்ப கோபக்காரன், எனக்கு மழையில் நனைந்தால் - இல்லையில்லை - மழைத்துளி பட்டாலே சளி பிடிக்கும், காய்ச்சல் வரும், என்னால் ஒரு வேலையை முழுதாகச் செய்ய முடியாது, நான் ரொம்ப குள்ளம், என் குரல் சரியில்லை, நான் போய் பாட்டுப்பாடுவதா, இப்படி எத்தனையோ விஷயங்களை உங்கள் மனத்தில் உள்ள 'ரீசைக்கிள்பின்'னில், அதான் குப்பைக்கூடையில், போட்டுவைத் திருக்கிறீர்கள் அல்லவா அதைப்பற்றி கேட்கிறேன்.

இந்த குப்பைகளை எல்லாம் எங்கிருந்து பொறுக்கினீர்கள்? இதற்குப் பதில் சரியாகத் தெரியவேண்டுமெனில் நமக்கும் பைத்தியக் காரனுக்கும் உள்ள ஒற்றுமையைப் பற்றித் தெரிந்துகொள்ள வேண்டும். அதற்குமுன் குழந்தையில் இருந்து தொடங்க வேண்டியுள்ளது.

அதாவது ஒரு குழந்தை என்பது நிகழ்காலத்தில் வாழ்கிறது. அதற்கு நினைவாற்றல் என்ற ஒன்று இருப்பதே தெரியாது. அல்லது, அது

இன்னும் 'டெவலப்' ஆகவே இல்லை. அது ஒரு பொம்மையைப் பார்த்தால் அதோடு இருக்கிறது. நீங்கள் அப்போது அதை வலிப்பது மாதிரி கிள்ளினால் உடனே அது அழுகிறது. அதாவது பொம்மையை உடனே மறந்து இப்போது அது தன் கிள்ளப்பட்ட வலியோடு இருக்கிறது. உடனே ஒரு பூச்சியைக் காட்டினீர்கள் என்றால் உடனே மறுபடியும் வலியை மறந்து பூச்சியோடு இருக்க ஆரம்பித்துவிடும். அப்பா, அந்த குழந்தைத்தனம்தான் எவ்வளவு அற்புதமானது!

ஆனால் நாம் துரதிருஷ்டவசமாக குழந்தையாகவே இருக்கமுடியாமல் ஒரு சாதாரண மனிதனாகவோ அல்லது அசாதாரண மனிதனாகவோ மாறிவிடுகிறோம். இதில் இரண்டாவதாக வருகின்ற அசாதாரணர்கள் இருக்கிறார்களே அவர்கள் யாரும் நிகழ்காலத்தில் வாழ்வதில்லை. அவர்கள் மேதைகள். அவர்கள் எதிர்காலத்தில் வாழ்பவர்கள். அவர்களால் நிகழ்காலத்தில் வாழமுடியாது. எதிர்காலத்தில் மனிதன் எப்படி வாழ வேண்டும் என்பதைப் பற்றித்தான் அவர்களால் நிகழ்காலத்தில் யோசிக்க முடியும்.

ஆல்பர்ட் ஐன்ஸ்டீனைப் பார்க்க ஒருவர் சென்றாராம். அவர் குளித்துக் கொண்டிருப்பதாக அவர் மனைவி சொன்னாராம். நான் காத்திருக் கிறேன் என்று வந்தவர் சொன்னதும், "உங்களுக்கு நான் சொன்னது புரியவில்லை என்று நினைக்கிறேன். அவர் குளித்துக்கொண்டிருந்தால் வருவதற்கு பலமணி நேரங்கள் ஆகலாம், பல நாள்கள் ஆகலாம். பல வாரங்கள் கூட ஆகலாம்" என்றாராம் மனைவி!

என்னடா இது மதுரைக்கு வந்த சோதனை என்று உள்ளே போய் - அனுமதியுடன்தான் - பார்த்தபோது ஐன்ஸ்டீன் 'பாத்டப்'பில் அதாவது குளிக்கும் தொட்டிக்குள், இருந்தாராம். சரி, குளித்துக் கொண்டிருந்தாரா என்றால் அதுதான் இல்லை. தண்ணீரில் உருவாகும் குமிழிகளை வைத்து ஒரு கணக்குப் போட்டுக்கொண்டிருந்தாராம் சுவரில்.

அதாவது ஒவ்வொரு குமிழியும் ஒரு நட்சத்திரமாம். நிமிடத்துக்கு எத்தனை குமிழிகள் தோன்றுகின்றன என்று கணக்குப் போட்டு அந்தக் கணக்கிலிருந்து வானத்தில் எத்தனை நட்சத்திரங்கள் உள்ளன என்று ஒருமுடிவுக்கு வருவதற்காக முயன்றுகொண்டிருந்தாராம்! குளியல் எப்போது முடிவது? எத்தனை வாரங்கள் அல்லது வருஷங்கள் ஆகும் என்று நீங்களே முடிவு செய்துகொள்ளுங்கள்.

ஆனால் அவர் ஒன்றும் பைத்தியக்காரனல்ல. இன்றைக்கு இந்தப் பூவுலகில் ஏவுகணைகள், ஏவாகணைகள் போன்ற ராக்கெட் வகையறாக்கள் எல்லாம் சுற்றிவந்து நம் வாழ்வை டி.வி., கம்ப்யூட்டர்,

செல்ஃபோன் என்று வசதிப்படுத்துகின்றன என்றால் அதற்கெல்லாம் அவர் கொடுத்த தியரிகள்தான் அடிப்படை. மனிதகுலம் அனைத்திலும் அதிகமான 'ஐ.க்யூ.' கொண்ட மனிதன் அவர்தானாம். ஆனால் அவர் வாழ்ந்த முறை நமக்கு விநோதமானதாக உள்ளது. காரணம் அவர் நிகழ் காலத்தில் வாழவில்லை. எதிர்காலத்தில் வாழ்ந்து கொண்டிருந்தார். அல்லது எதிர்காலத்தை நிகழ்காலத்தில் உருவாக்கிக் கொண்டிருந்தார். எனவே இந்த 'கேடகரி' மனிதர்கள் ரொம்ப மேலே உள்ளவர்கள். நீங்கள் மேதையாக இருந்தால் மட்டுமே இப்படி வாழ முடியும். இதை சொல்லிக் கொடுக்கவெல்லாம் முடியாது.

அடுத்த கட்ட சாதாரண மனிதர்கள் - நாம்தான் - இரண்டு வகையாக உள்ளனர். ஒன்று நாம். இன்னொன்று பைத்தியக்காரர்கள். முதலில் பைத்தியக்காரர்களைப் புரிந்துகொள்வோம். நம்மைப் பற்றியும் புரிந்துகொண்ட மாதிரி இருக்கும். பைத்தியக்காரர்கள் எனப்படுபவர்கள் நிகழ்காலத்தில் வாழாதவர்கள். அவர்களைக் கூப்பிட்டு சாதாரண மனிதர்களிடம் பேசுவதுபோல நீங்கள் பேசமுடியாது. அவர்கள் நிகழ்காலத்தில் இருக்க மாட்டார்கள். அதில் இல்லாத காரை ஓட்டிக்கொண்டிருப்பார்கள். இல்லாத உணவைச் சாப்பிட்டுக் கொண்டிருப்பார்கள்.

அவர்கள் குழந்தைகளைப் போல நிகழ்காலத்திலும் இல்லை, மேதைகளைப் போல எதிர்காலத்திலும் இல்லை. அவர்கள் கடந்த காலம் என்ற காட்டில் தங்கள் வழித்தடங்களை இழந்தவர்கள். அந்தக் காட்டில் அவர்கள் இங்குமங்கும் அலைந்து கொண்டிருக்கிறார்கள். நமது பரிதாபத்துக்குரியவர்கள் அவர்கள்.

சரி, நாம் எப்படி? நாமாவது நிகழ்காலத்தில் வாழ்கிறோமா? இங்கேதான் புள்ளி உள்ளது. 'பாய்ண்ட்' என்ற ஆங்கில வார்த்தைக்கு தமிழில் 'புள்ளி' என்பது சரிதானே?! சரி, பாய்ண்டுக்கு வருவோம்.

ஒரு காய்ச்சல் வருகிறது. உடனே இது டைஃபாய்டாக இருக்குமோ என்ற பயம் வருகிறது. ஏன்? ஏற்கெனவே டைஃபாய்டு வந்த அனுபவமாக இருக்கும். அந்த அனுபவம் நிகழ்காலத்தியதா? இல்லை, கடந்த காலத்துக்கு உரியது. History repeats itself என்று சொல்வார்கள். அதற்காக டைஃபாய்டுமா அப்படிச் செய்ய வேண்டும்? தேவை யில்லை. இந்த பயம் கடந்த காலம் கொடுத்தது. கடந்த காலக் குப்பையிலிருந்து எடுத்தது. அது நிகழ்காலத்திலும் நடக்க வேண்டும் என்ற எந்தக் கட்டாயமும் இல்லை. கடந்த காலத்தை வரவில் வைத்துக் கொள்வதால் நாம்தான் அப்படி ஒரு கட்டாயத்தை உருவாக்குகிறோம்.

இது ரொம்ப முக்கியமான விஷயம். நிகழ்காலத்தை நிகழ்காலமாக பார்க்காமல் அதற்கு கடந்த காலத்தின் சாயத்தை ஏற்றிப் பார்ப்பதால்

நாம் இரண்டு காரியம் செய்கிறோம். இயேசுநாதராகவும் ஆகிறோம். யமனாகவும் ஆகிறோம். புரியவில்லையா? செத்துப்போன கடந்த காலத்துக்கு உயிர் கொடுக்கிறோம். வாழவேண்டிய நிகழ்காலத்தைச் சாகடிக்கிறோம்.

அப்படியானால் நிகழ்காலத்தை மறுத்து மறுபடி மறுபடி கடந்த காலத்தையே வாழ்ந்து கொண்டிருக்கிறோம் என்று அர்த்தம். அதிலிருந்து நாம் விடுபடுவதே இல்லை. நாலு தடவை ஒரு விஷயம் தோற்றுவிட்ட தென்றால் ஐந்தாவது முறை முயற்சி செய்யவே மாட்டோம். அப்படியே செய்தாலும் இதுவும் தோற்றுவிடுமோ என்ற பயம் இருந்துகொண்டே இருக்கும். காரணம் தோல்வியை அதாவது கடந்த காலத்தை கணக்கில் எடுத்துக்கொள்வதுதான்.

அப்படியானால் கடந்த காலத்தை ஒட்டுமொத்தமாக தூக்கிப் போட்டுவிட வேண்டுமா என்றால் அப்படியல்ல. ஒரு தோல்வியை, ஒரு நோயை, ஒரு ஏமாற்றத்தை நினைவுபடுத்துகின்ற கடந்தகாலமாக இருக்குமானால் அதைத் தூக்கி எறிந்துவிடுங்கள். அப்படிச் செய்யா விட்டால் அந்த வகையில் நீங்களும் பைத்தியக்காரர்களும் ஒன்றாகி விடுவீர்கள். ஒரு வெற்றியை, ஒரு சந்தோஷத்தை, ஒரு ஆரோக்கியத்தை அது நினைவுபடுத்துகிறது என்றால் அதைத் தாராளமாக எடுத்துக் கொள்ளுங்கள்.

இப்போது நான் மேலே கொடுத்த லிஸ்ட்டுக்கு வாருங்கள். நான் அப்படி, நான் இப்படி என்பதெல்லாம் விட்டுவிடுங்கள். எல்லாப் பிரச்சினைகளையும் மாற்றலாம். தீர்க்கலாம். தீர்க்க முடியாததை சந்தோஷமாக, மனப்பூர்வமாக ஏற்றுக்கொள்ளுங்கள்.

ஷேக்ஸ்பியர் சுந்தரம் என்று ஒருவர் இருந்தார். அவர் இப்போதும் இருக்கலாம். சொர்க்கம் படத்தில் சிவாஜி கணேசன் ஹாம்லட் பாத்திரத்தில் நடிக்கும்போது To be or not to be என்ற வசனங்களைப் பேசும்போது சுந்தரம்தான் பின்னணிக் குரல் கொடுப்பார். அந்த கம்பீரமான குரலைக் கேட்டு ஷேக்ஸ்பியர் நாடகங்களின்மீது எனக்கு ஒரு காதலே வந்தது. அந்த சுந்தரம் ஒருமுறை ஒரு பத்திரிகையில் பேட்டி கொடுத்திருந்தார். அதில் தனக்கு குரல் ஆரம்பத்தில் 'பொம்பளை' குரல் மாதிரி இருந்ததாகவும் முயற்சியினாலும் பயிற்சியினாலும்தான் குரலை அப்படி கம்பீரமாக மாற்ற முடிந்தது என்று அவர் சொல்லியிருந்தார். அதைப்படித்து எனக்கு ரொம்ப ஆச்சரியமாக இருந்தது.

காரணம் நான் தொலைபேசியில் தெரியாதவர்களோடு - கண்ணுக்குத் தெரியாதவர்களோடு அல்ல, அந்நியர்களோடு - எப்போது

பேசினாலும் அடுத்தமுனையில் இருப்பவர்கள் "சரி, சொல்லிடறேன் மேடம்" என்றுதான் வைப்பார்கள்! ஆனால் என் குரலைப் பற்றிய தாழ்வுமனப்பான்மை எனக்கு எப்போதுமே வந்தது கிடையாது. எனக்குத் தெரியும் இந்தக் குரலை வைத்துக்கொண்டு தினமும் எத்தனை பேரை நான் அடக்கி ஆண்டு கொண்டிருக்கிறேன் என்று! நீங்கள் இப்படிப்பட்டவரா என்று உங்களை நீங்களே பரீட்சித்துப் பார்த்துக் கொள்ளுங்கள்.

லிஸ்டில் உள்ள எல்லாவிதமான எண்ணங்களுக்கும் ஒரே பதில்தான். அதாவது நீங்கள் தேவையற்ற, உங்களை பாதிக்கக்கூடிய கடந்த காலத்தின் ஒரு தொகுப்பாக இருக்கிறீர்கள். அதை மாற்ற வேண்டும். கடந்தகாலம் என்பது ஒரு கண்ணுக்குத் தெரியாத இரும்புத் திரையாக உங்களுக்கும் உங்கள் வெற்றிக்கும் சந்தோஷத்துக்கும் இடையே நின்று கொண்டிருக்கிறது. அதை நெருப்பு வைத்து உருக்கித் தகருங்கள்.

அன்று டி.வி.யில் இடுப்புவரை மட்டுமே உள்ள ஓர் அரை மனிதன் குதித்துக் குதித்து பந்து விளையாடுவதைக் காட்டினார்கள். அதைப்பார்க்க ரொம்ப சந்தோஷமாக இருந்தது. கால்கள் இரண்டும் உள்ள ஒருவன் விளையாடுவதை விட தீவிரமாக அவன் விளையாடிக் கொண்டிருந்தான். கால்கள் இல்லை என்ற கடந்த காலத்தை பந்தாக உதைத்து அவன் விளை யாடினான்.

அந்த மாதிரி புரோக்ராம் பாருங்கள். 'ரிப்ளீஸ் பிலீவ் இட் ஆர் நாட்', 'கின்னஸ் புக் ஆஃப் வேர்ல்டு ரெகார்ட்ஸ்' இப்படி ஏதாவது பார்த்துக் கொண்டே இருங்கள். கடந்த காலம் என்பது நமது சிறைகளில் ஒன்றாக இருந்தாலும் இது மிகமுக்கியமான மத்தியச் சிறை மாதிரி இருப்பதால் இதைப்பற்றி தனியாக எழுத வேண்டிவந்துவிட்டது.

இப்போ ஜென் கதையின் செய்திக்கு வருவோம். கடைசி செய்தி என்ன என்று சிஷ்யர்கள் கேட்டதற்கு குரு "திராட்சை இனிப்பாக இருக்கிறது" என்று சொன்னார். அதாவது அப்போது அவர் செய்து கொண்டிருந்த காரியம் திராட்சை சாப்பிட்டுக் கொண்டிருந்ததுதான். அதாவது அவர் சாகப் போகிறோமே, நாம் சொர்க்கத்துக்குப் போவோமா இல்லை நரகமா என்ற தேவையில்லாத எதிர்காலத்தைப் பற்றிய பயங்கள் இன்றியும், கடந்த காலத்தைப்பற்றிய வருத்தங்கள் இன்றியும், நிகழ்காலத்தில் வாழ்ந்து கொண்டிருந்தார். அதுதான் அவரது செய்தியும். அதைச் சொல்வதற்காகத்தான் அவர் உயிர் பிரியாமல் காத்திருந்தது. இன்றைய பொழுது வாழ்வாயாக. அதுதான் அவரது செய்தி.

இனி நீங்களும் முடிந்து போனதைப் பற்றி கவலை கொள்ளாமல், வரவேண்டியதைப் பற்றி பயப்படாமல், செய்யும் வேலையில் கவனம்

வையுங்கள். இனிமேல் பல் துலக்கும் போது பல்மட்டும் துலக்குங்கள். சாப்பிடும்போது சாப்பிட மட்டும் செய்யுங்கள். "மலேமலே" பார்த்துக் கொண்டே சாப்பிடவேண்டாம். இல்லை, மும்தாஜ்தான் ரொம்ப முக்கியமெனில் வாய்க்குப் போகவேண்டிய உணவை கொஞ்ச நேரம் ஒதுக்கி வைத்துவிட்டு கண்ணுக்குப் போகின்ற உணவில் மட்டும் கவனம் செலுத்துங்கள்.

ஒரு நேரத்தில் ஒரு வேலையை மட்டும் செய்யுங்கள். அதையும் அதிலேயே கவனமாகச் செய்யுங்கள். நிகழ்காலத்தில் வாழுங்கள். உங்களுடைய திராட்சைப் பழங்களும் இனிப்பாக இருக்கட்டும்.

மூச்சோட்டமும் நமது வாழ்வும்

ஒருவர் இறந்துவிட்டால் நமது தமிழ் மொழியில் அவர் 'காலமாகி விட்டார்' என்பார்கள். இப்படி எந்த உலகமொழியிலும் சொல்வதாக எனக்குத் தெரியவில்லை. மூச்சு என்ற ஒன்று நின்று போவதை காலத்தோடு சம்பந்தப் படுத்த வேண்டும் என்றும் காலத்திலிருந்து காலமற்ற ஒரு சூழ்நிலைக்குச் செல்கிறோம் என்பதாக நம் முன்னோர்களுக்கு எப்படித்தான் தோன்றியதோ! உண்மையில் அவர்கள் மேதைகளாகத்தான் இருக்க வேண்டும்.

மூச்சு உள்ளேயும் வெளியேயும் போய்க்கொண்டிருக்கும் போதுதான் காலம் என்பது உணரப்படும், நகர்ந்துகொண்டிருக்கும். நாம் சுவாசித்துக் கொண்டிருக்கும்போதுதான் நேரம் என்ற ஒன்று போய்க் கொண்டிருப்பதை உணரமுடியும். சுவாசிக்காதபோது நாம் ஒரு பிணம் மாதிரி உள்ளோம். காலம் நின்றுவிட்டால் எல்லாமே நின்று போய்விடுகிறது. இதைப்புரிந்து கொள்வதில் ஒன்றும் கஷ்டமில்லை. மூச்சை விட்டுக்கொண்டே யாரும் மரணமடைய முடியாது. இறக்கும் போது மூச்சை வெளியேவிட்டாக வேண்டும்.

அதேபோல நீங்கள் மூச்சை இழுத்துக்கொண்டுதான் வாழ்க்கையை ஆரம்பிக்க வேண்டும். குழந்தை பிறந்தவுடன் செய்யும் முதல் காரியம் மூச்சை உள்ளே இழுப்பதுதான். காரணம் மூச்சுதான் வாழ்வு; மூச்சுதான் சாவு. மூச்சு உள்ளே இழுக்கப்படும் ஒவ்வொரு முறையும் நீங்கள் பிறக்கிறீர்கள். மூச்சை வெளியே விடும் ஒவ்வொரு முறையும் நீங்கள் இறக்கிறீர்கள். ஒவ்வொரு மூச்சும் உங்கள் பிறப்பாகவும் இறப்பாகவும் உள்ளது.

இவ்வளவு முக்கியத்துவம் உள்ள மூச்சுவிடும் காரியமானது தானாக நிகழ்ந்து கொண்டிருக்கிறது. அதாவது நம்மைக் கேட்காமலேயே. சரி போகட்டும் என்ன கெட்டுவிட்டது என்று விட்டுவிடலாம்தான் சில

உண்மைகள் மட்டும் தெரியவராமலிருந்தால். ஆனால் தெரிந்து விட்டதே, என்ன செய்ய? அப்படி என்ன உண்மைகள் என்கிறீர்களா?

முதல் உண்மை இதுதான்: நமது மூச்சு ஒவ்வொன்றும் தங்கத்தைவிட, வைரத்தைவிட மேலானது. நமது ஆயுளே அதில் அடங்கியிருப்பதால் மட்டும் இதைக்கூறவில்லை. நமக்கு எதெல்லாம் வாழ்க்கையில் வேண்டுமோ அதை யெல்லாம் இழுத்துவரக்கூடிய சக்தியாக மூச்சு உள்ளது. எண்ணத்துக்கு அடுத்தபடியாக இறைவன் மூச்சோட்டத்தில் தான் எல்லா அருட்கொடைகளையும் வைத்துள்ளான். இதைப் பரீட்சித்துப் பார்த்தே தெரிந்து கொள்ளலாம். இங்கே சொல்லப் படுவதற்காக நம்ப வேண்டும் என்று அவசியமில்லை.

இரண்டாவது உண்மை: மூச்சுதான் நமது ஆரோக்கியமாகவும் நோயாகவும் உள்ளது. பல ஆயிரம் ஆண்டுகளுக்கு முன்பே எழுதப் பட்ட யோக சூத்திரங்கள் யாவும் மூச்சை அடிப்படையாகக் கொண்டவையே. இவ்வளவு ஏன், விவேகானந்தர் போன்றவர்க ளெல்லாம் ராஜயோகத்தில் முக்கியத்துவம் கொடுத்துச் சொல்லுகின்ற பிராணாயாமம் என்பது என்ன? ஒருவிதமான மூச்சுப்பயிற்சிதானே? டாக்டர்கூட நோயாளியைப் பரிசோதிப்பதற்குமுன் என்ன சொல் கிறார்? 'நல்லா மூச்சை இழுத்துவிடுங்க' என்றுதானே? ஏன்? மூச்சை வைத்து அவர் நமது நோயை அல்லது ஆரோக்கியத்தை அளப்பார்.

மூன்றாவது நன்மை: மனிதனுக்கு ஞானம் வருவதற்கும் மூச்சுக்கும் நெருங்கிய தொடர்பு உள்ளது. மூச்சுப்பயிற்சி செய்யாத ஒரு ஞானிகூட மனிதகுல வரலாற்றில் கிடையாது. அதைப்பற்றிய தகவல்கள் வேண்டு மானால் கிடைக்காமல் இருக்கலாம். ஆனால் ஆன்மிகத்தில் சாதனை செய்த எல்லா பெரியவர்களும் மூச்சை அடக்கி ஆண்டவர்களாகவே இருந்திருக்கிறார்கள். ஆன்மிகத்தில் என்ன, பில்கேட்ஸ், பிர்லா என்று யாராக இருந்தாலும் தோல்வி, பயம், நடுக்கம், கோபம் இவற்றில் வெளிவரும் மூச்சு விகிதத்தில் தொடர்ந்து மூச்சுவிட்டுக் கொண்டிருந் தால், சீக்கிரத்திலேயே பிச்சைக்காரர்களாக ஆகி விடுவார்கள். மூச்சு விடும் முறைக்கும் வெற்றிக்கும் அவ்வளவு சம்பந்தம் உள்ளது.

புத்தர் ஆறு ஆண்டுகள் காட்டில் சுற்றி அலைந்து எத்தனையோ விதமான பயிற்சிகள் செய்து உடலை வருத்தியெல்லாம் பார்த்தார். ஞானம் வரவில்லை. உடல்தான் மெலிந்து எலும்புக்கூடு மாதிரி ஆனது. ஞானம் வருவதற்கும் உடம்பைச் சித்திரவதைகள் செய்வதற்கும் சம்பந்தமில்லை என்பதைத் தெரிந்துகொண்டார். பின் போதி மரத்தடியில் போய் அமைதியாக அமர்ந்துகொண்டார். சும்மா இருந்தாரா என்றால் இல்லை. ஒருவிதமான மூச்சுப்பயிற்சியைச் செய்தார் என்றும் அதன் பெயர் 'விபாசனா' என்றும் சொல்லப்படுகிறது. அதற்குப்பிறகுதான்

அவர் ஞானம் பெற்றதாக வரலாறு. ஞானம் என்ன, மூச்சின் உதவியால் இறைவனையே பார்த்த வரலாறு நிறைய உண்டு.

இமாம் ஜாஃபர் சாதிக் என்று ஒரு சூஃபி ஞானி இருந்தார். அவரிடம் ஒருவர் வந்து நீ இறைவனைக் காட்டினால்தான் போச்சு என்று அடம்பிடித்தார். இமாம் எவ்வளவோ எடுத்துச் சொல்லியும் அவர் கேட்கவில்லை. சரி நீ இவ்வளவு பிடிவாதமாக இருந்தால் உனக்கு இப்போதே இறைவனைக் காட்டுகிறேன் என்று சொல்லி சுற்றியிருந்த தன் சீடர்களிடம் இவரை எதிரில் ஓடிக் கொண்டிருந்த தஜ்லா நதியில் தூக்கிப்போடுங்கள் என்று உத்தரவிட்டார். அவ்வாறே செய்யப் பட்டது. அவரோ நீச்சல் தெரியாதவர். 'என்னைக் காப்பாற்றுங்கள் இமாம்' என்று மூழ்கி மூழ்கி மேலே வந்த ஒவ்வொரு முறையும் அபயக்குரல் கொடுத்துப் பார்த்தார். இமாம் அசையவில்லை.

உயிர் போய்விடும் என்ற தருணத்தில் "இறைவா என்னைக் காப்பாற்று" என்று கத்தினார். உடனே இமாம் சைகை காட்ட அவர் காப்பாற்றப்பட்டார். சுயநினைவு வந்து அவர் எழுந்ததும் அவரிடம் இமாம், "என்ன, இறைவனைப் பார்த்துவிட்டீர்கள் போலுள்ளதே, நீங்கள் இறைவனோடு பேசியதை நான் கேட்டேனே" என்றார். அவரும் "ஆமாம் நான் இறைவனைப் பார்த்துவிட்டேன். உயிர் கொடுப்பவன் அவனே என்பதைப் புரிந்து கொண்டேன்" என்றாராம். இந்த மாதிரி கடைசி நேரப்புரிந்து கொள்ளல்களுக்கும் வரலாற்றில் மூச்சு காரணமாயிருந்திருக்கிறது.

புத்தர் மட்டுமல்ல, சூஃபிகள், அரவிந்தர், ஓஷோ, ராமகிருஷ்ண பரமஹம்சர், விவேகானந்தர் முதல் இன்றைக்குள்ள நித்யானந்த ஸ்வாமி வரை எல்லோருமே மூச்சு ஒழுங்காக விடும் முறை பற்றி பேசியிருக்கிறார்கள், பேசுகிறார்கள். என்ன காரணம்? மூச்சுவிடு வதற்கும் நமது வாழ்க்கைக்கும், வெற்றிக்கும் சந்தோஷத்துக்கும், ஏன் தோல்விக்கும் தான், மிகமிக நெருங்கிய தொடர்பு உள்ளது. எனவே நமக்கு ஞானமெல்லாம் வேண்டாம் என்று இப்போதைக்கு நீங்கள் முடிவு செய்து கொண்டாலும் வெற்றி வேண்டுமே? அதற்காகவாவது மூச்சு பற்றிய உண்மைகளையும் அதன் முக்கியத்துவத்தையும் அதை எப்படி முறையாக விடுவது என்பது பற்றியும் தெரிந்து கொண்டே ஆக வேண்டும்.

வெற்றிக்கான மூச்சை எப்படி விடுவது அல்லது உள்ளே இழுப்பது என்பது பற்றிய பயிற்சி இரண்டாம் பாகத்தில் விளக்கமாகக் கொடுக்கப் பட்டுள்ளது. ஆனால் இந்த பகுதியில் உள்ளதைப் படிக்காமல் நேரடியாக அதற்குத் தாவுவது பயன் தராமல் போகலாம். கேடும் விளைவிக்கலாம். எனவே தயவு செய்து உன்னிப்பாக இந்தப் பகுதியில்

உள்ளதைப் புரிந்துகொள்ளவும். ஏனெனில் மூச்சை வைத்து வெற்றி பெறுவது எப்படி என்று தெரிந்துகொள்வதும் ஒருவகையில் ஞானம் தானே?

மூச்சை மட்டும் எப்படி முறையாக விடுவது, விழிப்புணர்வுடன் விடுவது, எப்படி ஆழப்படுத்துவது என்று தெரிந்துகொண்டுவிட்டால் அது வாழ்க்கை என்ற குதிரையின் லகானை உங்கள் கையில் கொடுக்கும். இந்த எளிய பயிற்சியை தினமும் மேற்கொண்டால், புத்தர் ஆறு வருடங்களும், மகாவீரர் பன்னிரண்டு வருடங்களும் காட்டில் அலைந்து திரிந்தபின் அவர்களுக்கு எது கிடைத்ததோ அது அப்படி யெல்லாம் அலையாமலே, வீட்டில் இருந்தபடியே நமக்குக் கிடைக்கும். அது என்ன என்கிறீர்களா? வெற்றிதான் வேறென்ன?

மனிதனுக்கு இந்த உலகில் மூன்று விதமான உணவு கிடைக்கிறது. முதல் உணவு வாயால் சாப்பிடுவதும் குடிப்பதும். தயிர்வடையிலிருந்து தந்தூரி வரை, தண்ணீரிலிருந்து பெப்ஸி வரை. சுத்த சைவம், சுத்த அசைவம் எல்லாம் இதில் அடங்கும்.

இரண்டாவது உணவு மூக்கால் எடுத்துக்கொள்வது. அதாவது மூச்சு. முதல் உணவில்லாமல் மூன்று மாதம்வரை மனிதன் உயிர் வாழ முடியுமாம். காரணம் முதல் உணவு அறவே இல்லாதபோது உடம்பே உடம்பைச் சாப்பிட்டு இதைச் சரி செய்துகொள்கிறது. அதனால்தான் 'கொலை' பட்டினி கிடந்துகொண்டே இருந்தால் உடல் மெலிந்து கொண்டே போகிறது. எத்தியோப்பிய குழந்தைகள் மாதிரி.

மூன்று மாதம் வரை இந்த முதல்வகை உணவில்லாமல் ஒரு மனிதன் தாக்குப்பிடிக்க முடியலாம். ஆனால் இந்த இரண்டாவது உணவான மூச்சு உள்ளதே, அது இல்லாமல் மூன்று நிமிடம்கூட இருக்க முடியாது. மூன்று நிமிடம் என்பதே அதிகம். மூன்று நிமிடம் மூச்சுவிடாமல் இருந்தால் மூளை பாதிக்கப்படும். ஆறு நிமிடங்கள் என்றால் உயிரே போய்விடுகின்ற வாய்ப்பு உண்டு என்று மூளை விஞ்ஞானம் சொல்கிறது. சந்தேகமாக இருந்தால் இப்போதே மூச்சை அடக்கிப் பாருங்கள் தெரியும்! அப்போ மூச்சடக்கி முத்தெடுப்பவர்களெல்லாம் என்ன செய்கிறார்கள் என்று கேட்கக்கூடாது. பயிற்சியின் மூலம் எந்த விஷயத்தையும், திறமையையும் காலநீட்சிக்கு உட்படுத்தலாம். அது வேறு சப்ஜக்ட்.

மூன்றாவது உணவு ஒன்று உள்ளது. அதுதான் பதிவுகள். அதாவது நமது மனத்தில் வந்து அசையாமல் உட்கார்ந்து கொள்கின்ற கருத்துகள், சிந்தனைகள், கற்பனைகள், கனவுகள், ஆசைகள், லட்சியங்கள் என்று எந்த பெயர் வேண்டுமானாலும் சொல்லிக்கொள்ளலாம். ஆனால்

இந்தப் பதிவுகள்தான் இந்த மூன்று உணவிலும் மிகமுக்கியமான உணவு. காரணம் மனிதனையும் மனிதனல்லாதவற்றையும் வேறு படுத்தும் ஒரே விஷயம் இதுதான்.

வெறும் மூச்சு மட்டும் விட்டுக்கொண்டிருப்பதற்குப் பெயர் வாழ்வதல்ல. அது சும்மாயிருப்பது. அதாவது உயிரோடு இருப்பது. வாழ்வது என்றால் இந்த மூன்றாவது உணவு வேண்டும். ஆனால் இந்த முக்கியமான உணவும் மூச்சைப் போலவே காசில்லாமல் கிடைத்துக் கொண்டே இருக்கிறது. இறைவனின் கருணையே கருணை.

ஆனால் இந்த மூன்று உணவுகளில் முதல் உணவையும் மூன்றாவதையும் கட்டுப்படுத்துவது என்பது குதிரைக் கொம்பு. எத்தனையோ சர்க்கரை வியாதிக்காரர்கள் வீட்டுக்குத் தெரியாமல் ஸ்வீட்டை கபளீகரம் செய்வதை நான் என்ன, நீங்களே பார்த்திருப்பீர்கள். சாப்பாட்டில் கட்டுப்பாடு என்பது பிரசவ வைராக்கியம் மாதிரித்தான். இரவில் கோதுமைச் சப்பாத்தி இரண்டு சாப்பிடுங்கள் என்று டாக்டர் ஒரு நோயாளிக்கு சொன்னதற்கு "டாக்டர் ஒரு சந்தேகம், இரவில் இரண்டு சப்பாத்தி சாப்பிட வேண்டும் என்று சொன்னீர்களே, அது சாப்பாட்டுக்கு முந்தியா பிந்தியா?" என்று கேட்டானாம் ஒருத்தன். அந்த ஒருத்தன் வேறுயாருமல்ல. நாம்தான்.

ரஷ்யாவில் பாவ்லோவ் என்ற பெயர்கொண்ட ஒருவர், ஒரு பரிசோதனை செய்தார். 1940-களில் நிகழ்த்தப்பட்ட ரொம்பப் பிரபலமான பரிசோதனை. அந்தப் பரிசோதனை மூலமாக மனிதன் conditioned reflex என்று சொல்லக்கூடிய ஒரு பலவீனத்துக்கு ஆட்படுகிறான் என்று அவர் முடிவுக்கு வந்தார். ஆனால் அவர் மனிதனை வைத்துப் பரிசோதனை செய்யவில்லை. ஒரு நாயை வைத்துச் செய்தார்!

ஒரு நாய்க்கு அவர் உணவு போட்டார். மட்டன் என்று வைத்துக் கொள்வோமே. ஆனால் அதைப் போடுவதற்கு முன் ஒரு மணியை அவர் அடித்தார். அடித்து முடித்தவுடன் மட்டன் துண்டுகளைப் போடுவார். முதலில் நாய் அந்த மணியின் ஒலியைக் கண்டுகொள்ள வில்லை. மட்டனிலேயே குறியாக இருந்தது. இரண்டாவது தடவையும் ஒரு மணியை அடித்துவிட்டு மட்டன் போட்டார். இப்போதும் நாய் மணியை உதாசீனப்படுத்தியது. மட்டன் துண்டு களைப் பார்த்ததும் அதன் நாக்கிலிருந்து நீர் வடிய ஆரம்பித்தது. இப்படியே பல தடவைகள் மணி அடிப்பதும் பின் மட்டன் போடுவதுமாக அதைப்பழக்கினார்.

இப்போது நாய்க்குப் புரிந்துவிட்டது. மணி சப்தம் கேட்டால் அடுத்து மட்டன் துண்டுகள் வரும் என்று. மணிசப்தம் வரும் முன்னே மட்டன்

வரும் பின்னே என்ற உண்மை அதற்குப் போதுமானதாக ஆகிவிட்டது. பின்பு ஒரு நாள் மணியை மட்டும் அடித்துவிட்டு சும்மா இருந்தார். உடனே நாயின் வாயிலிருந்து நீர் வடிய ஆரம்பித்துவிட்டது. இதுதான் conditioned reflex. மனிதனுக்கும் இதே நிலைதான். எல்லா விஷயத்திலும். ஆனைக்கு அர்ரம் என்றால் குதிரைக்கு குர்ரம். நாய்க்கு நர்ரம் என்றால் மனிதனுக்கு மர்ரம். இதுதான் முதல் வகை உணவைப் பொறுத்தமட்டில் மனிதனின் நிலை. விதிவிலக்குகள் எப்போதுமே எல்லாவற்றிலுமே உண்டு. நாம் சராசரிகளைப் பற்றித்தான் பேசுகிறோம். விதிவிலக்கு களைப் பற்றி அல்ல.

நபிகள் நாயகத்திடம் ஒரு பெண்மணி வந்து தன் மகன் அதிகமாக இனிப்பு சாப்பிடுகிறான் என்றும் அவனுக்குத் தக்க உபதேசம் செய்யும் படியும் கேட்டுக்கொண்டார். அதற்கு நபிகள் நாயகம் ஒரு வாரம் கழித்து அவரை வரச் சொன்னார்களாம். அந்த அம்மாவும் ஒரு வாரம் கழித்து வந்தார். பின் அந்த சிறுவனைப் பார்த்து நபிகள் நாயகம், அதிகமாக இனிப்பு சாப்பிடாதே என்று உபதேசம் செய்ய, இந்த உப தேசத்தை ஒரு வாரத்திற்கு முன்பே சொன்னால் என்ன என்று அந்த அம்மா கேட்க, நானே இனிப்பு அதிகமாக சாப்பிட்டுக் கொண்டிருந்தேன், அப்போது நான் எப்படி அடுத்தவருக்கு உபதேசம் செய்ய முடியும் என்று நபிகள் பதில் சொன்னார்களாம்.

நபிகள் நாயகம் எந்த அளவுக்கு சொன்னதை மட்டுமே செய்தார், செய்வதைத் தான் சொன்னார் என்பதற்கு உதாரணமாக இதைச் சொல்வார்கள். ஆனால் இதிலிருந்து நமக்கு இன்னொரு உண்மை விளங்குகிறது. அதாவது நபிகள் நாயகம் போன்ற தீர்க்கதரிசிகளுக்கே உணவில் கட்டுப்பாடு என்பது ஒரு பிரச்சினையாகத்தான் இருந்துள்ளது என்பது/தான் அது. இதே கதை வேறு சில பெரிய மனிதர்களின் வாழ்க்கையில் நடந்ததாகவும் சொல்வார்கள்.

இங்கே நமக்கு, சொன்னது நபிகள் நாயகமா அல்லது வேறு ஆளா என்பது முக்கியமல்ல. இதன் மூலமாக தெரிய வருகின்ற உண்மைதான் முக்கியம். நபிகள் நாயகம் போன்றவர்களுக்கே உணவு விஷயத்தில் கட்டுப்பாட்டுடன் இருப்பது கடினமானதாக இருந்திருக்குமாயின், சாதாரண மனிதர்களைப் பற்றி என்ன சொல்ல? விதிவிலக்குகளைப் பற்றிப் பேசவே வேண்டாம். ஆக, இந்த விஷயத்தில் மனிதன் கட்டுப் பாடோடு நடந்துகொள்வதென்பது குறைந்த பட்சம் கஷ்டமான விஷயம்.

ஆனால் மூன்றாவது உணவான பதிவுகளைப் பொறுத்தவரை இது கஷ்டமான விஷயமல்ல. சுத்தமாக முடியாத விஷயம். ஏனெனில், நமது மூளைக்குள் யார் யாருடைய எண்ணங்கள் புகுந்துள்ளன; மேலும்

புகுகின்றன என்று கண்டு பிடிக்கவே முடியாத அளவுக்கு கண்ணுக்கோ மூக்குக்கோ தெரியாத நுட்பமான உணவு இது. ஒரு மனிதன் எவ்வளவு சிந்திக்கின்ற மனிதனாக இருந்தாலும் அவனுடைய சிந்தனை நூற்றுக்கு நூறு சொந்தச் சிந்தனை என்று சொல்லவே முடியாது.

உதாரணமாக உங்களையே எடுத்துக்கொள்வோமே. நீங்கள் ஒரு சிந்திக்கின்ற மனிதர்(என்று வைத்துக் கொள்வோம்). உங்கள் வயது இப்போது முப்பது எனில், முப்பது வருஷமாக நீங்கள் சிந்தனாவாதியா என்றால் இல்லை. உங்கள் வயதின் ஏதோ ஒரு புள்ளியில் நீங்கள் சிந்திக்க ஆரம்பித்திருப்பீர்கள் சுயமாக. ஒரு பத்து வயதில் என்று வைத்துக்கொள்வோமே. இது ரொம்ப கம்மிதான், சரி பரவாயில்லை. எனக்கு உங்கள்மீது நம்பிக்கை இருக்கிறது.

அந்தப் பத்து வயது வரை உங்களுக்காக யார் சிந்தித்தார்கள்? உங்கள் அம்மா, அப்பா, தாத்தா, பாட்டி, பக்கத்து வீட்டுக்காரன், உங்கள் தெருவில் போன குடுகுடுப்பைக்காரன் இவர்கள்தான். அவர்களெல்லாம் உங்கள் மனத்தில் போட்ட வைரங்களும், குப்பைகளும்தான் உங்களைப் பத்து வயது வரை கொண்டுவந்து விட்டிருக்கின்றன. நீங்கள் அந்தப் புள்ளியில் இருந்துதான் தொடங்க வேண்டும்.

அப்போது அதற்குமுன் உள்ளதெல்லாம் யார் கொடுத்த உணவு, என்ன மாதிரி உணவு, கெட்டுப்போனதா, அழுகிப்போனதா, ஆரோக்கியமானதா என்று எப்படிக் கண்டுபிடிப்பது? முடியாது. உங்களால் முடியாது. அந்த மாதிரி உணவைத் தொடர்ந்து சாப்பிட்டதால் உங்களுக்கு மனநோய் ஏற்படும்போது வேண்டுமானால் சிக்மண்ட் ஃப்ராய்டு மாதிரி அல்லது நம் ருத்ரன் அல்லது மாத்ருபூதம் மாதிரி யாராவது உங்கள் ஆழ் மனத்தைப் பரிசோதித்துத் தெரிந்து கொள்ள வேண்டும்.

இதுமட்டுமல்ல. நீங்கள் சுயமாகச் சிந்திக்கின்ற வயதுக்கே இப்போது வருவோமே. இந்த வயதில் உங்களுக்கு இருக்கும் 'சுய'சிந்தனையும் உண்மையிலேயே சுயமானதா என்றால் அதுவும் கிடையாது. எவனோ வெட்டிவைத்த குழியில் விழுந்ததாகவோ யாரோ கட்டிவைத்த அஸ்திவாரத்தில், புறம்போக்கில், எழுப்பிய கட்டடமாகவோதான் இருக்கும். ஒரு சினிமாவுக்குப் போகவேண்டுமென்று நீங்கள் முடிவெடுத்தால் கூட அது நூற்றுக்கு நூறு உங்கள் முடிவா என்றால் அல்ல. ஆச்சரியமாக இருக்கலாம். எண்ணிப் பார்த்தால் இந்த உண்மை தெரியும்.

அந்த சினிமாவுக்குப் போகவேண்டும் என்று ஏன் நினைத்தீர்கள்? போஸ்டரைப் பார்த்து கவரப்பட்டிருக்கலாம். அல்லது டி.வி.யில் ஒரு காட்சியைப் பார்த்திருக்கலாம். அல்லது ரொம்பப் பிரமாதமான படம்

என்று நீங்கள் மதிக்கின்ற ஒருவர் பேசியிருக்கலாம் அல்லது எழுதியிருக்கலாம். அது உங்களை அந்தப் படம் பார்க்க வேண்டும் என்று தூண்டியிருக்கலாம். எனவே அந்தப் படம் பார்க்க வேண்டும் என்ற உங்களின் சுயசிந்தனையின் பின்னால் வேறு சிலரின் அல்லது பலரின் 'சுய' சிந்தனைகள் உள்ளன! உங்கள் சிந்தனை எது என்று கண்டு பிடிப்பதிலேயே இவ்வளவு பிரச்சினைகள் இருக்கிறதென்றால், அவற்றைக் கட்டுப்படுத்துவது என்பது முடிகிற காரியமா?

சரி, முதல் உணவையும் மூன்றாவதையும் கட்டுப்படுத்துவது முடியாதது என்று சொல்லவேண்டாம். அது உங்களுக்குக் கோபத்தை ஏற்படுத்தலாம். இப்போதைக்குக் கடினம் என்று வைத்துக் கொள்வோம். அப்போது, ஈசியாக கட்டுப்படுகின்ற உணவு உள்ளதா என்றால் உள்ளது. அதுதான் மூச்சு. உங்கள் ஆயுளையும் உயிரையும் தனது கட்டுப்பாட்டுக்குள் வைத்திருக்கின்ற மூச்சை மட்டும் நீங்கள் விரும்பினால் உங்கள் கட்டுப்பாட்டில் வைத்திருக்கலாம்!

மூச்சு மட்டும்தான் நமது கட்டுப்பாட்டுக்குள் இல்லாததாகவும் ஆனால் அதேசமயம் விரும்பினால் கட்டுப்பாட்டுக்குள் கொண்டுவரக்கூடிய தாகவும் உள்ளது. ஆமாம். நமக்குத் தெரியாமலே மூச்சை நாம் விட்டுக் கொண்டிருந்தாலும் விரும்பினால் தெரிந்தே விடலாம்; அல்லது விடாமல் இருக்கலாம் (சில நிமிடங்களுக்குத்தான்).

இந்த வசதி மற்ற இரண்டு உணவிலும் இல்லை. எனவே இதைக் கட்டுப்படுத்தினால் அதாவது விழிப்புணர்வுடன் முறைப்படி மூச்சு விட்டால் அது மற்ற உணவுகளையும் கட்டுப்படுத்தும். ஒரு முக்கோண வடிவப் பட்டத்தில் ஒரு பக்கத்தைப் பிடித்து இழுத்தால் மற்ற இரண்டு பக்கங்களும் சேர்ந்து முழுப்பட்டமும் வந்துவிடுவதுபோல. இப்படி ஏன் பிடித்து இழுக்க வேண்டும் என்பதற்கு முன் மூச்சைப்பற்றிய சில உண்மைகளையும், தகவல்களையும் தெரிந்துகொள்ள வேண்டும்.

நாம் மூக்கால்தான் மூச்சு விடுகிறோம். இது எல்லோருக்கும் தெரிந்தது தான் என்றாலும் இதற்கும் விதிவிலக்கு உண்டு!. சிலர் வாயால்தான் அதிகம் விடுகிறார்கள் என்றால் அவர்களுக்கு மூக்கை உபயோகிப்பதில் ஏதோ பிரச்சினை இருக்கிறது என்று பொருள். நாம் சொல்லவந்த விஷயம் இங்கே அதுவல்ல. மூக்கின் மூலமாகத்தான் பொதுவாக மூச்சு உள்ளே போகிறது, வெளியே வருகிறது என்றாலும் மூக்கில் உள்ள இரண்டு துவாரங்களின் வழியாகவும் காற்று எப்போதுமே போய் வந்துகொண்டிருப்பதில்லை. ஒரு நேரத்தில் ஒரு துவாரம்தான் பிரதானமாக வேலை செய்யும். இதற்கு வடகலை, பிங்கலை என்றெல்லாம் பெயர் வைத்துள்ளார்கள்.

உதாரணமாக வடகலையில், அதாவது வலது துவாரத்தின் வழியாக மூச்சு ஓடும்போது செய்ய வேண்டிய மற்றும் செய்யக்கூடாத காரியங்கள் என்னென்ன என்று வரையறுத்து இதை ஒரு கலையாகவே - கவனிக்க, வட 'கலை', பிங்'கலை' - நமது முன்னோர்கள் வைத்துள்ளார்கள். இஸ்லாமியர்களும், குறிப்பாக சூஃபிகள், அந்தக் காலத்திலேயே இந்த மாதிரி மூச்சோட்டத்தை நமது தேவைகளுக்கு பயன்படுத்துவது எப்படி என்று ஒரு ஆராய்ச்சியே செய்து வைத்துள்ளார்கள். இதற்கு அவர்கள் ஃபாஸ்-அல்-ஃபாஸ் என்று பெயர் வைத்துள்ளார்கள்.

அவர்களுடைய கணக்குப்படி ஒவ்வொரு 2 மணி நேரம் 24 நிமிஷத்துக்கும் மூச்சு வலது, இடது என்று துவாரத்தை மாற்றி மாற்றி ஓடிக்கொண்டிருக்கும். இந்த அமைப்பு ஒவ்வொரு 14 நாள்களுக்கும். அடுத்த பதினான்கு நாள்களுக்கு முன் ஓடிய முறைக்குத் தலைகீழாக ஓடும். இந்த 'சைக்கிள்', அதாவது வட்டம், பொதுவாக காலை வேளையில் தொடங்குமாம். ஒவ்வொரு வளர்பிறைக்கும் தேய்பிறைக்கும் மாறிமாறி வரும் என்று ஒரு கணக்கும் உண்டு.

இந்தத் தகவல்கள் நமக்கு ரொம்ப முக்கியமானவை அல்ல. ஆனால் இந்த தகவல்களைக் கொடுத்த மனங்கள் கொண்டிருந்த கருத்து, செய்த ஆராய்ச்சியின் அடிப்படை நமது வெற்றிக்கு மிகவும் முக்கியமானது. உதாரணமாக, நிரந்தரமானதைப் பற்றி அவை நடக்க வேண்டும் என்று நினைக்கும்போது மூச்சு இடதுபக்கமாக ஓடும்போது நினைக்க வேண்டுமாம். அதாவது வீடுவாங்குதல், வியாபாரம், கல்யாணம் முதலியவை பற்றி. (அதாவது திருமணத்தை நிரந்தரமான ஒரு விஷயம் என்று நீங்கள் நினைக்கும் பட்சம்).

உதாரணமாக, பிங்கலையில் மூச்சு ஓடும்போது ஓடாத சரக்கைப்பற்றி நினைத்துக்கொண்டிருந்தால் - அது விற்கவேண்டுமென்றுதான் - அது நிச்சயமாக விற்குமாம். நமக்கிருக்கும் கடன் தொல்லைகள், உடல் உபாதைகள் இவை எல்லாம் நீங்க வேண்டும் என்று விரும்புபவர்கள் மூச்சு வலது பக்கத் துவாரத்தின் வழியாக ஓடும்போதுதான் அதைப் பற்றி நினைக்க வேண்டுமாம். அதாவது மூச்சு இடது பக்கமாக ஓடும் போது நமக்கிருக்கும் கடன் நீங்கவேண்டுமென்று நினைப்பதனால் பயனில்லை என்கிறார்கள்.

என்ன ரொம்ப ஆச்சரியமாக உள்ளதா? உள்ளே போகின்ற காற்றின் திசைக்கும் வாங்கிய கடனைத் தீர்ப்பதற்கும் என்ன சம்பந்தம் உள்ளது? என்ன முட்டாள்தனமாக உள்ளதே என்று தோன்றுகிறதா? இருக்கட்டும். ஒரு முட்டாள்தனம் நமது நெடுநாளைய கந்துவட்டிக் கடனைத் தீர்க்க உதவுகிறது என்றால் அது நமக்கு மிகவும் தேவையான

முட்டாள்தனம்தானே? பெயர் எதுவாயிருந்தால் என்ன? பிரச்சினை தீர்ந்தால் சரிதானே? கோவிலுக்குப் போவதைக்கூட, கடவுளை நம்புவதைக்கூட முட்டாள்தனம் என்றுதான் சிலர் சொல்லுகிறார்கள். அதற்காக அந்த அற்புதமான முட்டாள்தனத்தை நாம் விட்டு விட்டோமா என்ன? இன்னும் வேகத்தோடுதானே செய்கிறோம்?

ஒரு முட்டாள்தனம் வேலைசெய்யும்போது, நன்மை பயக்கும்போது அது எப்படி முட்டாள்தனமாகமுடியும்? இதை எப்படித் தெரிந்துகொள்வது? முயற்சி செய்துதான். அதற்கு முதல்படி, இப்படி ஒரு விஷயம் உள்ளது என்று தெரிந்தால்தானே? அதனால்தான் முதலில் மூச்சு என்பது வெறும் காற்று என்று நினைத்துக் கொள்ளாதீர்கள். அது இறைவனின் அருட்கொடையாக உள்ளது என்று ஓர் உண்மையை, ரகசியத்தைச் சொன்னேன். இதெல்லாம் சொல்வது என்ன? முதலில் நம்மிடம் உள்ள பொக்கிஷங்கள் என்னென்ன என்பதைப் பற்றிய அறிவே கொஞ்சம்கூட இல்லாமல் நாம் வாழ்ந்து கொண்டிருக்கிறோம் என்பதுதான்.

இந்த வடகலை, பிங்கலை பற்றி ஒரு கொசுறுச் செய்தி. வடகலையில் ஓடவேண்டிய மூச்சு பிங்கலையாகவும் பிங்கலையில் ஓடவேண்டியது வடகலையிலும் ஓடிக் கொண்டிருந்தால், ஏதோ நடக்கப்போகிறது, அதாவது உடம்பில் ஏதோ கோளாறு என்று அர்த்தமாம்.

நம்முடைய மூச்சைப் பற்றி அடுத்து நாம் தெரிந்துகொள்ள வேண்டிய முக்கியமான விஷயம் அதன் frequency பற்றித்தான். அதாவது நமது மூச்சோட்டம் எப்படி நிகழ்கிறது? ஆழமாகவா, குறைந்த நீளமுள்ளதாக அடிக்கடியா என்று தெரிந்து கொள்ளவேண்டும். நாம் உணர்ச்சிவசப் படும் போது அந்த உணர்ச்சிக்கு ஏற்றவாறு மூச்சின் விகிதாசாரமும் ஓடும் விதமும் மாறுபடுகிறது.

நாம் செல்லமாக கோபித்துக்கொள்ளும்போது, பயங்கரமாக நறநறவென பல்லைக்கடித்து அல்லது காட்டி கோபப்படும்போது, கடன் கொடுத்தவன் பார்த்துவிடுவானோ என்று பயப்படும்போது, உயிர் போய்விடுமோ என்று பயப்படும்போது, காதல் வயப்படும் போது, ஒரு பெண்ணோடு இணையும் போது, தோற்றுவிடுவோமோ என்று நினைக்கும்போது, வென்றுவிடுவோம் என்று நம்பிக்கை கொள்ளும்போது இப்படி பல்வேறு உணர்ச்சி நிலைகளில் நம்முடைய மூச்சோட்டத்தை கவனித்தால் ஓர் உண்மை தெரியும். அதாவது இந்த எல்லா சூழ்நிலைகளிலும் மூச்சோட்டம் ஒரே மாதிரியாக இருப்பதில்லை. அந்தந்த உணர்ச்சிகளுக்குத் தகுந்தபடி கூடுதலாகவோ குறைவாகவோ, ஆழமாகவோ அல்லது ஆழமற்றோ ஓடுகிறது.

சரி, இதைத் தெரிந்துகொள்வதால் என்ன பயன் என்கிறீர்களா? மிக முக்கியமான பயன் உள்ளது. உதாரணமாக, பயப்படும்போது

கவனித்தால் இதயம் வேகமாகத் துடிக்கும். ஓடிவந்த மாதிரி சீக்கிரம் சீக்கிரமாக மூச்சு வரும். அந்த நேரத்தில் வேண்டுமென்றே மூச்சு ஓடும் ஸ்டைலை மாற்றினால் பயம் போய்விடும்! பயம் வரும்போது நீளமாக ஒரு நாலைந்து மூச்சு இழுத்துவிட்டால் தெரியும் பயம் எப்படி பறந்து போகிறதென்று!

பக்தியில் ஓடும் மூச்சோட்டத்தை மாற்றி போகம் செய்யும்போது உள்ள மூச்சோட்டம் மாதிரி விட முயன்றால் கொஞ்ச நேரத்திற்கெல்லாம் பக்தி, காமமாக மாறிவிடும்! ஆண்டவன் காப்பாற்றுவானாக! சரி, இதையே மாற்றிப் பாருங்களேன். அதாவது, பக்தியில் உள்ள மூச்சோட்டத்தை செக்ஸில் கொண்டுவந்தால் காமம்கூட புனிதமான உறவாகிவிடும்!

இதில் ஒரு சின்னப் பிரச்சினை உள்ளது என்பீர்கள். தெரியும். காமம் தெரியும். அது எல்லாருக்கும் ஒரே மாதிரியாகத்தான் வரும். ஆனால் பக்தி என்பது? இதற்கு நான் பதில் சொல்ல முடியாது. உங்கள் பக்தி உங்களுக்கு. என் பக்தி எனக்கு.

அதாவது மூச்சோட்டத்தை வேண்டுமென்றே மாற்றுவதன் மூலம் உணர்ச்சிகளை மாற்ற முடியும். எவ்வளவு பெரிய வெற்றி இது? கோபம் வரும்போது வேண்டுமென்றே அமைதியானவனுடைய மூச்சோட்டத்தை ஏற்படுத்த முயலுவதன்மூலம் அமைதி வருமோ இல்லையோ, நிச்சயமாக கோபம் போய்விடும். இது சாதாரண விஷயமா? கோபத்தைப் பற்றி, பயத்தைப் பற்றியெல்லாம் விரிவுரை நிகழ்த்துவதனால் சாதிக்க முடியாத காரியத்தை ஒரு சில விநாடிகளில் மூச்சு சாதித்துவிடுகிறதே? இது ஒரு சாதனை அல்லவா? இப்போது சொல்லுங்கள் மூச்சு ஒரு பொக்கிஷமா அல்லவா?

சுருக்கமாகச் சொன்னால் மூச்சை மாற்றுவதனால் ஒரு மனிதனுடைய 'கேரக்ட'ரையே மாற்றலாம். சீர்திருத்தப் பள்ளிகளால் வருஷக் கணக்கில் கொண்டுவர முடியாத மாற்றத்தை சில நிமிஷங்கள் தியானம் செய்வதனால், அதாவது அமைதியான மூச்சோட்டத்தை ஏற்படுத்து வதனால், கொண்டு வரமுடியும். அதனால்தான் சிறைகளில் கைதிகளுக் கெல்லாம் கிரண்பேடி போன்றவர்கள் தியானம் கற்றுக்கொள்ள ஏற்பாடு செய்திருக்கிறார்கள்.

அப்படியானால் ஒரு தோல்வியாளனை வெற்றிபெற வைப்பதும் அவன் தோல்வியடைபவனாகவே தொடர்ந்து இருக்க வைப்பதும் மூச்சில் உள்ளதா என்றால் ஆமாம். அப்படியானால் ஒவ்வொரு உணர்ச்சிக்கும் எப்படி மூச்சு ஓடுமென்று ஆராய்ச்சி செய்து தெரிந்து கொண்டு அதை அவ்வப்போது மாற்றிக்கொண்டிருக்க வேண்டுமா என்றால் தேவையில்லை. மன அமைதி உள்ளவனுடைய மூச்சோட்டம்

எப்படி இருக்கும் என்று மட்டும் தெரிந்துகொண்டு அதைப்போல நமது மூச்சோட்டைத்தையும் ஒவ்வொரு நாளும் கொஞ்ச நேரம் மாற்ற முயன்றால் போதும். ஏனெனில் மனத்தில் அமைதி என்பது இல்லாமல் ஒருவன் வெற்றி அடைந்ததாக வரலாறு கிடையாது.

அமைதியானவனுடைய மூச்சோட்டம் என்பது ஆழமான இசையோடு கூடிய-தபேலா, வயலின் போன்ற பேக்கிரவுண்ட் மியூசிக் அல்ல - அதாவது rythamic ஆன மூச்சோட்டம்தான். அதை எப்படி ஏற்படுத்துவது அதற்கு நம்மை எப்படித் தயார் செய்துகொள்வது, எப்படி உட்காருவது, எவ்வளவு நேரம் ஒரு நாளைக்கு செய்வது என்பதெல்லாம் மூச்சுப்பயிற்சி பற்றிய இரண்டாம் பாகத்தில் கொடுக்கப்பட்டுள்ளது. அந்தப் பயிற்சியை அதன் முக்கியத் துவத்தை சரியாகப் புரிந்து கொள்ள வேண்டும் என்பதற்காகத்தான் இவ்வளவும் சொல்லப்படுகிறது.

அடுத்து மூச்சைப்பற்றி நாம் தெரிந்து கொள்ளவேண்டியது ஒன்று உள்ளது. அது இதுதான்: இரண்டு பேருக்கு மூச்சோட்டம் ஒரேமாதிரி ஓடுமானால், அதாவது frequency ஒன்றாக இருக்குமானால் இரண்டு பேருடைய சிந்தனையும் ஒன்றாகத்தான் இருக்கும். உண்மையான காதலர்கள் இருவரின் மூச்சோட்டமும் ஒன்றாகத்தான் இருக்கும். வேண்டுமானால் உங்கள் காதலியின் மூச்சை நீங்களும் உங்களின் மூச்சை அவளையும் கவனித்துப் பார்க்கச் சொல்லுங்கள்.

மஜ்னுவை சாட்டையால் அடித்தபோது லைலாவின் முதுகில் அதன் வடுக்கள் தோன்றியதாம். இதையே வேறுவிதமாகச் சொன்னால் இரண்டு மூச்சோட்டங்கள் இணைவதன் அற்புதம் என்று அதைச் சொல்லலாம். இரண்டு உள்ளங்கள் இணைவது என்பது வேறொன்று மல்ல. இரண்டு பேருடைய மூச்சோட்டங்களும் இணைவதுதான்.

இன்னொருவர் மனத்தில் உள்ளதையெல்லாம் அந்தக்கால பெரியவர்கள் சொன்னதாக நாம் பள்ளிக்கூடத்திலேயே பல கதைகளைப் படித்திருப்போம். உதாரணமாக ஒரு துறவியின் வீட்டுக்கு ஒரு திருடன் வருவான். அவனைப் பார்த்தவுடன் துறவி அவனைப் பார்த்து, ‘‘திருடத்தானே வந்தாய்? நீ எடுத்தது சாதாரண விளக்குதான். அந்த அறையில் போய்ப்பார்.அங்கே வெள்ளிக் குத்துவிளக்கு உள்ளது. அதை எடுத்துக்கொள்’’ என்று அவர் சொன்னதும் திருடன் அவர் காலில் விழுந்து மனம் திருந்தியதாக எனது பள்ளிப் பாடங்களில் ஒன்றில் நான் படித்திருக்கிறேன். நீங்கள்கூட படித்திருக்கலாம்.

இந்தக் கதையில் திருடனின் மனத்தில் ஓடியதையும் துறவி எப்படித் தெரிந்து கொண்டார் என்பதுதான் நம்முடைய மெகாகேள்வி. அதற்கு

இரண்டு பதில் உண்டு. ஒன்று துறவியின் மூச்சோட்ட விகிதாசாரத்துக்குத் திருடன் வரவேண்டும். அல்லது திருடனின் மூச்சோட்ட விகிதாசாரத் துக்கு துறவி இறங்க வேண்டும். இரண்டாவதுதான் நடந்திருக்கும். ஏனெனில் திருடனின் மூச்சு துறவியின் மூச்சைப்போல ஓடியிருக்கு மானால் அவனுக்கு திருட வேண்டும் என்ற எண்ணம் ஏற்பட்டிருக்காது. துறவி வேண்டுமென்றே அவனுடைய மனநிலைக்கு 'இறங்கி' அவன் மனத்தில் உள்ளதைப் படித்துவிட்டார். Parapsychology - இல் இதைத்தான் 'டெலிபதி' (telepathy) என்கிறார்கள்.

வேண்டுமானால் ஒரு விளையாட்டாக நீங்கள் இதைச் செய்து பார்க்கலாம். ஒரு நண்பரை எதிரில் வைத்துக்கொண்டு அவருக்குத் தெரியாமல் அவருடைய மூச்சோட்டத்தை காப்பியடியுங்கள். அதுதான் கைவந்த கலையாயிற்றே! ஆனால் இந்த காப்பி பற்றி யாரிடமும் 'மூச்'விடக்கூடாது. பின்பு நீங்கள் ஒரு எண்ணை நினைத்துக்கொண்டு அதை அவர் மனத்தில் நினைக்க வேண்டும் என்று நினையுங்கள். உதாரணமாக, பத்து என்ற எண்ணை அவர் நினைக்க வேண்டும் என்று அவருடைய மனதுக்கு உத்தரவு கொடுங்கள். ரொம்ப 'ஸ்ட்ராங்'காக.

ஆனால் இப்படி உத்தரவு கொடுக்குமுன் அவருடைய மூச்சோட்டத்துக்கு நீங்கள் வந்துவிட வேண்டும். பின் அவரைப் பத்துக்குள் ஒரு எண்ணை நினைத்துக்கொள்ளச் சொல்லுங்கள். பின் மறுபடியும் பத்துதான் அவர் நினைக்க வேண்டும் என்று உத்தரவு கொடுங்கள். பின்பு, ''நீ நினைத்தது பத்து'' என்று சொல்லிப் பாருங்கள். ''ஆமாம் பத்துதான் நினைத்தேன். எப்படிக் கண்டுபிடித்தாய்?'' என்பார்! இதே மாதிரி எண்ணுக்குப் பதிலாகப் பூ, பழம் என்றும் விளையாடிப் பார்க்கலாம்.

இந்த விளையாட்டில் பலமுறை வெற்றியும் ஒரு சில முறை தோல்வியும் வரலாம். அதன் காரணம், அதாவது தோல்வி வரும்போது மூச்சின் விகிதாசாரம் மாறிவிட்டது என்று அர்த்தம். மூச்சு மாறினால் நம்பிக்கையும் மாறும். சந்தேகமும் வரும். சரி, இந்த விளையாட்டு எதற்காக? ஒரு மிகப்பெரிய உண்மையைப் புரிந்துகொள்வதற்காக. அது என்ன?

ஓர் உதாரணம் மூலம் சொல்கிறேன். நீங்கள் ஒருவரிடம் உதவி கேட்டுப் போகிறீர்கள். அவர் செய்வாரா, மாட்டாரா என்று நிச்சயமாகச் சொல்ல முடியாது. செய்யலாம். மறுக்கவும் செய்யலாம். இப்போது அவரை நமக்கு உதவி செய்ய வைக்க வேண்டும். எப்படி? மூச்சை மாற்றுவது தான் வழி. அதாவது வேண்டுமென்றே அவரின் மூச்சோட்டத்தை கொஞ்ச நேரம் அவருக்குத் தெரியாமல் காப்பியடித்துவிட்டு, அதே மூச்சோட்டம்தான் நமக்கும் வந்துவிட்டது என்று தோன்றிய பிறகு

அவரிடம் உதவி கேட்டால் அவரால் நமக்கு உதவி செய்யாமல் இருக்க முடியாது!

இப்படியாக மூச்சேஸ்வரானந்தாவின் உதவி நமது மூச்சு உள்ளவரை நமக்கு உள்ளது என்று மூச்சு சத்தியமாக என் மூச்சு உள்ளவரை நான் அடித்துச் சொல்வேன். ஆனால் இப்படி ஒவ்வொரு சூழ்நிலையிலும் மூச்சை மாற்றிக் கொண்டிருப்பதற்குப் பதிலாக நிரந்தரமாக நமது மூச்சோட்டத்தை எப்போதுமே ஆழமான நிலையில் வைத்துக் கொண்டால் என்ன என்ற கேள்வி நியாயமானது மட்டுமல்ல, ரொம்ப அறிவுப்பூர்வமானதும் அவசியமானதும் கூட.

இதை வைத்தே சென்னை போன்ற மாநகரங்களில் ஆல்ஃபா மனப்பயிற்சி, தியானம், டி.எம்., கி.எம். என்ற எத்தனையோ பெயர்களில் பயிற்சி மையங்கள் நடத்துகிறார்கள். அதெல்லாம் தவறு என்று சொல்ல வரவில்லை. எல்லாமே மூச்சை அடிப்படையாக வைத்தவை என்பதைச் சொல்ல வருகிறேன்.

ஆழமான மூச்சானது நேரடியாக நமது செக்ஸ் மையத்தைச் சென்றடைகிறது. அதற்கு 'மசாஜ்' செய்கிறது. அதை எழுப்புகிறது. அந்த சக்தி எழும்புவதனால்தான் நமது காரியங்கள் நிறைவேறுகின்றன.

ஆனால் இந்த மூச்சை கவனிக்கின்ற, ஆழப்படுத்துகின்ற பயிற்சியை நாம் எங்கும் சென்று பயிலவேண்டியதில்லை. வீட்டிலிருந்தபடியே ஒரு கால் மணி நேரம் தனியாக அமர்ந்து முறைப்படி செய்தால் போதும்.

ஆனால் இந்தப் பயிற்சியை செய்யும் இடமும் காலமும் ஒன்றாக இருக்க வேண்டும். இது ரொம்ப முக்கியம். அதிகாலை அல்லது இரவு படுக்கப்போகும் முன்பு என்றிருந்தால் நல்லது. ஒரு குறிப்பிட்ட இடம். ஏனெனில் ஒரு வேலையை ஒரு குறிப்பிட்ட இடத்திலும் நேரத்திலும் தொடர்ந்து செய்வதால் அங்கு ஓர் அதிர்வலை சூழல் - vibratory field - உருவாகிறது. கண்ணுக்குத் தெரியாமலே. கறி சமைக்கும்போது அதிலிருந்து வாசம் புறப்படுவதுபோல.

ஒரு குறிப்பிட்ட பெஞ்சில் அமர்ந்து ஒரு பையன் தூங்கிக்கொண்டே இருப்பானானால் அந்த இடத்தில் வேறு யாராவது உட்கார்ந்தால் அவனும் தூங்குவான் அல்லது கொட்டாவி கொட்டாவியாக விடுவான். அவனுக்கே காரணம் தெரியாது. இதற்காகத்தான் வெள்ளைக்காரன் தன் வீடுகளில் 'ரீடிங் ரூம்' தனியாக வைத்திருந்தான். அங்கு யார் சென்றாலும் ஏதாவது படிக்க வேண்டும் என்றுதான் தோன்றும். நம்முடைய நூல் நிலையங்களில் செய்வது போல யாரும் அங்கு போய் தூங்குவதில்லை. நாம்கூட நமது வீடுகளில் பூஜை

அறைகளை வைத்திருப்பது போல. எனவே அந்த இடத்திற்குப் போன உடனேயே மன அமைதியும் தெளிவும் ஏற்படவாய்ப்பு உண்டு. இடமும் நேரமும் ஒன்றாக இருப்பதால் நிகழும் அற்புதம் இது.

மூச்சைக் கவனித்தால் நமது முழு வாழ்க்கையையும் கவனிப்பதாக அர்த்தம். மூச்சு அதுபாட்டுக்கு நமக்குத் தெரியாமலே போய்வந்து கொண்டிருந்தால் தூக்கத்திலேயே நாம் நமது வாழ்க்கையைக் கழித்துக் கொண்டிருக்கிறோம் என்று அர்த்தம். மூச்சை நமது விருப்பத்துக்கு வளைத்தால் நமது வாழ்க்கையையே நமது விருப்பப்படி மாற்றுகிற சக்தியை வளர்க்கிறோம் என்று பொருள். ஏனெனில் ஏற்கெனவே சொன்னபடி, மூச்சை கட்டுப்படுத்தினால், மற்ற உணவுகள் யாவும் கட்டுப்படும். நமது வாழ்வு நமது கையில் என்ற முதுமொழியை உண்மையாக்க வேண்டுமெனில் முதலில் நமது மூச்சை நமது கட்டுப்பாட்டுக்குள் கொண்டுவர வேண்டும்.

ஆன்மிகம், ஆட்டோ சஜஷன், ஹிப்னாட்டிஸம், வெற்றி, சாதனை, தோல்வி எல்லாவற்றுக்கும் மூச்சுக்கும் நெருங்கிய தொடர்பு உள்ளது என்பது கொஞ்சமாவது புரிந்திருக்கும் என்று நம்புகிறேன். மூச்சோட்டம் ஒருமுறை ஒரு குறிப்பிட்ட - அமைதியான - விகிதாசாரத்துக்கு வந்துவிட்டதென்றால் போதும். அதற்குரிய சக்தி தானாகவே வெளிப்பட ஆரம்பிக்கும். மனஅமைதி என்பது ரிலாக்ஸ்டாக இருக்கின்ற நிலைதான் என்பதைச் சொல்ல வேண்டியதில்லை. பாருங்கள், மனம், எண்ணம், மூச்சு, ரிலாக்சேஷன், கற்பனை, குறிக்கோள் போன்ற எல்லாமே ஒன்றோடொன்று இணைந்த ஒரு நெட்வொர்க். இதைப்புரிந்து கொள்வது அவசியம். இதன் தலைவர்தான் மூச்சு!

மூச்சைப்பற்றிய கடைசிக் கொசுறு செய்தி. மூச்சை ஆழமாகவிடப் பழகிக் கொள்வதால் கிடைக்கின்ற நன்மைகளில் மிகமிக மட்டமானது உடல் ஆரோக்கியம்! ஒரு மனிதன் எவ்வளவுதான் வெற்றியடைந்த வனாக இருந்தாலும் வாழ்நாளில் பெரும்பகுதியை ஆஸ்பத்திரியிலும் கோர்ட் வாசலிலும் கழிப்பதால் என்ன பயன்? ஒரு காய்ச்சலடித்தால் கூட நான் அப்பல்லோவுக்குத்தான் போவேன் என்று சொல்வது உண்மையில் பெருமையானதா, அல்லது நோயே வராமல் என்னால் ஆரோக்கியமாக வாழமுடியும் என்று உண்மையிலேயே சொல்ல முடிவது பெருமையானதா? இரண்டாவதுதான். அதற்கு நீங்கள் ஒன்றும் செய்ய வேண்டியதில்லை. ஒழுங்காக மூச்சை விட்டால் போதும். மற்றதையெல்லாம் அது கவனித்துக் கொள்ளும்.

சரியாக மூச்சு விடாவிட்டால் நமது நுரையீரலில் பாதிக்குமேல், அதாவது கோடிக்கணக்கான பைகளுக்குள், கார்பன்-டை-ஆக்ஸைடுதான்

நிரம்பியிருக்கும்! யோக, தந்த்ர சூத்திரங்களெல்லாம் ஆழமாக மூச்சு விடச் சொல்வதன் காரணம் நமது ஆரோக்கியம்தான். நமது நுரையீரலில் உள்ள கார்பன்-டை-ஆக்ஸைடை யார் வெளியேற்றுவார்கள்? நாம்தான் செய்ய வேண்டும். அதாவது ஒழுங்காக விடுகின்ற மூச்சு செய்யும்.

அந்தக்காலத்தில் நாகூர் தர்காவில் சில பக்கிரிகள் கையில் ஒரு கொட்டு வைத்து அடித்துக்கொண்டு ''ஹோஷ் பர் தம், நஜர் பர்க தம்'' என்று பாடிக்கொண்டே வருவார்களாம். அதன் அர்த்தம் என்னவெனில், ''மூச்சையும் காலடிகளையும் கவனி'' என்பதுதான். தன்னை அறிதல் என்ற தத்துவத்தின் முதல்படி மூச்சை கவனித்து அதை அறிந்துகொள்வதுதான். புத்தரின் கடைசி பயிற்சியாக இருந்த மூச்சுப்பயிற்சி நமது வாழ்வில் நமது நாளின் முதல் பயிற்சியாக இருக்கட்டும்.

மூச்சு வெறும் தங்கமாக இருந்து பயனில்லை. அது புடம்போடப்பட்ட தங்கமாக மாறவேண்டும். மூச்சு வெறும் வைரமாக இருந்து பயனில்லை. அது பட்டை தீட்டப்பட்ட வைரமாக வேண்டும். அந்த அழகுபடுத்தும் வேலையை நீங்கள்தான் செய்ய வேண்டும். அதுதான் மூச்சை ஆழப்படுத்துவது என்பது. அப்போதுதான் தங்கத்துக்கும் வைரத்துக்கும் மதிப்பு வரும். அப்போதுதான் வெற்றியும் நமதாக இருக்கும்.

உடல் மொழி

நாம் ஒரு மனிதன் என்றாலும் நம்மை ஒரு உடல் என்றும் சொல்லலாம். நாம் என்பது உடலுக்கு மேல்தான் என்றாலும் அடிப்படையில் நாம் ஒரு உடல்தான். எல்லாமே இந்த உடலை வைத்துத்தான். உடல்தான் நமது அஸ்திவாரம். எனவே நாம் நமது உடலுக்கு எதிராக இருக்கும் போதெல்லாம் நமக்கு எதிராக இருக்கிறோம் என்றே பொருள்.

இறைவன் கொடுத்த அற்புதங்களில் ஒன்று இந்த மனித உடல். அதன் ரகசியங்கள் மகத்தானவை. நமது கற்பனைக்கு எட்டாதவை. அவற்றில் ஒன்று அதன் மொழி. அது அவ்வப்போது நம்மிடம் பேசிக்கொண்டே இருக்கிறது. எச்சரிக்கை, பாராட்டு என்று கொடுத்துக்கொண்டுதான் இருக்கிறது. ஆனால் நாம்தான் அதைக் கண்டுகொள்வதே இல்லை.

உடல் என்பது சூட்சுமமான முறையில் மனதுதான் என்று ஏற்கெனவே சொல்லியுள்ளோம். உடல் மனத்தைக் கட்டுப்படுத்துகிறது. மனம் உடலைக் கட்டுப்படுத்துகிறது. பசி வந்தால் சாப்பிடுகிறோம். தூக்கம் வந்தால் தூங்குகிறோம். காதல் வந்தால் கவிதை எழுதுகிறோம் அல்லது கட்டிலை நோக்கிப் போகிறோம். இதெல்லாம் மனது உடலைக் கட்டுப்படுத்தும் உதாரணங்கள். முகம் கழுவினால் தூக்கம் கலைகிறது. ஷேவ் பண்ணினால், டீ குடித்தால் புத்துணர்ச்சி வருகிறது. புது உடை உடுத்தினால், காதலியைப் பார்த்தால் சந்தோஷம் வருகிறது. இதெல்லாம் உடல், மனத்தை கட்டுப்படுத்தும் உதாரணங்கள்.

நம்முடைய வாழ்க்கையில் நாம் வெற்றி அடைவதற்கு இந்த உடல் என்ற அற்புதத்தைப் புரிந்து செயல்பட வேண்டியுள்ளது. எத்தனையோ வழிகளில் நமது உடல் நமக்கு உதவி புரிவதற்குக் காத்திருந்தாலும் குறிப்பாகச் சிலவற்றை மட்டுமே இங்கே நாம் பார்க்கவிருக்கிறோம்.

முதலில் நமது கவனத்துக்கு வருவது உடல் நிலைகள். அதாவது இருக்கை நிலைகள். Postures அல்லது Attitudes என்று ஆங்கிலத்தில்

குறிப்பிடப்படுகின்ற நிலைகள். நமது உடல் எந்த குறிப்பிட்ட இருக்கையில் உள்ளது என்பதைப் பொறுத்து நம்மைப் பற்றிய உண்மையை அடுத்தவர் தெரிந்துகொள்ள முடியும்.

உதாரணமாகக் கன்னத்தில் கைவைத்துக்கொண்டோ அல்லது முழங்காலில் முகம் புதைத்துக் கொண்டோ ஒருவர் அமர்ந்திருந்தால் அவர் சோகமாக இருக்கிறார் என்று அர்த்தம். ஆள்காட்டி விரலைப் பொட்டில் வைத்துக் கொண்டு நா.பார்த்தசாரதி அல்லது வைரமுத்து மாதிரி 'போஸ்' கொடுத்துக்கொண்டு இருந்தால் அவர் சிந்திக்கிறார் என்று நாம் நினைத்துக்கொள்ள வேண்டும்! இந்த மாதிரி உடல் நிலைகள் நமது மனநிலைகளைக் குறிக்கின்றன.

சரி, இதை எதற்காகத் தெரிந்துகொள்ள வேண்டும்? இதுதான் முக்கியமான கேள்வி. எந்த நிலையில் உட்கார்ந்தால் அல்லது நின்றால் எந்த மனநிலை என்று தெரிந்துகொண்டால், அந்த நிலையை மாற்றினால் மனநிலையும் மாறுமல்லவா? ஒரு குறிப்பிட்ட உடல் நிலை உங்களுக்கு எப்போதும் பயத்தையோ குழப்பத்தையோ ஏற்படுத்துமானால் அந்த உடல் நிலையை மாற்றுவதன் மூலம் அந்தக் குழப்பத்தை, பயத்தை விரட்டலாம் அல்லவா? இங்கேதான் ரகசியம் உள்ளது. இவ்வளவு எளிதா என்றால் ஆமாம். இது தெரியாததனால்தான் ரொம்ப கஷ்டப்பட்டும் மாற்ற வேண்டியதை மாற்ற முடியாமல் தவிக்கிறோம் நாம். அப்படியெனில், நமது உடலை கவனிக்க வேண்டிய கட்டாயத்தில் இருக்கிறோம் நாம்.

ஒரு குறிப்பிட்ட இருக்கையில் ஒரு குறிப்பிட்ட நிலையில் அமர்ந்து, ஒரு குறிப்பிட்ட விஷயம் பற்றிச் சிந்திக்கும் பழக்கத்தை ஏற்படுத்திக் கொண்டோமென்றால் அந்த நிலையில் அமரும்போதெல்லாம் அந்த எண்ணம் வரும். குழப்பம் வரும்போதெல்லாம் தலையைச் சொறியும் பழக்கமிருந்தால், தெளிவான சிந்தனை வரும்போதும் தலையைச் சொறிந்தால் அந்தத் தெளிவிலும் குழப்பம் வந்துவிடும்.

உடலின் அசைவுகளைக் கட்டுப்பாட்டுக்குள் கொண்டுவந்தால் உணர்ச்சிகள் கட்டுப்பாட்டுக்குள் வரும். ஒரு சின்ன தேவையில்லாத அசைவு நம்மிடம் இருக்குமானால் அந்த அளவுக்கு நம்மிடம் பைத்தியக் காரத்தனம் உள்ளது என்றுதான் பொருள். போகிறபோக்கில் ஒரு தூணை சும்மா தட்டிவிட்டுப் போகிறோம் என்றால் அந்த அளவுக்கு கொஞ்சம் நடுநிலை தவறிவிடுகிறது என்றுதான் பொருள். அந்தத் தூணை வாங்கப்போகும் ஆளாக இருந்தால் தட்டிப்பார்ப்பதில் ஓர் அர்த்தம் உள்ளது. இல்லையெனில் ஏன் செய்ய வேண்டும்?

இந்தக் கேள்விக்கு சும்மா என்று நாம் பதில் சொல்வோமென்றால் சக்தியை விரயம் செய்கிறோம் என்று பொருள். ஒரு சுண்டு விரலை

அசைத்தால் அதற்குத் தகுந்தவாறு அண்ட சராசரமும் அசைகிறது என்று ஞானிகள் சொல்கிறார்கள்! நம்முடைய ஒவ்வொரு அசைவும் அவ்வளவு அர்த்தமும் சக்தியும் பொதிந்ததாக உள்ளது என்று அர்த்தம். எனவே நமது உடல் அசைவுகளைப் பற்றி நாம் மிகவும் கவனமாக இருக்க வேண்டியது அவசியமாகிறது.

சரி, ஒவ்வொரு அசைவும் என்ன அர்த்தம் கொள்கிறது என்று தெரிந்து கொண்டே போவதைவிட ஒரு எளிய வழி உள்ளது. அது, நம் மன அமைதிக்கு, வெற்றிக்கு எந்த இருக்கை நிலை தேவையோ அதை நன்கு தெரிந்துகொண்டு அதை நமது பழக்கமாக குறைந்தபட்சம் தேவைப் படும்போதெல்லாம் கொண்டுவருவது. அது என்ன இருக்கை? அதுதான் நேராக அமர்வது. அதாவது நமது தலை, முதுகுத்தண்டு முதலியவை நேராக இருக்குமாறு அமர்வது. இப்படி எப்போது அமர வேண்டும்? மூச்சுப் பயிற்சியின் போதும் சிந்திக்கும்போதும்.

சிந்திக்கும்போதா என்று ஆச்சரியப்பட வேண்டாம். ஏனெனில் மனித முயற்சிகளிலேயே மிகச்சிறந்தது, சிந்திப்பதுதான். அதை இறைவணக்கம் என்றுகூடச் சொல்கிறார்கள். அது இறைவணக்கமோ இல்லையோ ஆனால் அது நிச்சயமாக சக்தியை பயன்படுத்துகின்ற காரியமாகும். எனவே குறிப்பிட்ட முறைப்படி அதை அதற்குரிய மரியாதையோடுதான் பயன்படுத்த வேண்டும். அந்த மரியாதைதான் நேராக அமர்வது.

மனிதன் மனிதனாக இருப்பதற்குக் காரணமே அவன் முதுகெலும்பு நேராக இருப்பதுதான் என்று சொல்கிறார்கள். மிருகங்களுடைய முதுகெலும்பு பூமிக்கு இணையான நேர்கோட்டில் உள்ளது. மனிதனுடையது மட்டுமே அப்படி இல்லாமல் தொண்ணூறு டிகிரி கோணத்தில் செங்குத்தாக உள்ளது. இது மனித இனத்தையே மாற்றிவிட்டது. மனிதமனம் வளர்ச்சியடையக் கூடிய சாத்தியக்கூறு இதனால் ஏற்பட்டுவிட்டது என்றே கூறவேண்டும். ஏனெனில் மனிதன் நிமிர்ந்து நிற்கையில் நுட்பமான திசுக்கள் நன்றாகச் செயல்படுகின்றன.

விஞ்ஞான அடிப்படையில் மனிதன் ஒரு முதுகெலும்பாகவே இருக்கிறான் என்றுதான் கூறவேண்டும். ஏனெனில் முதுகெலும்பு மிக முக்கியமானதாகும். அதன் ஒருமுனை பாலுணர்வாகவும் மறுமுனை மூளையாகவும் அதாவது மனமாகவும் உள்ளது. முதுகெலும்பு இரண்டையும் இணைக்கும் பாலமாக உள்ளது. முதுகெலும்பு எவ்வளவுக்கெவ்வளவு நேராக இருக்கிறதோ அவ்வளவுக்கவ்வளவு உங்களுடைய புத்திசாலித்தனம், விழிப்புணர்வு, தெளிவு ஆகியவை ஏற்படவும் வளரவும் வாய்ப்பாக இருக்கும்.

மனம் ஒருமிக்கும்பொழுது தானாகவே உடல் நேராக நிமிர ஆரம்பிக்கும். ஒரு திரைப்படம் பார்த்துக்கொண்டிருக்கும்போது,

முக்கியமாக உங்களுக்குப் பிடித்த காட்சி வரும்போது, அதுவரை சாய்ந்து கொண்டிருந்த நீங்கள் நாற்காலியில் நேராக உட்காருவீர்கள். எனவே நேராக அமர்வது முறையானதும் சரியானதும் ஆகும். அதனால் ஏற்படும் பலன்களை நீங்களே அனுபவித்துப் பார்த்துப் புரிந்து கொள்ளுங்கள்.

நம்முடைய உடலோடு நாம் பொதுவாக தொடர்பு இல்லாதவர்களாக, அதைப்பற்றி தெரிந்து கொள்ளாதவர்களாக, வெறும் உடலைப் பிணம்போல சுமந்தவர்களாகவே பெரும்பாலும் உள்ளோம். இது வெற்றிக்கும் இயற்கைக்கும் எதிரானது. நம் உடலுடன் நாம் தொடர்பு கொள்ளவேண்டும். அதாவது உணர்ச்சிப்பூர்வமாக அதனுடன் ஆழமான உறவு வைத்துக்கொள்ள வேண்டும்.

பொதுவாகவே நம் உடல் பற்றிய கவனம் நமக்கு நோய்வாய்ப்படும் போதுதான் வருகிறது. ஒரு தலைவலி வரும்போதுதான் நாம் தலையோடு தொடர்பு கொள்கிறோம். ஏதாவது தவறாகப் போகும் போதுதான் அதைப்பற்றி அக்கறை கொள்ள ஆரம்பிக்கிறோம். ஆனால் உண்மையில் ஆரோக்கியமாக இருக்கும்போதுதான் நாம் நம் உடலுடன் தொடர்பு கொள்ள வேண்டும். தலைவலி வரும்போது நாம் தலையோடு தொடர்பு கொள்வதில்லை. தலைவலியோடுதான் தொடர்பு கொள்கிறோம். இது எதிர்மறையானது. நாம் எப்போதும் ஆரோக்கியத்தையே எதிர்கொள்ள வேண்டும்.

ரஷ்யாவில் ஒரு ஆராய்ச்சி செய்தார்கள். அதன்படி அவர்கள் கண்டுபிடித்தது இதுதான். அதாவது நம்முடைய உடலானது நமக்கு வரப்போகிற நோயைப் பற்றி ஆறு மாதத்துக்கு முன்பாகவே சொல்லிவிடுகிறது! 2004ல் ஒரு நோய் நமக்கு வரப்போகிறதென்றால் 2003 மத்தியிலேயே அது அதற்கான அறிகுறிகளைக் காட்டி விடுகிறதாம். ஆனால் நாம்தான் அதைப் புரிந்து கொள்ளாமல் அதை அலட்சியப்படுத்திவிட்டு நோய் வந்த பிறகு அல்லது டாக்டர் சொன்ன பிறகே அதைப்பற்றித் தெரிய வந்து கஷ்டப்படுகிறோம்.

கடைசியில் கிர்லியன் என்பவர் இதற்கான ஒரு ஸ்பெஷல் காமிராவையும் கண்டுபிடித்தார். அதன் உதவியைக்கொண்டு நோய் வருவதற்கு ஆறு மாதங்களுக்கு முன்பே நோயைக் கண்டுபிடித்தார்கள். அதாவது அந்த காமிராவைக் கொண்டு எடுக்கப்பட்ட படங்கள் நோய்க்கான அறிகுறி களையும் ஒளிவடிவத்தில் வெளிப்படுத்தியது. அதாவது நல்ல ஆரோக்கியமாக இருக்கும் ஒருவருக்கு ஆறுமாதம் கழித்து கேன்ஸர் வரப்போகிறதென்றால் அவரை இந்தக் காமிரா கொண்டு நிழல்படம் எடுத்தால் அந்தப் படத்தில் கேன்ஸர் அறிகுறிகளும் இருக்கும்! அதாவது ஆரோக்கியமாகத் தோன்றுகின்ற ஒருவரின் படத்தில்! கிர்லியன்

ஃபோட்டோகிராஃபி கண்டுபிடித்தது உடலின் நுட்பமான பேச்சைத்தான். இதைக்கொண்டு நோய் வருவதற்கு முன்பே, அது தீவிரமடைவதற்கு முன்பே வைத்தியம் செய்து குணப்படுத்திவிடலாம்.

இங்கே முக்கியமான விஷயம் அந்த காமிரா அல்ல. நமது உடல்தான். அது நம்மிடம் பேசிக்கொண்டே இருக்கிறது. நாம்தான் அதைக் கண்டு கொள்வதே இல்லை. இனியாவது உடலின் பேச்சைக்கேட்க பழகிக் கொள்ள வேண்டும். அதற்கு உடலோடு தொடர்புகொள்ள வேண்டியது அவசியம். அடுத்தவர் உடலோடு அல்ல. நம்முடைய உடலோடுதான். உடல் விஷயத்தில் விழிப்புணர்வு உள்ளவர்களாக முதலில் நாம் மாறவேண்டும்.

நமக்குத் தெரிந்த ஒரு சின்ன உதாரணம். திடீரென்று சாப்பிடும் ஒரு பொருளின் மீது புதிதாக ஓர் ஆசை வருகிறதென்றால் என்ன அர்த்தம்? அந்தப் பதார்த்தத்தில் உள்ள சத்து நமக்குக் குறைவாக உள்ளது, அது நமக்கு தேவைப்படுகிறது என்று பொருள். உடலில் எங்கோ இறைவன் இப்படிப்பட்ட ஓர் sensor-ஐ வைத்திருக்கிறான்.

சின்னக் குழந்தைகள் சாக்பீஸ் சாப்பிடுவதையும், சுவரைச் சுரண்டி சாப்பிடுவதையும் பார்த்திருக்கிறோம். அவை ஏன் அப்படிச் செய்கின்றன? கால்சியம் சத்து குறைந்துள்ளது. அந்தச் சத்து அதிகமாக உள்ளவற்றைச் சாப்பிடச் சொல்லி உடல் தூண்டுகிறது என்று அர்த்தம். கால்சியம் அதிகம் உள்ள உணவைக் குறிப்பிட்ட காலம்வரை கொடுத்தவுடன் சாக்பீஸ் சாப்பிடுவது தானாகவே நின்றுவிடும்.

நம்முடைய கண்ணுக்கு நம்முடைய உடலின் உறுப்புகளிலேயே அதிகமாக உழைப்பு இருக்கிறது. கண்ணின் சக்தியே தனிதான். கண்ணுக்கு ஓர் வசீகர சக்தி உள்ளது. சிறுத்தை போன்ற மிருகங்கள் தன் உணவை உண்ணும்முன் அதை உறுத்துப் பார்க்கும். எதிரே நிற்கும் உணவான முயலோ மானோ அப்படியே வசியப்படுத்தப்பட்ட மாதிரி, அசைவற்ற நிலைக்குத் தள்ளப்படும். பின் சிறுத்தை என்ன செய்யும் என்று சொல்ல வேண்டியதில்லை. இது மனிதனுக்கும் ரொம்பவே பொருந்தும்.

உதாரணமாக நாம் மற்ற அவயங்களைப் பயன்படுத்த வேண்டிய கட்டங்களில் கூட கண்ணையே பயன்படுத்துகிறோம். உதாரணமாக, ஒரு சப்தம் கேட்டால் உடனே திரும்பிப் பார்ப்போம். ஏன்? சப்தம் என்பது காது சம்பந்தப்பட்டது தானே?

சாப்பிடும் போது வாயால்தான் சாப்பிடுகிறோம் என்று தவறாக எண்ணிக் கொண்டிருக்கிறோம். கண்ணாலும் மூக்காலும்தான்

சாப்பிடுகிறோம். விதவிதமான சாப்பாட்டு அயிட்டங்களை நாம் முகர்ந்து பார்ப்பதில்லையா? அப்போது மூக்கால் சாப்பிடுகிறோம்.

கண்ணையும் மூக்கையும் பொத்திக்கொண்டுவிட்ட பிறகு யாராவது ஒரு ஆப்பிளையோ வெங்காயத்தையோ தின்னக் கொடுத்தால் அது ஆப்பிளா வெங்காயமா என்று நம்மால் நிச்சயமாகச் சொல்ல முடியாது. காரணம் சுவை என்பது ஐம்பது சதவிகிதம் மூக்கைச் சார்ந்துள்ளது. திடீரென்று கரண்ட் போய்விட்டால் சாப்பிடவே மனமில்லாமல் போவது ஏன்? காரணம் கண்ணுக்குத் தெரிய வேண்டும். நாம் கண்ணாலும்தான் சாப்பிடுகிறோம்.

அடுத்து ஒரு முக்கியமான விஷயத்துக்கு வருகிறோம். உடம்பின் அமைப்பை கூர்ந்து கவனித்துப் பார்த்தால் நாம் இடம் கொடுத்தால் ஒழிய எந்த நோயும் நிற்காது என்ற உண்மை தெரியும். ஒரு நோய் வந்தால் அதைத் தீர்ப்பதற்கு இரண்டு வழிகள் உள்ளன. ஒன்று மருத்துவரைப் பார்ப்பது. அது அல்லோபதி, ஹோமியோ, சித்தா, யூனானி என்று எதுவாக வேண்டுமானாலும் இருக்கலாம். இது உலகத்தின் வழி. இன்னொரு எளிய வழி உள்ளது. ஆனால் இந்த வழிக்கு இந்த உலகம் இன்னும் பழக்கமாகவில்லை. இதன் காரணமாகவே நான் இப்போது உடல் பற்றிச் சொல்லப்போகும் ஒரு உண்மையை ஜீரணித்துக்கொள்வீர்களா என்று தெரியவில்லை. ஆனால் நீங்கள் ஒத்துக்கொண்டாலும் ஒத்துக்கொள்ளாவிட்டாலும் உண்மை உண்மை தானே? சரி, இப்போது விஷயத்துக்கு வருகிறேன்.

அதாவது ஒரு நோயை வைத்துக்கொண்டு அது இல்லாத மாதிரி நடந்துகொண்டால் - நடித்தால் அல்ல - அந்த நோய் இல்லாமல் போகும் அல்லது கணிசமாக அதன் தாக்கம் குறைந்து போகும். இதற்கு மறக்கின்ற ஞானம் என்று பெயர். அதாவது ஒரு நோயால் நாம் பாதிக்கப்படும்போது, அது இல்லாமல் ஆரோக்கியமாக நாம் இருந்தால் என்ன செய்வோமோ அதையே செய்ய வேண்டும். அதுவும் நல்ல மனஒருமையுடன். இப்படிச் செய்தால் அந்த நோய் இல்லாமல் போவதை நீங்களே பார்க்கலாம்.

இந்த இடத்தில் மனஒருமை என்பது பற்றி கொஞ்சம் சொல்லவேண்டிய கட்டாயம் ஏற்படுகிறது. மனஒருமையை ஆங்கிலத்தில் concentration என்கிறார்கள். வெற்றிக்கு இது ரொம்ப அவசியம். மனஒருமை ஒரு விஷயத்தில் எந்த அளவுக்கு உள்ளதோ அந்த அளவுக்குத்தான் வெற்றியும் கிடைக்கும். மனஒருமை என்றால் ஒரு புள்ளியில் மனதை வைப்பது. அந்த புள்ளி இசையாக, உணவாக, டி.வி.யாக, எழுதுவதாக, படிப்பதாக, தியானமாக எதுவாக வேண்டுமானாலும் இருக்கலாம்.

இந்த மனஒருமை இரண்டு வகைப்பட்டதாக உள்ளது. ஒன்று நமக்கு வருகின்ற அதாவது தானாகவே ஏற்படுகின்ற மனஒருமை. இன்னொன்று நாமே ஏற்படுத்திக்கொள்வது. முதலாவது மிருகங்களுடையது. முள்ளுக்காகச் சண்டை போட்டுக்கொள்ளும் இரண்டு நாய்களிடத்தில் போய் நீங்கள் உஸ் உஸ் என்றால் அது உங்களைக் கண்டுகொள்ளவே செய்யாது. காரணம் அவற்றின் மனஒருமை பூராவும் முள்ளிலேயே இருக்கும்.

ஒரு படம் பார்த்துக் கொண்டிருக்கிறீர்கள். வீட்டில் யாருமில்லை. அறை ரொம்பச் சின்னது. திடீரென்று வாசலில் ஒரு சப்தம். திரும்பிப் பார்க்கிறீர்கள். அறைவாசலில் ஒரு அனகொண்டா! எப்படி இருக்கும்? அதேசமயம் மின்தடை ஏற்படுகிறது. இப்போது உங்கள் மனம் படத்தில் இருக்குமா? வாழ்வா சாவா என்ற பிரச்சினை வந்த பிறகு படமாவது மண்ணாவது. மனம் மட்டுமல்ல, உடல்கூட அசையாது. முழுமையான மனஒருமை ஏற்படும்.

இது அந்த முள்ளுக்காகச் சண்டை போட்ட நாயின் மனஒருமையை ஒத்தது. அதாவது நமக்கு எது பிடிக்கிறதோ, அல்லது நம்மை எது பிடிக்கிறதோ அதில் நம் மனம் தானாகவே ஒன்றும். இது மிருக மனஒருமை.

இன்னொன்று நாமாக ஏற்படுத்துகின்ற மனஒருமை. இதுதான் உண்மையான மனஒருமை. மனிதனுக்குப் பொருத்தமானது. அதாவது நாம் செய்ய வேண்டிய காரியத்தில் நமக்கு ஈடுபாடு இருந்தாலும் இல்லா விட்டாலும் - ஆரம்பத்தில் - வேண்டுமென்றே மனத்தை அங்கேயே வைப்பது. இதைத்தான் மனஒருமை என்று நான் குறிப்பிடுகின்றேன்.

நாம் பாதிக்கப்படும்போது, ஆரோக்கியமாக நாம் இருந்தால் என்ன செய்வோமோ அதையே இப்படிப்பட்ட மனஒருமையோடு செய்ய வேண்டும். ஒரு உதாரணம் தருகிறேன். இது என் வாழ்க்கையில் எனக்கே நடந்தது.

நான் பி.எச்.டி.க்காக படித்துக் கொண்டிருந்தபோது ஒருநாள் இரவு திடீரென்று படித்துக்கொண்டிருந்த புத்தகத்தின் எழுத்துகள் தெளிவாகத் தெரியவில்லை. கண்ணுக்குள் தண்ணீர் புகுந்து கொண்டால் எழுத்துகள் எப்படித் தெரியுமோ அந்த மாதிரி கலங்கலாகத் தெரிந்தது. கண்ணைக் கசக்கி விட்டுக்கொண்டு மறுபடியும் பார்த்தேன். எத்தனைமுறை முயன்றாலும் அதேதான். கண்ணில் ஏதோ பிரச்சினை என்பது தெளிவாகிவிட்டது.

எனக்குத் தெரிந்த ஒரு டாக்டரின் உதவியுடன் வேலூரில் உள்ள பாபுலர் ஐ க்ளினிக்கில் காட்டினேன். அங்கே ரொம்ப வேகமாகப்

பரிசோதித்துவிட்டு, கண்ணின் ரெடினாவில் தண்ணீர் கட்டிக் கொண்டுள்ளது. ரத்தப் பரிசோதனை யெல்லாம் எடுத்த பிறகுதான் எந்த முடிவுக்கும் வரமுடியும் என்று சொல்லி விட்டார்கள். என் கண் நோய்க்கு அவர்கள் வைத்த பெயர் Central Serous Retinopathy.

பெயர் அழகாக இருந்தாலும் எனக்கு அவர்கள் வேகமாகப் பரிசோதித்த விதத்தில் நம்பிக்கை இல்லாமல் மறுபடி சென்னை சைதாப் பேட்டையில் உள்ள பிரேம்ஸ் ஐ கிளினிக்கில் காட்டினேன். அவர்கள் பொறுமையாக ஒரு நாள் முழுதும் பரிசோதித்துவிட்டு வேலூரில் சொன்னது சரிதான். அதோடு, தண்ணீராக இருந்தது, இப்போது கொப்பளம் கொப்பளமாக மாறிவிட்டது. அதை அப்படியே விட்டால் அது நிரந்தரமான வடுவாகிவிடும். பின் அந்த இடத்தில் மட்டும் கண்பார்வை பாதிக்கப்படும். அது அடுத்த கண்ணையும் பாதிக்கலாம். இதுதான் அவர்கள் முடிவு. அடுத்து என்ன செய்ய வேண்டும் என்று கேட்டேன்.

நாளைக் காலை வாருங்கள். ஒரு 'டை'யை 'இன்ஜெக்ட்' செய்து பார்த்தால் கண்ணில் எந்த அளவுக்குப் பாதிப்பு ஏற்பட்டுள்ளது என்று தெரியும். பிறகு பலமான மாத்திரைகள் கொடுத்து குணப்படுத்துவதா அல்லது லேசர் ஆபரேஷன் செய்வதா என்று முடிவெடுக்கலாம் என்றார் டாக்டர். அதன்பிறகு நான் வெற்றியின் ரகசியங்களை எல்லாம் எனக்கு சொல்லிக்கொடுத்த என் குருவிடம் போய் எல்லாவற்றையும் சொல்லி என்ன செய்வதென்று கேட்டேன். அவர் கற்றுக்கொடுத்தது தான் மறக்கின்ற ஞானம் என்ற விஷயம்.

அதன்படி நான் என்ன செய்ய வேண்டும் என்று அவர் சொன்னார். அதாவது கண் நோயால் பாதிக்கப்படாமல் நான் இருந்தால் என்ன செய்வேன் என்று கேட்டார். நிறைய டி.வி. பார்ப்பேன், எழுதுவேன், படிப்பேன் என்றேன். அதையெல்லாம் இப்போதும் இந்த நோயை வைத்துக்கொண்டே செய் என்றார்.

பொதுவாக கண் நோயால் பாதிக்கப்படுபவர்களுக்கு மருத்துவர்கள் சொல்லும் முதல் அறிவுரை கண்ணுக்கு ஓய்வு கொடுக்க வேண்டும் என்பதுதான். அந்த நேரத்தில் படிப்பது, டி.வி.பார்ப்பது எல்லாம் நோயை வளர்க்கின்ற செயல்பாடுகள் என்பதுதான் மருத்துவத் துறையின் நிலைப்பாடு.

ஆனால் நான் முழு நம்பிக்கை வைத்து செயல்பட்டேன். ஒன்றரை மாதத்துக்கும் மேலாக நிறைய டி.வி.பார்த்தேன். இரவு இரண்டு வரை. அதுவும் வேண்டுமென்றே அருகே உட்கார்ந்து. நிறைய எழுதினேன். படித்தேன். ஒன்றரை மாதம்வரை எந்த முன்னேற்றமும் ஏற்படவில்லை.

நோய் அதிகமாகவும் இல்லை. அதன் பிறகு ஒரு நாள் நான் கண் விழித்தபோது எல்லாம் 'நார்ம'லாகத் தெரிந்தது. எப்போதும் போல. இன்றுவரை எந்தப் பிரச்சினையும் இல்லை. இருக்கப்போவதும் இல்லை.

இங்கே நாம் முக்கியமாக கவனிக்க வேண்டியது முழு நம்பிக்கை, நோயை மறந்ததாக நாம் நடந்துகொண்டது இவைதான். மூக்கு ஒழுகிக் கொண்டிருப்பவன் தியேட்டருக்குள் குஷியாகப் படம் பார்த்துக் கொண்டிருக்கும் போது மூக்கு ஒழுகுவது நின்றுவிடுகிறது. ஏன்? அவன் அந்த விஷயத்தையே மறந்துவிட்டதுதான். காய்ச்சலடிக்கும்போது குளிர்ந்த நீரில் குளிக்க வேண்டும் என்று காந்தி சொன்னதற்கும் காரணம் இதுதான். அதாவது காய்ச்சல் இல்லாவிட்டால் நாம் எப்படி நடந்து கொள்வோமோ அப்படி இருப்பது.

மருத்துவத்துறை சேர்த்து வைத்திருக்கும் அறிவைக் குறை சொல்வதோ அது தவறு என்று சொல்வதோ நமது நோக்கமல்ல. அது ஒரு முறை. அவ்வளவுதான். நோயை வெற்றிகொள்கின்ற அருமருந்தாக உடம்பே இருக்கிறது என்பதைப் புரிந்துகொண்டு நடக்கின்ற இன்னொரு முறை இது. அவ்வளவுதான். இதன் மூலமாக நம்மை கடவுள் எவ்வளவு அற்புதமாகப் படைத்திருக்கிறார் என்ற நன்றியுணர்ச்சியும் ஏற்படும்.

இப்படிப் புரிந்துகொண்ட ஒருவன் சளி, காய்ச்சல், போன்ற உபாதை களுக்காக ஊசி போட்டுக்கொள்வதற்காக டோக்கன் வாங்கிக்கொண்டு மருத்துவமனைகளில் காத்திருப்பான் என்று நினைக்கிறீர்களா? நிச்சயமாக இல்லை. எல்லாரும் சாகத்தான் போகிறோம். அது இயற்கையாக இருக்கட்டுமே. எதற்கு இன்னொருவருடைய அறிவை அடிப்படையாக வைத்துக் கஷ்டப்பட்டு அதற்காக அவருக்குக் காசும் கொடுத்துவிட்டுச் சாகவேண்டும்?

உடலின் மொழி ரொம்ப அற்புதமானது. நோயை வெற்றி கொள்கின்ற எல்லா மருந்துகளையும் அது தன்னுள்ளே வைத்துள்ளது. அதை நம்புங்கள். அதனால்தான் தீபக் சோப்ரா போன்ற உலகப்புகழ் பெற்ற மருத்துவர்கள், நாம் சாப்பிடுகின்ற ஒவ்வொரு மாத்திரையும் - அது 'வேலியம் ஃபைவ்' ஆக இருந்தாலும் சரி - நம் உடலுக்குள் செல்கின்ற ஓர் அந்நியன் என்று சொல்கிறார்.

மாத்திரைகள் சாப்பிடுவதனால் குணம் ஏற்படுவதில்லை. நம் உடம்புக்குள்ளேயே இருக்கின்ற குணப்படுத்துகின்ற விஷயங்களை - curative forces - அது போய்த் தூண்டிவிடுகிறது அவ்வளவுதான். மாத்திரை சாப்பிடாவிட்டால் நாம் இயற்கையாகவே தூண்டப் படுவோம். என்ன கொஞ்சம் தாமதமாகும். மாத்திரைக்கு அடிமையாக நாம் இதுவரை ஆகிவிட்டதனால்.

மருந்துகளுக்குச் சக்தி இல்லை என்று சொல்ல வரவில்லை. உண்டு. இல்லாவிட்டால் 'சைடு எஃபக்ட்' எல்லாம் வருமா என்ன? ஆனால் எந்த அளவுக்கு மருந்தைக் குறைக்கிறோமோ அந்த அளவுக்கு மருந்தின்றி நோய் குணமாகும் தகுதியும் வளரும்.

கையை ஒருபக்கம் வைப்பதால் வலி ஏற்படுகிறது என்று சொன்னால் அந்தக் கை அதுவாகவே அந்தப் பக்கம் வைக்கப்படுவதை தவிர்த்துக் கொள்ளும். அப்படியே வலிக்கும் பக்கம் அந்தக் கையை வைத்துத்தான் ஆகவேண்டிய கட்டாயம் இருக்கிறதென்றால் வலிக்கக்கூடாது என்று உங்கள் ஆழ்மனத்திற்கு கட்டளை கொடுத்துவிடுங்கள். பிறகு பாருங்கள். வலி எப்படி பறக்கிறதென்று.

ஆரோக்கியம் என்பது நமது இயற்கை. நோய் என்பது இயற்கையின் மீதான ஒரு வன்முறை. அதனால்தான் நாம் நோயினால் அவ்வப்போது பாதிக்கப்படுகிறோம். மற்ற நேரங்களில் ஆரோக்கியமாகத்தான் இருக்கிறோம். ஆனால் ஒரு சின்ன தலைவலி வந்தவுடன் நாம் எவ்வளவு கூத்தடிக்கிறோம்? ஆரோக்கியத்தைப் பற்றி கவலைப்படு வது ஆரோக்கியத்துக்கு எதிரானது. அதை மறந்து, அது நன்றாகத்தான் இருக்கும் என்ற நம்பிக்கையில் இருப்பது தான் ஆரோக்கிய மனநிலை. இது ஈரம், இது சூடு என்று ஒவ்வொன்றையும் பற்றி துருவித்துருவி ஆராய்ந்து கொண்டிருக்காமல் சாப்பிடுவதுதான் சிறந்த வழி. ஆரோக்கியம் என்பது ஒரு மனநிலை. நோய் என்பது ஆரோக்கியத்துக்கு நேர் எதிரான மனநிலை.

என்ன இது? பொருளின் தரம் சுத்தம் பார்க்காமல் சாப்பிடலாம் என்று சொல்கிறீர்களா என்று கேட்பீர்கள். அப்படியல்ல. சுத்தம் பார்த்துதான் சாப்பிடவேண்டும். ஆனால் ஒரு உணவை சாப்பிடுகின்ற காரியத்துக்கு அதைப் பற்றிய தேவையில்லாத கவலை, அச்சம், போன்றவை தடையாக மாறிவிடக்கூடாது. ரத்த அழுத்தம், கொழுப்பு போன்றவை டென்ஷனின் காரணமாகக் கூடுகிறது என்று விஞ்ஞானமே கூறுகிறது.

இந்தப் பொருள் சாப்பிட்டால் நமக்கு ஒத்துக்கொள்ளாது என்று நினைப்பீர்களேயானால் அது நல்ல பொருளாக இருந்தாலும் அது நிச்சயமாக ஒவ்வாமையை ஏற்படுத்தும். நீங்கள் சாப்பிட வேண்டாம் என்று நினைக் கின்ற பொருளை சாப்பிட வேண்டாம். ஆனால் சாப்பிடுகின்ற பொருள்களைப் பொறுத்தவரையிலாவது சிந்தித்துக் கொண்டே இராமல் நம்பிக்கையுடன் சாப்பிடுங்கள் என்று சொல்கிறேன்.

ஒருவன் ஒருநாள் நெற்றியில் ஓர் ஈரத்துண்டைப் போட்டுக்கொண்டு சென்றானாம். அதைப் பார்த்த ஒரு ஞானி எதற்கு இப்படிப்

போட்டிருக்கிறாய் என்று கேட்டாராம். தலைவலியாக உள்ளது அதனால்தான் என்றானாம். உன் வயது என்ன என்று ஞானி கேட்க, முப்பது என்று அவன் சொன்னானாம். முப்பது வருடங்களாக உனக்குத் தலைவலியா என்றதற்கு இல்லை, இப்போதுதான் என்றானாம். இவ்வளவு காலமாக கடவுள் அருளால் நீ ஆரோக்கியமாக இருந்துள்ளாய்; ஆனால் அதை நீ பறைசாற்றவில்லையே? ஒரு தலைவலி வந்தவுடன் அதை இப்படி விளம்பரப்படுத்துகிறாயே, எவ்வளவு நன்றி கெட்டவன் நீ என்றாராம்.

உண்மை. ராமகிருஷ்ண பரம்ஹம்சர் தொண்டை கேன்சரால் அவதிப்பட்டபோது அதற்காக வேண்டிக் கொள்ளக்கூடாதா என்று கேட்டதற்கு, ''இவ்வளவு காலமாக தாய் கொடுத்த பரிசுகளை கௌரவங்களையெல்லாம் வாங்கிக் கொண்டேன். இப்போது நோயைக் கொடுத்துள்ளாள். இதை மட்டும் எப்படி மறுப்பது?'' என்றாராம். அபூ பக்கர்(ரலி) அவர்களுக்கு நோய் வந்தபோது, மருத்துவமனையை நாடக்கூடாதா என்று கேட்டதற்கு, ''மருத்துவன் தானே இந்த நோயை அனுப்பியது'' என்றாராம்!

நாம் அந்த அளவுக்கு பொறுத்துப் போகவேண்டும் என்று சொல்ல வில்லை. உடல் மொழியைப் புரிந்துகொண்டு, இறைக்கருணைக்குப் பாத்திரமானவர்களாக, நமது நோயை தீர்க்கும் வேலையையும் அந்த உடலிடமே ஒப்படைக்கலாமே என்கிறேன். எம்.எம்.ஹாஸ்பிடலின் குரியன் எனக்கு மிகவும் வேண்டியவர், ராமச்சந்திரா மருத்துவமனை யின் தணிகாசலம் எங்கள் குடும்ப நண்பர் என்று பெருமை அடித்துக்கொள்வதை விட நோய்வரும் போது அதை நாமே தீர்த்துக் கொள்ளக்கூடிய வழியையும் இறைவன் கொடுத்துள்ளதைப் புரிந்து கொண்டு அதை முயன்றால் அத்தகைய வாழ்வுதான் எத்தகைய வெற்றிகரமானது?

மருத்துவமனைகளுக்கு தினமும் படையெடுக்கும் கூட்டத்தைப் பார்த்து மனம் வெதும்பி இந்த உண்மையைச் சொல்கிறேன். சின்னச் சின்ன சளி, காய்ச்சல் போன்ற விஷயங்களிலாவது நான் சொல்வதை முயன்று பாருங்களேன்.

அதிகமாகச் சாப்பிட்டுவிட்டாலோ, கெட்டுப்போன உணவைச் சாப்பிட்டு விட்டாலோ உடனே வாந்தி வந்து நமக்கு எச்சரிக்கை கொடுத்துவிடுகிறது. ஒவ்வொரு நோயும் நாம் செய்த தவறைப் பற்றிய எச்சரிக்கை என்பதை நாம் ஏன் புரிந்துகொள்வதில்லை? நமது உடலை நாம் அலட்சியப்படுத்துகிறோம்.

நமது நோக்கத்திற்குத் தகுந்தவாறு உடல் உறுப்புக்கள் மாறுகின்ற தன்மை கொண்டவை. கண்ணாடியின்றி படிக்க முடியும் என்று

நம்பினால் நிச்சயமாக முடியும். அதை விட்டுவிட்டு, கண்ணாடி மீது நம்பிக்கை வைக்க ஆரம்பித் தால் கண்ணாடியின்றி வாழவே முடியாமல் போய்விடும்.

இந்த ரீதியில் பரம்பரை நோய்களைக்கூட நமக்கு வராமல் தடுக்க முடியும். பரம்பரை நோய் என்பது வந்துதான் தீரும் என்ற நமது நம்பிக்கையினால்தான் அந்த நோயினால் அவதிப்பட்ட நம் முன்னோர்கள் சாப்பிட்ட மாதிரியான உணவுப் பழக்கவழக்கங்கள், முறைகள் நம்மையறியாமல் ஏற்பட்டு அந்த நோய் நம்மையும் தாக்க வைக்கிறது.

அதை விடுத்து, நம்பிக்கையுடன் நாம் விலகி இருந்தோமென்றால் தீவிரமான இந்த எதிர் நம்பிக்கையின் காரணமாக நம்முடைய எண்ண ஓட்டம், சாப்பாடு, சாப்பிடும் முறை எல்லாம் மாறி அந்த நோய் வராமல் தடுக்கும். நம்புவதன் விளைவு இது. துப்பாக்கியால் சுடுவதும் பீரங்கியால் சுடுவதும் ஒன்றுதான். ஆனால் புறப்படுகின்ற இடத்தைப் பொறுத்து வீச்சும் வேகமும் விளைவும் மாறுபடும் அல்லவா? நம்பிக்கையினால் உங்கள் உடல் நிகழ்த்துகின்ற அற்புதங்கள் உங்கள் கையில்தான் உள்ளது.

உடல் புனிதமானது என்பதை நாம் மறந்துவிடுகிறோம். மிகவும் சூட்சுமமாக இயங்குகின்ற இந்த உடலின் ரகசியங்களில் ஒரு சதவிகிதம்கூட முழுமையாகப் புரிந்துகொள்வதற்கு நமக்கு வாழ்நாள் போதாது. நாம் கற்பனையே செய்ய முடியாத அளவுக்கு அறிவு நிரம்பியதாக உள்ளது நமது உடம்பு. அதன் பேச்சை நாம் கேட்பதே இல்லை. ஆனால் வெற்றி வேண்டும் என்று விரும்புபவர்கள் உடலின் மொழியை அலட்சியப்படுத்தவே கூடாது.

இன்னொரு முனை

சக்திக்கு இரண்டு முனைகளுண்டு. மனிதனிடம் இருக்கிற சக்திக்குத் தான். ஒரு முனையில் இருப்பது செக்ஸ். இன்னொரு முனையில் இருப்பது இறைவன். ஒருபக்கம் புதிர். இன்னொரு பக்கம் புனிதம். எனவேதான் செக்ஸிலிருந்து இறைவனுக்குச் செல்வது சுலபம் என்று பல ஞானிகள் கூறுகின்றார்கள். வெற்றியைப் பொறுத்த அளவில் இரண்டு முனைகளுமே நமக்கு அவசியமானவை. இரண்டாவது முனைதான் ஏற்கெனவே பிரபஞ்ச மனம் என்ற பெயரில் நமக்கு அறிமுகமாகிவிட்டது. இன்னொரு முனையைப் பற்றி இப்போது பார்ப்போம்.

இறைவனை நமக்குத் தெரியுமோ தெரியாதோ, செக்ஸை நமக்கு நன்றாகத் தெரியும். அது இல்லாமல் இந்த உலகில் எந்தச் சாதனையும் சாத்தியமில்லை. மனிதனிடத்திலே ஒரு மாபெரும் சக்தி இருக்கிற தென்றால் அது செக்ஸ்தான். இந்தச் சக்திதான் நாம் நமது காரியங்களை ஆற்ற உதவுகிறது. நடப்பதிலிலிருந்து, பேசுவது, எழுதுவது, பார்ப்பது... எல்லாமே இந்த சக்தியின் வடிவங்கள்தான். ஆனால் இந்த பூமியின் மிகப்பெரிய வரப்பிரசாதமாகவும் சாபமாகவும் உள்ள சக்தி அதுதான். அதைக்கொண்டு ஏற்படுகிற பிரச்சினைகள் அளவிட முடியாதவை.

ஒருவன், ஒரு ஸ்பெஷல் கம்ப்யூட்டரை உருவாக்கினானாம். கடந்த காலம், வருங்காலம் ஆகியவற்றைத் துல்லியமாகச் சொல்லும் அளவுக்குத் தேவையான தகவல்களை அதனுள் உள்ளிட்டான். எல்லாம் முடிந்த பிறகு தனது படைப்பைப் பரிசோதித்துப் பார்க்க விரும்பிய அவன் கம்ப்யூட்டரை முடுக்கி, ''என் அப்பா எங்கிருக்கிறார் என்று சொல்லமுடியுமா கம்ப்யூட்டர்ஜீ?'' என்று கேட்டான். உடனே அந்த கம்ப்யூட்டர், ''இதில் ஒன்றும் கஷ்டமில்லை நண்பனே, உன் தந்தை மீன் பிடிக்கச் சென்றிருக்கிறார்'' என்றதாம். உடனே அவன்

தலையில் கைவைத்து ''போச்சுடா, என் உழைப்பெல்லாம் வீணானதே. ஏ முட்டாளே... என் தந்தை இறந்து மூன்று வருஷங்களாகின்றன'' என்றானாம் கோபத்தோடு. உடனே கம்ப்யூட்டர், ''நண்பனே, கலங்காதே, நான் ஒன்றும் தவறாகச் சொல்லிவிடவில்லை, உன் அப்பா மீன்பிடிக்கத்தான் போயிருக்கிறார். மூன்று வருஷத்துக்குமுன் இறந்து போனவர் உன் அப்பா அல்ல. உன் அம்மாவைப் போய்க் கேள். இந்நேரம் உன் அப்பா மீன் பிடித்துவிட்டு திரும்பி வந்திருப்பார். அவர் உன் வீட்டுக்குப் பக்கத்து வீட்டுக்காரர்'' என்றதாம்!

கம்ப்யூட்டர் யுகம் என்றில்லை, மனிதன் தொடங்கியதிலிருந்தே இந்தப் பிரச்சினை அல்லது சக்தியும் தோன்றிவிட்டது தன் வேலையைக் காட்ட. ஆதாம் ஏவாள் காலத்திலிருந்தே. லைலாவைத் தவிர வேறு யாரையும் பார்ப்பதில்லை என்று கண்களை மூடிக்கொண்டிருந்தானாம் கயஸ். ஆண்டவன் வந்து, ''நான் இறைவன் வந்திருக்கிறேன் கயஸ். கண்களைத் திறந்து பார்'' என்றானாம். அதற்கு கயஸ், ''உன்னை யார் கூப்பிட்டார்கள்? உன்னை நான் பார்க்க வேண்டுமென்று நீ விரும்பினால் உனக்கு ஒரு வாய்ப்பு தருகிறேன். நீ லைலாவின் உருவத்தில் வா'' என்றானாம்!

இப்படிப்பட்ட சக்தியை சரியாகப் புரிந்துகொண்டு பயன்படுத்திய வர்களே வெற்றியாளர்கள், சாதனையாளர்கள். சந்தேகமாக இருந்தால் ஒரு மெக்சிகன் காளையைக் காயடித்துப் பாருங்கள். சரி வேண்டாம், காங்கேயம் காளை யையே காயடித்துப் பாருங்களேன். அது தன் மூர்க்கமெல்லாம் இழந்து, ஒரு செல்லப்பூனைக்குட்டிபோல் உங்கள் மடியில் தூங்கிவிடும்.

இந்த ஆக்கச்சக்தியை எப்படிப் பயன்படுத்துவது என்று தெரியாத னால்தான் மனிதன் தோல்விகளைச் சந்திக்கிறான் என்றுகூடச் சொல்லலாம். எந்தச் சக்தியையுமே அழிக்க முடியாது. திசைதிருப்பத் தான் முடியும். அணை கட்டலாம். 'ரோடு குளோஸ்டு' என்று போர்டு காட்டி பைபாஸில் அனுப்பலாம். வேறு ஒன்றும் செய்யமுடியாது.

இதயநோய் மருத்துவ நிபுணர்கள் ஒரு சுவையான தகவலை நமக்குத் தருகின்றனர். அது உடலுறவு கொள்வதால் யாருக்கும் இதயம் பாதிக்கப்படுவதில்லை என்பதுதான். இதுதான் தெரியுமே, அந்த உறவு இல்லை என்பதால்தான் இதயம் பாதிக்கப்படுகிறது என்கிறீர்களா? நான் அதைச் சொல்லவில்லை. செக்ஸ் உறவினால் யாருக்கும் 'ஹார்ட் அட்டாக்' ஏற்படுவதில்லையாம். இதுதான் நிபுணர்கள் சொல்வது. மாறாக இதயம் பலப்படுவதாக அனுபவ நிபுணர்கள் சொல்கிறார்கள்!

இதிலிருந்து என்ன தெரிகிறது? இதயம் பலவீனமடைந்தவர்கள் அதைப் பலப்படுத்துவதற்கு வழிபிறந்துவிட்டது என்று

சொல்லாதீர்கள். நான் அதைச் சொல்ல வரவில்லை. செக்ஸ் என்பது நம்மிடம் இயற்கையாக உள்ள ஒரு சக்தியாகும். அதன் தன்மை அழிப்பதல்ல என்பதைத்தான். அது ஓர் ஆக்க சக்தியே. நாம் வேண்டு மானால் அதை அழிவுக்கு-கொனோரியா, எய்ட்ஸ் போன்ற நமது அழிவுக்குத்தான் - பயன்படுத்திக்கொள்ளலாம்.

வெற்றி பெற விரும்புபவர்கள் இந்த சக்தியை எப்படி வெற்றிக்குப் பயன்படுத்துவது என்பதுதான் இப்போது நம்முன் நிற்கும் கேள்வி. இப்படி செக்ஸ் சக்தியை திசை திருப்புவதை transmutation of sex energy என்று சொல்கிறார்கள். முப்பதிலிருந்து நாற்பது வயதில்தான் மனிதன் இந்த கலையைக் கற்றுக்கொள்கிறானாம். தெரிந்தவர்கள் சொல்கி றார்கள். சரி, அதை எப்படிச் செய்வது? அதற்குமுன் செக்ஸ் பற்றி கொஞ்சம் புரிந்து கொள்வது நல்லது. அதுதான் நல்லாத் தெரியுமே, மீன் குஞ்சுக்கு நீந்தக் கற்றுக்கொடுக்கவேண்டுமா என்கிறீர்களா? உங்களுக்குத் தெரிந்ததைப் பற்றி நான் சொல்ல வரவில்லை. தெரியாததைப் பற்றி.

செக்ஸ் என்பது ஒரு மாபெரும் சக்தி. புயலடிக்கும் கடலைப்போல. அதில் மாட்டிக்கொள்வது அபாயமானதுதான். அதிலிருந்து வெளிவருவது மிகவும் கஷ்டம். ஒரு சக்தியாக அது இருப்பதனா லேயே அதை அப்படியே பயன்படுத்த முடியாது. அதை வேறொன்றாக மாற்ற வேண்டும். மின்சாரம் ஒரு சக்தி. அதை அப்படியே பயன் படுத்துவதென்றால் ஷாக் அடித்துச் சாவது என்று அர்த்தம். அதைப் பயன்படுத்துவது என்றால் அதை விளக்காக, மின் விசிறியாக, டி.வி.யாக, கம்ப்யூட்டராக, ஏ.சி.யாக, ஃப்ரிஜ்ஜாக இன்னும் என்னென்னவோவாக மாற்றிக்கொள்வது என்று அர்த்தம்.

இதே போல செக்ஸையும் மாற்றவேண்டும். அதைக் காதலாக மாற்றலாம். அன்பாக, பாசமாக, லட்சியமாக, கற்பனையாக, பக்தியாக எதுவாக வேண்டுமானாலும் மாற்றலாம். மாற்ற வேண்டும். அப்போது தான் அது பயன்படும். அப்போதுதான் அது ஆக்க சக்தி. இல்லையெனில் நேரடியாகத் தொடர்பு கொண்டால் அது அழிவு சக்தி. புரிந்திருக்க வேண்டும். ஒரு நல்ல திரைக்கதையோ, பாடலோ இல்லாத ஒரு படம் ஒரு முழு நீள முத்தக் காட்சியின் பொருட்டு வெற்றிப்படமாக, மாறுவதை நாம் பார்க்கவில்லையா?

ஒரு கிழவன் டாக்டரிடம் போய் ''டாக்டர் நான் ஆண்மை இழந்து வருகிறேன். என்ன செய்வது?'' என்றானாம். ''உங்கள் வயது என்ன?'' என்று டாக்டர் கேட்டாராம். ''எண்பது'' என்றானாம் கிழவன். ''எப்போதிலிருந்து ஆண்மை இழந்துவருவதாகக் கண்டுபிடித்தீர்கள்?'' என்றாராம் டாக்டர். அதற்கு கிழவன், '' நேற்று ராத்திரியும் இன்று

காலையிலும்'' என்றானாம்! அந்தக் கிழவனின் தலையாய 'தொண்டு' என்னவாக இருந்திருக்கும் என்று ஓரளவு ஊகிக்க முடிந்திருக்கலாம்.

இப்படிக் கதை கதையாக சொல்லிக்கொண்டே போகலாம். இதுதான் செக்ஸை அப்படியே மாற்றாமல் 'ரா'வாக பயன்படுத்துவது. இது அழிவில்தான் கொண்டு விடும். செக்ஸ் சக்தி 'நம்முடன்' பிறந்ததுதான். கூடவே பிறந்ததில் தவறில்லை. அதற்காகவே நாம் வாழ்வதுதான் தவறு. இந்தச் சக்தியை வேறு ஒன்றாக மாற்றாமல் வெற்றி என்பது யாருக்கும் கிடையாது.

சிற்றின்பத்தில் மூழ்குபவர்களுக்கு அந்த நேரத்தில் வேண்டுமானால் உலகத்தின் உச்சியில் நிற்பதைப்போன்ற ஒரு உணர்விருக்கும். ஆனால் கொஞ்ச நேரத்திற்கெல்லாம் மீண்டும் பள்ளத்தாக்குக்கு வந்துவிடுவார்கள். இது ஒரு சாபச்சக்கரம். இதில் மாட்டிக்கொண்டவர்கள் மீண்டதே இல்லை. இதிலிருந்து மீள்வதற்கு ஒரே வழி இதைச் சரியாகப் புரிந்துகொள்வதுதான். இந்தப் புரிந்துகொள்ளல் வந்தவுடன்தான் தெரியும், நம்முடைய வேர்கள் ஆகாயத்தில் இருக்கின்றன; நாம்தான் அவற்றை அடியில் தேடிக் கொண்டிருந்திருக்கிறோம் என்று. விந்து ஒரு அற்புதமான பொருள். அதை வெளியேற்றித்தான் ஆகவேண்டுமெனில் குழந்தையை உருவாக்குவதற்காக மட்டும்தான் வெளியேற்ற வேண்டும்.

ஒரு பெண்ணின் உடலை மட்டும் பார்ப்பீர்களேயானால் சாபச் சக்கரத்தில் மாட்டிக்கொண்டீர்கள் என்று அர்த்தம். ஒரு கிழவன் ஒரு படத்துக்கு போனானாம். அதில் உடைகளை எல்லாம் அவிழ்த்துப் போட்டு பல அழகான இளம் பெண்கள் நீச்சல் குளத்தில் குளிக்கப் போகின்ற காட்சி ஒன்று வந்ததாம். முக்கியமான 'டூ பீஸ்'களை அவிழ்க்கும் சமயத்தில் ஒரு ரயில் அவர்களைக் கடந்து செல்வதுபோல் அந்தக் காட்சி அமைந்திருந்தது. அந்தக் கிழவன் அந்தப் படத்தைத் தொடர்ந்து பலமுறை பார்த்துக்கொண்டே இருந்தானாம். டிக்கெட் கொடுப்பவர் ''என்ன சார், இத்தனை முறை பார்க்கிறீர்களே, ஏதாவது விசேஷமா'' என்றதற்கு, ''ஒரு தடவையாவது அந்த டிரெயின் லேட்டாக வராதா என்று பார்க்கிறேன்'' என்றானாம்! மாட்டிக் கொள்வது என்றால் இதுதான்.

மாறாக, அவள் மனத்தை, திறமைகளை, குணத்தைப் பார்ப்பீர்களானால் சக்கரத்தை விட்டு வெளியே வந்துவிட்டீர்கள் என்பது மட்டுமல்ல, சக்கரத்தைச் செலுத்தும் கடையாணி உங்கள் கையில் என்று அர்த்தம்.

சரி, இப்போது செக்ஸை திசை திருப்புவது என்றால் என்னவென்று பார்ப்போம். பொதுவாகவே நாம் செய்கின்ற ஆக்கப்பூர்வமான எல்லா

வேலைகளுக்கும் தேவைப்படும் சக்தியாக செக்ஸ்தான் உள்ளது. எனினும் உடல் பற்றிய உணர்வு எழும் பொழுது, நாம் வேண்டுமென்றே ஒரு பெரிய வேலையை எடுத்து வைத்துக்கொண்டு, அதை முடித்து விட்டுப் போகலாம் என்று முடிவு செய்துகொண்டு அதன்படி செயல் பட்டோமென்றால் செக்ஸின் சக்தி முழுவதும் அந்த வேலைக்கு ரொம்பத் தீவிரமாகப் பயன்படும்.

உதாரணமாக இரண்டு பக்கம் எழுதிவிட்டுச் செய்யலாம் என்று முடிவெடுக்கலாம். ஆரம்பத்தில் கொஞ்சம் கஷ்டமாக இருக்கலாம், பழக்கமில்லாத காரணத்தினால். ஆனால் இப்படிச் செய்வதால் உடம்பின் சக்தியும் அதிகமாவதோடு மனத்தை இங்கு என்றால் இங்கும், அங்கு என்றால் அங்கும் வைக்கின்ற பக்குவமும் வந்துவிடும். அதோடு இப்படிச் செய்வதால் அந்தச் சக்தி காலியாகிவிடாது. தேக்கிவைத்துச் செய்வதனால் வேகம் அதிகமாகத்தான் இருக்கும். குறையாது. இதைத்தான் transmutation of sex energy என்று குறிப்பிடு கின்றார்கள். இந்த உலகத்தில் இதுவரை தோன்றிய எழுத்தாளர்களும், விஞ்ஞானிகளும், இசை மேதைகளும், ஓவியர்களும் இன்னும் எல்லாத் துறையைச் சேர்ந்த சாதனையாளர்களும் செய்தது இதுதான்.

அவர்கள் எல்லாரும் இதைத் தெரிந்து செய்தார்களா என்றால் அப்படிச் சொல்ல முடியாது. தெரிந்துதான் செய்ய வேண்டும் என்ற அவசியமும் இல்லை. ஆனால் ஒரு மனிதன், ஒரு குறிப்பிட்ட துறையில் பெருவெற்றி அடைகிறான் என்று சொன்னால் அதற்குக் காரணம் அவன் தன்னிடமுள்ள ஓர் அரிய சக்தியை தன் குறிக்கோளை நிறைவேற்றிக்கொள்ளப் பயன்படுத்தி இருக்கிறான் என்றே பொருள். அதாவது செக்ஸ் என்ற ஒரு மாபெரும் சக்தியை அவன் வெறும் செக்ஸ் உறவுகளுக்காக மட்டும் பயன்படுத்தி அழித்து விடவில்லை என்று அர்த்தம். அப்படிச் செய்வது மிருக குணம்.

அப்ளிகேஷன் படிவத்தில் செக்ஸ் என்ற இடத்தில் ஆண் - பெண் எது என்று டிக் அடிக்க வேண்டிய இடத்தில் "இருபாலரும்" என்றோ, "வாரத்துக்கு ஏழுமுறை" என்றோ எழுதுகிற ஜாதி மிருகஜாதி. மிருகங்களுக்கு செக்ஸ் என்ற சக்தியை வேறு காரியங்களுக்குப் பயன் படுத்தத் தெரியாது. அவற்றுக்கு வெற்றியும் கிடையாது, தோல்வியும் கிடையாது. ஆனால் நாம் அப்படியா? நமக்கு வெற்றி வேண்டும். அதற்கு நம்மிடம் உள்ள ஒரு சக்தியின் பயன்பாடுகள் பற்றிப் புரிந்துகொள்ள வேண்டும்.

இரண்டாம் பாகம்

இந்தப் பகுதியில் அன்றாடம் செய்ய வேண்டிய சில பயிற்சிகள் கொடுக்கப்பட்டுள்ளன. இதை யார் வேண்டுமானாலும் செய்யலாம். வயது எதுவாக வேண்டுமானாலும் இருக்கலாம். சொன்னதைச் சொன்னபடி செய்ய வேண்டும். இந்தப் பகுதியில் விளக்கங்கள் இருக்காது. அது வேண்டுமானால் மறுபடியும் முதல் பகுதியைப் படிக்கவும்.

பொதுவான முன்னேற்பாடுகள்:

1. எல்லா பயிற்சிகளுக்குமே காலமும் இடமும் ரொம்ப முக்கியம்.

அதாவது பயிற்சி செய்யும் காலத்தையும் இடத்தையும் எந்தக் காரணத்தைக் கொண்டும் மாற்றக் கூடாது. மாற்றினால் என்ன என்று கேள்வி எல்லாம் கேட்கக் கூடாது. எல்லாமே உங்கள் நன்மைக்காக மட்டுமே சொல்லப்படுகிறது என்பதை மட்டும் எப்போதும் நினைவில் வைக்கவும்.

2. எல்லா பயிற்சிகளுக்குமே நேராக உட்கார வேண்டும் அல்லது படுத்துக் கொள்ள வேண்டும்.

3. எல்லா பயிற்சியுமே மூச்சுமுட்டச் சாப்பிட்ட வயிற்றில் செய்வதல்ல. காலை நேரமாக இருந்தால் மல ஜலம் கழித்த பிறகு. பாதி வயிறாவது காலியாக இருக்க வேண்டும். அதற்காக கொலைப் பட்டினியாகச் செய்யவும் கூடாது.

4. எல்லா பயிற்சியுமே மற்றவர் பார்க்காதவாறு செய்ய வேண்டும்.

5. எல்லா பயிற்சிகளுமே முகம், கை, கால் முதலியவற்றைக் கழுவிக் கொண்ட பிறகே செய்ய வேண்டும். முடிந்தால் பல்லும் துலக்கிக்

கொள்ளலாம். ரொம்ப நல்லது. பல் துலக்குவது தவிர்த்த இந்த உடல் சுத்தத்தை நான் இனிமேல் 'வளூ' என்ற அரபிச் சொல்லால் குறிப்பேன். புரிந்துகொள்ளுங்கள்.

6. உட்கார்ந்து செய்யும் எல்லா பயிற்சிகளிலுமே எதிலுமே சாயக்கூடாது.

முதல் பயிற்சி

மூச்சுப்பயிற்சி

இந்தப் பயிற்சியை அதிகாலையில் அல்லது இரவில் செய்வது நல்லது. உச்சி வெயில் மண்டையைப் பிளக்கும்போதும் செய்யலாம், அந்த நேரம்தான் உங்களுக்கு உகந்ததென்றால். ஆனால் அதிகாலையையும் இரவையும் சொல்லும் நோக்கம் சப்தமில்லாத, தொல்லைகள் இல்லாத அமைதியான சூழ்நிலை இருக்கும் என்பதால்தான். இந்தச் சூழ்நிலை ஆரம்பத்தில் முக்கியம்.

மூச்சுப்பயிற்சி ஏன்?

பல காரணங்கள். மூச்சுப் பயிற்சியை எல்லா மதத்தைச் சேர்ந்த எல்லா ஞானிகளும் செய்திருக்கின்றனர். பதஞ்சலியின் யோக சூத்திரங்கள் யாவும்கூட மூச்சை அடிப்படையாக வைத்தவைதான். மூச்சுப்பயிற்சி செய்வதால் ஆரோக்கியம் கூடுகிறது. நோய் வராமல் தடுக்கிறது. நம்முடைய வாழ்வே நம்முடைய கட்டுப்பாட்டுக்குள் வந்துவிடுகிறது. எப்படி என்று தெரியாது. செய்துபார்த்து தெரிந்து கொள்ளவும்.

முக்கியமான செய்தி என்னவெனில், மூச்சுப்பயிற்சியில் மனிதன் கற்பனை செய்து பார்க்காத, பார்க்க முடியாத எண்ணற்ற நன்மைகள் மறைந்துள்ளன. ஒரு பெரிய மந்திர சக்தியாக, மாபெரும் ரகசியப் பொக்கிஷமாக, இறைவனின் அருட்கொடையாக மனிதமூச்சு உள்ளது. அதை விழிப்புணர்வோடு விடுகின்ற செயலானது எல்லா நன்மை களையும் நம்மை நோக்கி இழுத்துவரக்கூடியதாக உள்ளது.

பயிற்சி:

1. வளூ. (வளூ செய்த பிறகு துடைத்துக்கொள்ள வேண்டும் என்றும் சொல்லத் தேவையில்லை என்று நினைக்கிறேன்).

2. நேராக அமர்ந்து கொள்ளவும்.

விளக்கம் : உங்கள் தலை, முதுகுத் தண்டு, கழுத்து ஆகியவை நேர்க் கோட்டில் இருக்குமாறு அமரவும். நேர்க்கோட்டில் இருக்கிறதா என்று

எப்படிக் கண்டுபிடிப்பது என்றெல்லாம் கேட்கக்கூடாது. நேராகத்தான் உட்கார்ந்திருக்கிறோம் என்ற உணர்வு ஏற்படும் அளவுக்கு நேராக உட்காரவும்.

அமர்வது என்றால் பத்மாசனம், வஜ்ராசனம் போன்ற ஆசன முறைகளில் அமர்வது அல்ல. சாதாரணமாக சம்மணங்கொட்டி சாப்பிட அமர்வது மாதிரி. (சாப்பாட்டு மேஜைக்கு முன் அல்ல).

கைகளை முட்டியில் வைத்துக்கொள்ளாமல் அதிலிருந்து கீழிறங்கி இரண்டு கைகளும் நெருக்கமாக லேசாக தொட்டுக்கொண்டு இருப்பது மாதிரி வைத்தால் போதும்.

3. அமரும் இடம் கர்லான் போன்ற சமதளமான மெத்தையாக இருப்பது நல்லது. அதாவது கீழே எந்த இடத்திலும் உறுத்தாத எதன் மீதும் அமர்ந்து கொள்ளலாம். வெறும் தரையில் உட்கார்ந்து செய்ய வேண்டாம். மெத்தை இல்லை என்றால் மெத்தை மாதிரி ஏதாவது.

4. அணிந்திருக்கும் உடை ரொம்ப தளர்வானதாக இருக்கவேண்டும். அதாவது உடலின் எந்த இடத்திலும் இறுக்கம் இருக்கக்கூடாது. பனியன், ஜட்டி போன்றவை போடத் தேவையில்லை.

5. கண்களை மூடிக்கொள்ளவும்.

6. மெதுவாக சாதாரணமாக மூச்சை உள்ளே இழுக்கவும். வெளியே விடவும்.

நாகூர் ஹனிபா 'தம்' கட்டி இழுப்பது போல் அல்ல. எப்போதும் போலவே. ஆனால் ஒரே வித்தியாசம் இப்போது மூச்சு உள்ளே போவதையும் வெளியே வருவதையும் கவனிக்க வேண்டும். அப்படி கவனிக்கும்போது வேறு எண்ணங்கள் குறுக்கிட்டால் அதைத் தட்டிவிடவும். கையால் அல்ல.

7. உள்ளே போய் மூச்சு வெளியே வந்தவுடன் கணக்கு ஒன்று. இப்படியே குறைந்தது முப்பது மூச்சை எண்ண வேண்டும். வாயால் அல்ல. எல்லாமே மனத்தால்தான்.

அதாவது இந்தப் பயிற்சி குறைந்தது ஒரு பத்து நிமிடம் தினமும் செய்ய வேண்டும். அதிகபட்சமாக ஒரு மணி நேரம். எவ்வளவு நாளைக்கு என்று கேட்கக்கூடாது. தினமும் சாப்பிடுகிறோம். எவ்வளவு நாளைக்கு என்று எப்போதாவது கேட்கிறோமா? அதைப்போலத்தான் இதுவும். அதோடு சாதாரணச் சாப்பாட்டினால் கிடைக்காத நன்மைகளெல்லாம் இதில் கிடைக்கும். செய்து பாருங்கள்.

நேரத்தைச் சரியாகக் கணக்கிடுவதற்கு ஒரு வழி உள்ளது. முதலில் ஆரம்பிக்கும் முன் கடிகாரத்தைப் பார்த்துக் கொள்ளவும். பின் பயிற்சி முடிந்த பிறகு பார்க்கவும். நேரம் தெரியும். எத்தனை மூச்சு விட்டீர்கள் என்ற கணக்கு இருக்குமல்லவா? அதை வைத்து ஒரு மூச்சுக்கு இவ்வளவு விநாடிகள் அல்லது இத்தனை விநாடிகளுக்கு இத்தனை மூச்சுக்கள் என்ற கணக்கு உங்களுக்கே தெரிந்துவிடும். ஆரம்பத்தில் முப்பது மூச்சுக்கு பத்து நிமிஷமாகிறது என்றால் போகப்போக அதே அளவு மூச்சுக்கு முக்கால் மணி நேரமாகும். அப்படி ஆகும்போதுதான் தெரியும் எவ்வளவு ஆழமாக உங்கள் மூச்சு ஆகிவிட்டதென்று. அதன் பிறகு பாருங்கள், நீங்கள் ரொம்பக் கஷ்டப்பட்டு அதற்கு முன் செய்த காரியமெல்லாம் கஷ்டப் படாமலே நடக்க ஆரம்பிக்கும் அல்லது தானாகவே நடக்க ஆரம்பிக்கும்.

உதாரணமாக ஓர் ஆளை நீங்கள் பார்க்க வேண்டுமென்று பல முறை கூப்பிட்டனுப்பியும் அவன் வந்து உங்களை பார்க்காதவன் என்றால் இந்தப் பயிற்சி செய்த கொஞ்ச நாட்களில் எல்லாம் அவனைப் பார்க்க வேண்டுமே என்று நீங்கள் நினைத்து மட்டுமே இருப்பீர்கள். அவனே உங்கள் வீடு தேடிவருவான். ஏன் வந்தோம் என்று அவனுக்கே தெரியாது. ஆனால் உங்கள் மூச்சுதான் அவனை இழுத்து வந்தது என்று உங்களுக்கும் தெரியாது!

8. பயிற்சியின் எந்தக் கட்டத்திலும் உடம்பு அசையக் கூடாது.

விளக்கம்: இதுவும் ரொம்ப முக்கியமான ஷரத். ஸ்தூல உடல் அசையாமல் இருக்கும்போதுதான் பிரபஞ்ச மனத்தோடு தொடர்பே கிட்டும். அசைந்தால் தொடர்பு அறுந்துவிடும்.

ஆனால் அப்போதுதான் அரிப்பது போல் இருக்கும். பூச்சி ஊர்வது மாதிரி இருக்கும். எல்லா தொல்லைகளும் செய்யும். காரணம், இதுநாள் வரை நீங்கள் அசைவுக்கே பழக்கப்பட்டு விட்டீர்கள். நீங்கள் அசையாமல் இருந்து முன்னேறுவது சாத்தானுக்குப் பிடிக்காது. எப்படியாவது உங்கள் முன்னேற்றத்தை தடுக்கத்தான் அது பார்க்கும். ஆரம்பத்தில் கொஞ்சம் கஷ்டமாக இருக்கும். பின் விடாபடியாக இருந்தால் போகப்போக தொல்லைகளே இருக்காது. ஆனாலும் கொசு போன்ற தொல்லைகள் இல்லாதவாறு பார்த்துக் கொள்ள வேண்டும். அதாவது உடல் அசையாமல் வசதியாக இருப்பதற்குரிய முன் ஏற்பாடுகளை முடிந்தவரை செய்து கொள்ள வேண்டும்.

9. நல்ல காற்றோட்டமுள்ள திறந்த இடத்தில் அமர்வது நல்லது. இல்லையெனில் தனி அறையில் அமரலாம்.

தனி இடம் என்பதற்காக தனியறையில் கதவை ஜன்னல்களை எல்லாம் சாத்திக்கொண்டு வியர்க்க வியர்க்க செய்வதல்ல.

10. உட்கார்ந்து செய்ய முடியாதபோது உட்கார்ந்தால் எப்படி உடல் இருக்குமோ அதே நிலையில் படுத்துக்கொள்ளலாம். குப்புற அல்ல. மல்லாக்க. கைகளையும் கால்களையும் நன்கு தள்ளி வைத்து. ஒன்றின்மேல் ஒன்று படாதவாறு. இந்த முறைக்கு மெத்தை அவசியம்.

மூச்சுப் பயிற்சிகள் ஏராளமான முறைகளிலும் விதங்களிலும் உள்ளன. ஒவ்வொன்றும் ஒரு நோக்கத்திற்காக உள்ளது. உதாரணமாக பிராணாயாம மூச்சுப் பயிற்சியில் கும்பகம் என்று ஒன்று உண்டு. அதாவது உள்ளே இழுத்த மூச்சை கொஞ்ச நேரம் உள்ளேயே வைத்திருப்பது. இந்த மாதிரி கடினமான எதையும் உங்களுக்குச் சொல்லவில்லை. ரொம்ப எளிமையான பயிற்சியையே சொல்லியுள்ளேன்.

எளிமையானது என்பதால் பலன் அதிகமிருக்காது என்று எண்ணிவிட வேண்டாம். கடினமான மூச்சுப் பயிற்சிகள் கொடுக்கும் எல்லா வற்றையும் இதுவும் கொடுக்கும். பிறகு ஏன் எல்லாரும் இதையே சொல்லவில்லை என்று கேட்பீர்கள். அதற்குப் பல காரணங்கள் இருக்கலாம். ஒவ்வொரு முறையில் ஒவ்வொரு 'சிஸ்டம்'. ஒரு மலையில் ஏறுவதற்கு பல பாதைகள் இருப்பது மாதிரி. காய்ச்சலைக் குறைப்பதற்கு மாத்திரையும் சாப்பிடலாம். ஊசியும் போடலாம். எதுவுமே போட்டுக்கொள்ளாமலும் குணப்படுத்தலாம். காய்ச்சலின் தரத்தையும் காய்பவனின் தகுதியையும் பொறுத்தது. நான் உங்களுக்குக் கொடுத்துள்ள எளிமையான இந்த பயிற்சிதான் கிட்டத்தட்ட புத்தர் செய்த 'விபாசனா'வும். போதுமா?

இரண்டாவது பயிற்சி

கண் பயிற்சி

கண் இருக்கிறதே அது ரொம்பச் சக்தி வாய்ந்தது. எப்படி என்கிறீர்களா? இந்த பயிற்சியை செய்து பாருங்கள்.

பயிற்சி:

யாரைப் பார்த்துப் பேசினாலும் அவருடைய அல்லது அவளுடைய கண்ணைப் பார்த்துப் பேசவும். அவ்வளவுதான்.

பொதுவாக நாம் கண்ணைப் பார்த்து பேசுவதில்லை. ஆணாக இருந்தால் வாயையும் பெண்ணாக இருந்தால்... சரி வேண்டாம். நாம் இதுவரை எதைப் பார்த்துப் பேசியிருந்தாலும் சரி, இனிமேல் எதைப் பார்த்துப் பேசவேண்டும் என்பதுதான் முக்கியம். இனிமேல் கண்தான். எதிரியின், அதாவது எதிரில் உள்ளவரின் கண்ணைப் பார்த்துப் பேசினால்

நாம் சொல்வது அவர் மனதிற்குள் இறங்கும். அப்படியானால் நாம் பேசும்போது அவர் கீழே பார்த்துக் கொண்டிருந்தால் என்ன செய்வது? பேசக்கூடாது. பேசுவதை நிறுத்திக் கொள்ள வேண்டும். அப்படியும் பேசித்தான் ஆகவேண்டும் என்றால் கற்பனையால் அவருடைய கண்ணைப் பார்த்துப் பேசவேண்டும்.

ஆனால் நாம் இப்படிப் பேசும்போது அது அவரை முறைப்பது போல இருக்கக்கூடாது. வித்தியாசமாகப் பார்க்கிறோம் என்பதுபோல அவர் உணராதவாறு பார்க்க வேண்டும். செய்து பாருங்கள், எப்படி மக்கள் உங்கள் பேச்சுக்குக் கட்டுப்படுகிறார்கள் என்று.

மூன்றாவது பயிற்சி

ரிலாக்சேஷன் பயிற்சி

ரிலாக்சேஷனுக்குப் பல பயிற்சிகள் உண்டு. அதில் முக்கியமான ஒன்றை இப்போது சொல்லப்போகிறேன். முகம், கை, கால்களைக் கழுவிவிடும் போதே உடல் ஓரளவுக்கு ரிலாக்சாகிவிடும். எனினும் அது நமக்குப் போதவில்லையே. நாம்தான் குளிக்கும்போதே டென்ஷனுடன் குளிக்கும் சாதனையாளர்களாயிற்றே! சரி.

பயிற்சி:

1. வளூ.

2. ரிலாக்ஸ்டாகப் படுத்துக் கொள்ளவும். மூச்சுப் பயிற்சிக்குப் படுத்த மாதிரி. மெத்தையில். அல்லது நேராக முன்போல அமரவும்.

3. கண்களை மூடிக்கொள்ளவும்.

4. எந்த எண்ணம் வேண்டுமானாலும் வரட்டும். மனத்தை அதன் போக்கிலேயே விட்டுவிடவும். இது தப்பு, இது சரி, இது அசிங்கமானது என்று எந்த விமர்சனமும் வேண்டாம்.

5. ஆனால் இப்படி மனத்தில் வரும் எண்ணங்களின் பின்னாலேயே நீங்கள் செல்லுங்கள். இப்போது இந்த எண்ணம் வருகிறது. இப்போது வேறு எண்ணம் என்று ஒவ்வொன்றின் பின்னாலும் செல்லுங்கள்.

6. உடம்பை அசைக்காதீர்கள். கொஞ்ச நேரம் கழித்து எந்த எண்ணமும் வராது. அப்போது கண்ணைத் திறந்து எழுந்துவிடலாம்.

இது ஒரு வாகனப் போக்குவரத்து நிறைந்த சாலையைப் பார்த்துக் கொண்டிருப்பது மாதிரி. முதலில் சைக்கிள் வரும். பின் கார்கள். பின் லாரிகள். கன்டெய்னர்கள். மக்கள் கூட்டம். ஊர்வலம் சப்தம் கோஷம்

எல்லாம். நேரம் ஆக ஆக, எல்லாம் படிப்படியாக குறைந்து சாலை காலியாகிவிடும். பின் அந்த மனத்தின் நெடுஞ்சாலையில் நீங்கள் மட்டுமே தனியாக நின்று கொண்டிருப்பீர்கள். அப்போது உங்களை நீங்களே பார்த்துக்கொள்வீர்கள். இதுதான் தியானம். இதுதான் தரிசனம். இதுதான் நிர்வாணம். இதைத்தான் ஜே.கிருஷ்ணமூர்த்தி The Observer is the Observed என்று கூறினார்.

இதனால் என்ன நன்மை என்கிறீர்களா? நீங்கள் கேட்காவிட்டாலும் நானே சொல்லிவிடுகிறேன். இது ஆசிட் போட்டு டாய்லட் கறைகளை நீக்குவது மாதிரி. மனத்தைச் சிங்காரச் சென்னையாக்குவது. உளரீதியான எக்ஸ்னோரா வேலை. உளத்தூய்மை என்பார்களே அதை அடையும் முயற்சி. அழுக்குப் படிந்த மனம் என்னும் அற்புதக் கண்ணாடியைத் துடைக்கின்ற வேலை. துடைத்த பிறகு முகமும் பளிச்சென்று தெரியும். எதை நோக்கித் திருப்புகிறீர்களோ அது சுத்தமாகப் பிரதிபலிக்கும். நினைவாற்றல் பெருகும். இன்னும் என்னென்னவோ.

இந்தப் பயிற்சியை தினமும் செய்ய வேண்டியதில்லை. வாரத்திற் கொரு முறை செய்யலாம்.

நான்காவது பயிற்சி

ஆல்ஃபா பயிற்சி

ஆல்ஃபா என்பது ஒரு அற்புதமான மனநிலை. அந்த நிலைதான் நமக்கு வெற்றியைக் கொண்டுவருகிறது. அதாவது நமக்கு வெற்றிவரும் போதெல்லாம் அந்த மனநிலையில்தான் நாம் நமக்கே தெரியாமல் இருக்கிறோம். இனிமேல் அதை நாமாகவே உண்டாக்கிக் கொள்ளப் போகிறோம். அதற்குத்தான் இந்தப் பயிற்சி.

மனம் ஆல்ஃபாவில் இருக்கும்போது மூச்சு ஆழப்பட்டுவிடும். அல்லது மூச்சை ஆழப்படுத்தினால் ஆல்ஃபா உண்டாகும். கணக்கு புரிகிறதா? எப்படி எப்படியெல்லாம் இறைவன் ஒவ்வொன்றையும் இணைத்து வைத்துள்ளான் என்று! ஒவ்வொன்றையும் ஜோடி ஜோடியாகப் படைத் துள்ளோம் என்று இறைவன் திருக்குர்ஆனிலே சொல்வது இதைத்தான் என்றே நினைக்கிறேன். ஆல்ஃபாவில்தான் உள்ளோமா இல்லையா என்று ஈ.ஈ.ஜி. (Electro Encephalo Graph) சோதனை மூலம் பரிசோதித்து நிரூபித்துக் கொள்ளலாம்.

பயிற்சி:

1. வஜூ.

2. நேராக உட்காரவும். மூச்சுப் பயிற்சிக்கு உட்கார்ந்த மாதிரி.

3. கண்களை மூட வேண்டாம். முக்கியம். பாதி திறந்த மாதிரி இருக்கவும்.

4. உடலை அசைக்கக் கூடாது.

5. எந்த உணர்வுக் கட்டளை வந்தாலும் அதை செய்யக்கூடாது.

அதாவது அரித்தால் சொறியக்கூடாது. சப்தம் கேட்டால் திரும்பிப் பார்க்கக்கூடாது. ஐம்புலன்களையும் அடக்க வேண்டும். கண் திறந்திருக்கிறதே ஒழிய எதையும் மாற்றி பார்த்துக் கொண்டிருக்கக் கூடாது. சும்மா கண்ணை எதிரில் போட்டு வைக்க வேண்டும்.

6. ஐம்புலன் அனுபவங்களையும் முதலில் உணர வேண்டும்.

அதாவது கண்ணுக்கு எதிரே என்னென்ன பொருட்கள் எந்த அளவுக்குத் தெரிகிறது என்று கவனிக்க வேண்டும். காதில் என்னென்ன சப்தங்கள் விழுகின்றன என்று. உதாரணமாக மேலே மின்விசிறி சுழலும் சப்தம் ஒரு விதமாகவோ இரண்டு விதமாகவோ கேட்கலாம். தூரத்து நாய்கள், காகம், ரயில் இப்படி. உடம்பின் பாகங்கள் எங்கெங்கு தொட்டுக்கொண்டு எப்படி உள்ளன என்று. உதாரணமாக கைகள் எங்குள்ளன, கால்கள் எங்குள்ளன, எங்கெங்கு தொட்டுக்கொண்டுள்ளன, எவை எவை இறுக்கமாகவும் எவை எவை தளர்ச்சியாகவும் உள்ளன என்று. அவற்றின் நிலையை மாற்ற முயலக்கூடாது. சும்மா உணர்ந்து கொள்வது மட்டும்தான். என்ன மணம் உணர்கிறீர்கள் என்றும் என்ன சுவை நாக்கில் உள்ளது என்றும் உணர வேண்டும். நல்ல மணமுள்ள ஊதுபத்தியை ஏற்றி வைத்துக்கொள்வது நல்லது.

7. இது முடிந்த பிறகு, எந்த எண்ணம் வந்தாலும் தட்டிவிட்டுக் கொண்டே இருக்கவேண்டும். எண்ணமே வராவிட்டால் காத்திருக்க வேண்டும்.

இப்படிச் செய்யும்போது நீங்கள் உங்களை அறியாமலே ஆல்ஃபா நிலைக்கு வந்துவிடுவீர்கள். வந்துவிட்டீர்களா இல்லையா என்பதற்கு EEG தவிர வேறு பல அறிகுறிகளும் உண்டு. உதாரணமாக, இருக்கின்ற நோய் குறைந்திருக்கும் அல்லது போயிருக்கும். ஒரு தலைவலி உள்ள மாதிரி இருக்கும்போது நீங்கள் இந்தப் பயிற்சியில் உட்கார்ந்தால் பயிற்சி முடிந்து எழும்போது தலைவலி போயிருக்கும். ஒரு விஷயத்தைப் பற்றிய குழப்பமான மனநிலையில் செய்திருந்தால் செய்து முடித்த பிறகு தெளிவு ஏற்பட்டிருக்கும். ஒருமித்த மனநிலை ஏற்படும். நேரம் போனது தெரிந்திருக்காது. அதாவது பத்து நிமிஷம் என்று நினைத்திருப்பீர்கள். அரைமணி ஆகியிருக்கும்.

இந்த ஆல்ஃபாவை வாரம் ஒருமுறை செய்யலாம். முடிந்தால் தினமும்கூட செய்யலாம். இந்த நிலையில் உள்ளவர்களுக்கு வெற்றி தவிர வேறு எதுவும் வராது. அப்போ ஆல்ஃபா செய்யாவிட்டால் வெற்றியே வராதா என்று கேட்கக்கூடாது. ஆழமான மூச்சோட்டமும் ரிலாக்ஸ்டான நிலையும் இந்த நிலைதான். எல்லாமே ஒன்றோடொன்று தொடர்புள்ளது.

ஐந்தாவது பயிற்சி

நினைவாற்றலுக்காக

நிறையப் பேருக்கு இந்தக் குறை உண்டு. அதாவது நினைவாற்றல் போதவில்லை என்று. குறிப்பாக மாணவர்களுக்கு. ஆனால் இதை யார் செய்தாலும் அவர்களுக்கு photographic memory என்று சொல்லப்படுகின்ற துல்லியமான நினைவாற்றல் வரும். நினைவாற்றல் என்பது வெற்றியை விரும்புகின்ற ஒவ்வொரு மனிதனுக்கும் மிகவும் அவசியமானது. ''சாரி, உங்க பேரு மறந்துடுச்சு.'' என்று சொல்பவனை நமக்குப் பிடிக்குமா அல்லது ஹலோ மிஸ்டர் ரவி, என்று நம் பெயரை சரியாகச் சொல்லும் ஒரு நபரையா? இரண்டாவது ஆளைத்தான். அந்த இரண்டாவது ஆளாக மாறுவதற்காகத்தான் இந்தப் பயிற்சி. நினைவாற்றல் பற்றி தேவையான தகவல்கள் முதல் பாகத்தில் கொடுக்கப்பட்டுள்ளது. எனினும் இந்தப் பயிற்சி மிகவும் பலன் தரும்.

பயிற்சி:

1. வஜ்ரு

2. இரவு படுக்கப்போகும்போதுதான் இந்தப் பயிற்சியைச் செய்ய வேண்டும். வேறு காலமே கிடையாது.

3. நேராக உட்காரவும்.

4. கண்களை மூடிக்கொள்ளவும்.

5.அன்று காலையில் நீங்கள் விழித்ததில் இருந்து இந்தப் பயிற்சிக்காக உட்கார்ந்ததுவரை நடந்தது என்ன, என்னென்ன, அவற்றில் அவ்வப்போது என்ன உணர்ச்சிகள் கலந்திருந்தன என்பது உட்பட ஒரு படத்தை 'ரீவைண்ட்' செய்வது மாதிரி செய்ய வேண்டும்.

இதில் நிச்சயமாக பல காட்சிகள் விடுபட்டுப்போகும். அதைப்பற்றி கவலைப்படக் கூடாது. போனது போகட்டும் என்று வந்ததை மட்டும் வரவில் வைக்கவேண்டும். முதல் நாள் இது ரொம்ப சொற்பமாக இருக்கலாம். ஆர்வமாகப் படம் பார்க்க உட்காரும்போது எழுத்து ஓடி

முடிந்தபின் கரண்ட் கட் ஆன மாதிரி. பரவாயில்லை. அப்படித்தான் இருக்கும். கொஞ்ச நேரத்திற்கெல்லாம் படம் முடிந்த மாதிரி கடைசி சீனுக்கு வந்துவிடுவோம். அடுத்த முயற்சி மறு நாள் இரவுதான்.

இப்படியே ஒரு பத்து நாளில் எல்லாம் ஞாபகம் வர ஆரம்பிக்கும். ஆனால் மகிழ்ந்துவிடக்கூடாது. மறுபடியும் பழைய குருடி கதவைத் திறடி கதை வரும். ஆனால் விடாப்பிடியாகச் செய்யச்செய்ய எல்லா நினைவுகளும் வர ஆரம்பிக்கும். மறந்துபோவது என்ற ஒரு விஷயமே அபத்தமானதாகத் தோன்றுமளவுக்கு ஞாபக சக்தி வளரும்.

ஆறாவது பயிற்சி

நினைத்தது நடக்க

இதற்கு ஒரு பயிற்சியா என்று ஆச்சரியமாக உள்ளதா? இருக்கலாம். ஆனால் செய்துதான் பாருங்களேன்.

பயிற்சி:

நாளைக்கு என்னென்ன செய்யப் போகிறோம் என்று இன்று இரவு ஒரு தாளில் குறித்து வைத்துக்கொள்ள வேண்டும்.

நாளைக்குக் காலையில் சரவணாவில் இட்லி, பகல் யமுனாவில் லஞ்ச், இப்படி அல்ல. நாம் எப்போதும் செய்யும் காரியங்களைக் குறித்து வைப்பதல்ல. வேண்டுமென்றே சில வேலைகளை நாமாக ஏற்படுத்திக் கொண்டு அவற்றை எழுதிவைக்க வேண்டும்.

உதாரணமாக எப்போதும் கடிதம் எழுதினால் ஒரு ஆளிடம் கொடுத்து போடச்சொல்லுவீர்கள். வேண்டுமென்றே, நாளை நாமே இந்த குறிப்பிட்ட போஸ்ட் ஆஃபீஸ் சென்று நம் கையால் தபால் பெட்டிக்குள் போடவேண்டும் என்பது போல முடிவெடுத்துக்கொள்ள வேண்டும்.

இப்படிக் குறிக்கின்ற வேலைகள் நம்மால் நிச்சயமாக செய்யமுடிகிற வேலையாக இருக்க வேண்டும். காலை எட்டு மணிக்கு முழங்காலைச் சொறிய வேண்டும் என்பது போல ரொம்ப சிம்பிளாகவும் இருக்க வேண்டும். ஒரு மலைப்பை ஏற்படுத்துகின்ற வேலையாக இருக்கக் கூடாது.

இங்கே இன்னொரு விஷயம் சொல்ல வேண்டும். அதாவது ஒரு வேலையைச் செய்வதும் வேலைதான். அதை வேண்டுமென்றே செய்யாமலிருப்பதும் வேலைதான். என்ன விசுத்தனமாக உள்ளதா? விளக்கிவிடுகிறேன். உதாரணமாக நாளைக்கு ''அண்ணாமலை'',

''மெட்டிஒலி'' போன்ற டி.வி. சீரியல் எதுவும் பார்க்கக்கூடாது என்று முடிவு எடுத்து குறித்துக் கொள்ளலாம்.

இப்படிச் செய்வது மிகவும் சக்திவாய்ந்தது. காரணம் நாம் டி.வி. போன்ற சின்னப்பெட்டிகளால் கட்டப்பட்டவர்களாகவே உள்ளோம். எல்லா அடிமைத் தளையில் இருந்தும் விடுதலை பெறுவதுதானே வெற்றி?

இந்த மாதிரி எடுக்கின்ற சின்னச்சின்ன முடிவுகளை நிச்சயம் நிறைவேற்றியே ஆக வேண்டும். ஆனால் மறுநாள் இரவு எடுத்து 'செக்' பண்ணினால் நிச்சயம் குறித்து வைத்த வேலைகளில் முக்கால்வாசி முடிந்திருக்காது. அதைப்பற்றி கவலைப்படத் தேவை இல்லை. ஆனால் இது ஒரு மிகமுக்கியமான பயிற்சி. தொடர்ந்து விடாமல் செய்துகொண்டே இருக்கவேண்டும்.

இதை ஒரு வாழ்நாள் பூராவும் செய்கின்ற பயிற்சியாக நான் வைத்துக் கொண்டிருக்கிறேன். என்னுடைய குறிப்பில் நாளைக்குச் செய்ய வேண்டிய வேலைகள் என்று ஒரு ஐந்து வேலையாவது இருக்கும். அதை நான் நிச்சயம் செய்து முடித்துவிடுவேன். அப்படிச் செய்ய முடியாத நாட்களில் வாழ்ந்ததே ஒரு வேஸ்ட் என்று தோன்றுமளவுக்கு இந்தப் பழக்கம் என்னுள் வேரூன்றி விட்டது.

இதனால் நன்மை என்ன? நாம் நினைத்ததை நாம் நிச்சயம் முடிப்போம் என்று முதலில் நீங்கள் நம்பவேண்டும். அதற்கு எம்.ஜி.ஆர். மாதிரி பாட்டுப்பாடுவது வழி அல்ல. அப்படிச் செய்வது நினைத்ததை முடிக்க முடியாமல் போவதற்குத்தான் நிச்சயமான வழி. நாம் நினைத்தால் முடித்துவிடுவோம் என்று அடுத்தவன் நம்புவதல்ல. முதலில் உங்கள் மனது நம்பவேண்டும். அதை நம்ப வைப்பதற்காகத்தான் இவ்வளவு பிரயாசையும்.

நம்மால் முடியும் என்ற லிஸ்ட்டை ஒவ்வொரு நாளும் அதிகப்படுத்திக் கொண்டே வரவேண்டும். இது கிட்டத்தட்ட ஒரு குழந்தையை ஏமாற்றும் வேலை மாதிரிதான். ஆனால் நம் குறிக்கோளை அடைய நம் மனதை இப்படி 'தாஜா' பண்ணியே ஆகவேண்டும். வேறு வழியில்லை. இந்தப் பயிற்சியை மட்டும் விடாமல் செய்து பாருங்கள் அப்போது தெரியும், இதில் எவ்வளவு பெரிய சக்தி உள்ளதென்று.

ஏழாவது பயிற்சி

மன ஒருமைக்கு

ஏதிலுமே மனஒருமை இல்லாவிட்டால் எப்படி வெற்றிவரும்? மனம் சிதறும் விகிதத்துக்குத் தகுந்தவாறு வெற்றியும் சிதறும். மனஒருமையை வளர்க்க இரண்டு பயிற்சிகள்.

ஏதாவது ஒரு கேஸட் அல்லது சி.டி. அல்லது எதிலாவது ஒரு சினிமாப் பாட்டைக் கேட்கவேண்டும்.

இது ஒரு பயிற்சியா என்று கேட்பீர்கள். நான் சொல்வது முழுப்பாட்டையும் அல்ல. இங்குதான் விஷயமே உள்ளது. பாட்டை டி.வி.யிலோ கம்ப்யூட்டரிலோ பார்த்துக் கொண்டே கேட்கவேண்டாம். அது மனச் சிதறலுக்கு வழிவகுக்கும். பாட்டை 'ஆடியோ'வில் கேட்டால் போதும். ஆனால் முழுப்பாட்டையும் அல்ல. பாட்டில் வரும் ஒரு குறிப்பிட்ட இசையை. உதாரணமாக பாட்டின் ரிதம், ஒரு தபேலா சப்தம், ஒரு சந்தூர் சப்தம், அல்லது வீணையின் ஒலி இப்படி எதையாவது மட்டும் - கவனிக்கவும், மட்டும் - கேட்கவேண்டும்.

முதலில் கொஞ்சம் கஷ்டமாக இருக்கும். பின்பு பழகிவிடும். இதில் மனஒருமை ரொம்ப எளிதாக வளரும்.

எட்டாவது பயிற்சி

(இதுவும்) மனஒருமைக்கு

ஏதாவது நமக்குச் சம்பந்தமில்லாத பொருளைப் பற்றி-உதாரணமாக ஒரு பூ, ஒரு இலை, ரோட்டில் போகும் ஒரு நாய்-ஒரு கால் மணி நேரம் நினைக்க வேண்டும். அதைப் பற்றியே நினைக்கவேண்டும். பல கோணங்களிலும் அதை அணுக வேண்டும்.

நமக்கு வேண்டியவர்களுடைய பிரச்சினையை அல்லது நாட்டில் உள்ள ஒரு பிரச்சினையை - அதாவது தனிப்பட்ட முறையில் உங்களைப் பாதிக்காத உங்களுக்குச் சம்பந்தமில்லாத - ஒரு விஷயத்தைப் பற்றி நினைக்க வேண்டும். இந்த பயிற்சியும் ரொம்ப சக்தி வாய்ந்தது. செய்து பார்த்தால்தான் தெரியும் இதன் அருமை.

இந்தப் பகுதியில் குறிப்பிட்டுள்ள எல்லா பயிற்சிகளையும் செய்வது ரொம்ப நல்லது. பயிற்சிகளை விடாமல் செய்ய வேண்டும். குறைந்தது ஒரு மூன்றரை மாதங்களுக்காவது செய்ய வேண்டும். அதென்ன மூன்றரை மாதம் என்கிறீர்களா? அது ஒரு கணக்கு. மூன்றரை மாதம் எந்த ஒரு காரியத்தை நீங்கள் தொடர்ந்து செய்தாலும் அது பழக்கமாகிவிடும். அது எப்படி என்று கேட்கக்கூடாது. செய்து பாருங்கள்

பழக்கமானவுடன் புரியும். ஒரு விஷயம் பழக்கமானவுடன்தான் அதற்கான விளைவுகளும் தானாகவே வர ஆரம்பிக்கும்.

எல்லா பயிற்சிகளையும் செய்ய முடியாது எனில் குறைந்தபட்சம் குதிரையின் லகானையாவது பிடித்துக் கொள்ளவேண்டும். அதாவது தினமும் மூச்சுப் பயிற்சி மட்டுமாவது விடாமல் செய்து வரவேண்டும். மற்ற பயிற்சிகளை அவ்வப்போது செய்துவரலாம்.

அடுத்த விநாடி மட்டுமல்ல அடுத்தடுத்து வரும் அத்தனை விநாடிகளும் ஆரோக்கியமும் வெற்றியும் சந்தோஷமும் கொண்டதாகும் என்று சொல்லவும் வேண்டுமா?

———